Phiếm 22

song thao

NHÂN ẢNH

2019

Phiếm 22
Song Thao
NHÂN ẢNH xuất bản
Bìa: Khánh Trường
Kỹ thuật: Tạ Quốc Quang
www.songthao.com
Copyright © 2019 by Song Thao
ISBN: 978-1-927781-44-9

MỤC LỤC

NGOẠI TẬP

ĐẠP

Chúng ta hầu như ai cũng có những kỷ niệm với xe đạp. Tôi cứ nói đại như vậy, trúng được phần nào hay phần đó. Nhưng nếu hỏi ai không có kỷ niệm với xe đạp, coi bộ không có ai giơ tay. Thôi thì tôi kể kỷ niệm của tôi trước.

Ngay sau khi di cư vào Nam, năm 1954, trường Chu văn An mở lại tại Sài Gòn, chỉ có đệ nhị cấp, từ lớp Đệ Tam tới Đệ Nhất. Tình hình lúc đó rất lộn xộn. Thủ Tướng Ngô Đình Diệm vừa chấp chánh, phải lo ổn định đời sống của trên một triệu đồng bào di cư từ Bắc vào Nam, lại phải lo thù trong giặc ngoài. Lớp học sinh di cư chúng tôi hồi đó, từ 16 tới 18 tuổi, phải tiếp tay chính quyền. Chúng tôi thường xuyên tổ chức những cuộc biểu tình mỗi khi có biến cố xảy ra để ủng hộ Thủ Tướng Diệm. Biểu tình toàn bằng xe đạp. Ai chưa có xe đạp thì đèo nhau, xe hai người, xe ba người. Cuộc biểu tình khí thế nhất là đi bắt tên tướng cộng sản Văn Tiến Dũng tại khách sạn Majestic. Chúng tôi xuất phát từ trường tới khách sạn ở bờ sông Sài Gòn. Biểu ngữ lớn nhỏ rợp trời. Nhỏ thì do các bạn ngồi ở tay ngang xe đạp cầm. Lớn thì giăng ngang do người được đèo trên hai xe đạp song song nhau vác. Khi tới nơi, chúng tôi tập trung phía bên ngoài, hô khẩu hiệu rất khí thế. Khi nộ khí của chúng tôi lên cao, chúng tôi vứt xe đạp ngổn ngang ngoài đường, xông vào khách sạn, tìm phòng của tên tướng cộng sản. Tôi cùng vài bạn xông lên các tầng cao. Khách trọ tại khách sạn hoảng hốt chạy ra hành lang. Có các ông tây chạy thục mạng. Có các bà đầm không kịp mặc quần áo, quấn khăn tắm hoảng hốt chạy ra hành lang. Chúng tôi trấn an các khách của khách sạn và cho họ biết chúng tôi chỉ tìm cộng sản. Xe cứu hỏa tới phun nước dẹp, cảnh sát tung lựu đạn cay. Cuối cùng đám biểu tình tan. Bên phía học sinh chỉ có một anh bạn cùng lớp Đệ Tam C với tôi bị kíp lựu đạn văng trúng mắt, sau bị hư luôn một con mắt. Chúng tôi vội tìm xe ra về. Không một chiếc xe nào lạc chủ!

Tôi kể kỷ niệm đáng ghi nhớ nhất về xe đạp của tôi. Chắc nhiều bạn cùng tham dự cuộc biểu tình bạo động vô tiền khoáng hậu đó ngày nay vẫn không thể quên được. Một anh bạn hiện ở Cali còn giữ được những tấm hình biểu tình bằng xe đạp hồi đó. Anh gửi cho tôi để nhìn lại thời thanh niên của chúng tôi. Kỷ niệm xe đạp này không phải ai cũng có. Nhưng những kỷ niệm thời tập đi xe đạp thì chắc ai cũng đã trải qua. Đó là những kỷ niệm ngây ngô nhưng…đẫm máu! Hình như trong đầu mỗi đứa trẻ năm sáu tuổi đều có một chiếc xe đạp.

Ông Giáo sư Nguyễn Đăng Mạnh… chậm tiến hơn. Mãi

Học sinh Chu Văn An biểu tình bằng xe đạp năm 1954.

tới năm 13 tuổi mới sờ tới chiếc xe đạp. Vậy mà cũng chẳng nên cơm cháo chi. *"Không hiểu sao tôi lại khốn khổ đến vậy trong việc tập đi xe đạp. Hồi mười ba, mười bốn tuổi, học cấp II ở thành phố Nam Định, tôi đã cùng mấy thằng bạn ở chung một nhà trọ tập đi xe đạp. Trèo lên xe, đạp mấy vòng, nhưng cứ hễ thằng bạn giữ hộ xe buông tay ra là ngã đổ kềnh ra đất. Tập mãi không được, đã thế lại còn bị toạc một mảng thịt ở ống chân, đến nay vẫn còn vết sẹo. Sợ quá không dám tập nữa. Một chuyện ai cũng làm được, kể cả đàn bà con gái hay đứa trẻ sáu bảy tuổi, vậy mà mình không làm được. Nhục quá! Hèn kém quá! Điều này khiến tôi có tâm lý bi quan về năng lực của mình. Nghĩa là thấy mình bất tài, bất lực, chẳng làm nên trò trống gì. Cho nên bị ai coi thường, tuy cũng tức, nhưng liền đó lại tự thấy: nó khinh mình cũng phải thôi. Mình là thằng hèn kém, nó khinh cũng chẳng oan ức gì"*.

Không biết đi xe đạp có hậu quả…kinh hoàng như vậy. Ông Nguyễn Đăng Mạnh chịu mặc cảm bị lép vế như vậy cho tới năm ông 24 tuổi, về Hà Nội, nơi mọi người đều đi xe đạp. Ông kể tiếp trong tập hồi ký của ông: *"Không biết đi xe đạp thì nguy quá. Mà lộ ra thì xấu hổ chết được! Tôi quyết định, nhất định phải tập, mà phải tập một mình, tập giấu, tập bí mật. Đợi lúc đêm xuống, tôi thuê một cái xe đạp, dắt đến một chỗ vắng vẻ có đường dốc, rồi ngồi lên xe thả cho nó lao xuống và cứ thế đạp phứa đi. Sau nhiều lần ngã, tôi đi được xe đạp. Sướng quá! Thế là có quyết tâm thì cũng không đến nỗi kém cạnh ai"*.

Viết tới đây bỗng mất hứng. Không biết có phải vì theo

ông Mạnh tập xe đạp vất vả quá hay không. Bèn nghỉ tay, vào chợ *Facebook* coi có chi lạ không. Có chuyện vui thật. Nhà thơ Phan Huyền Thư vừa *post* lên một *status* ngắn mang tên "Gene Trội!". *"Nguyên văn một câu " cao đơn hoàn tán" của ông Su: "Mẹ ơi, con rất yêu cái bú tí của mẹ vì nó rất đẹp. Nhưng bây giờ con lớn rồi, con đã sắp sửa sáu tuổi và con nặng 27 cân, vì vậy con cần phải có một chiếc xe đạp mới để đạp ở ngoài công viên thay cho chiếc xe đạp cũ của con hồi còn bú tí mẹ. Mẹ ơi con biết là mẹ đang bị già đi nhưng mà bú tí của mẹ vẫn rất đẹp vì con đã lớn nhưng bú tí của con thì vẫn bé tí tẹo teo..." P/s: Con mẹ sề đang nghĩ, thằng con mình có mắt thẩm mĩ thế thì nên mua cho nó chiếc xe đạp mới như thế nào cho xứng tầm đây ???".* Con nhà thơ có khác. Trí tưởng tượng rất phong phú. Từ cái bú tí của mẹ mà liên tưởng tới cái xe đạp. Cũng lạ. Chẳng lẽ chiếc xe đạp chỉ có hai cái bánh xe!

Sáu tuổi đòi xe đạp là phải. Hồi tôi tập đi xe đạp, chắc cũng ngần ấy tuổi. Trần ai khoai củ lắm chứ không chỉ khen cái bú tí của mẹ mà xong. Muốn có xe đạp phải thuê. Muốn thuê phải nhịn thứ này thứ khác mới đủ tiền thuê một giờ. Một giờ đâu có lâu, vèo một cái đã hết. Ngồi được lên yên xe, cà cà hai chân lê lết trên đường. Mới làm quen với xe đã mất toi một giờ. Chờ tới ngày khác, năn nỉ đứa lớn hơn giữ yên xe cho vững để đạp. Chiếc xe nghiêng qua nghiêng về. "Huấn luyện viên" chạy theo một lúc, mồ hôi vã ra, đòi một chầu kem que. Móc hết túi trên túi dưới, chỉ đủ tiền mua một cây. Ngoắc tên ôm chiếc phích bán kem lại. Chiếc nắp phích được mở ra. Hơi lạnh toát lên. Những cây kem nâu, vàng, hồng, cam thở khói. Biết chọn cái nào. Cái nào trông cũng hấp dẫn, nhỏ bán kem giục giã. Rút vội một cây, đưa hối lộ thằng bạn, không quên năn nỉ cho mút một tý. Sau một hồi lưỡng lự, nó gật đầu. Cái miệng kề cây kem là vi phạm hiệp ước liền: thay vì mút, căng mồm ra cắn ngay một phát. Tên bạn giữ yên xe nổi giận nhưng tình hình yên ắng sau màn năn nỉ. Vừa tốn tiền thuê xe vừa tốn kem cho thằng bạn lớn con, té lên té xuống, máu me đầy khuỷu tay đầu gối mà coi như không phải máu của mình, rồi cũng tới lúc một mình một ngựa nhong nhong. Không gian như đổi mới. Hàng cây hai bên đường đứng im khi đi bộ bỗng trở thành những bóng cây chạy vun vút khi chễm chệ trên chiếc xe đạp.

Phải đợi tới năm 15 tuổi, lên tới lớp Đệ Tứ, mới có một chiếc xe đạp riêng để đi học. Giã từ những ngày leo xe điện từ Chợ Hôm lên tới Bờ Hồ để tới trường. Xe dĩ nhiên là xe cũ do ông bố hoặc các ông anh bà chị truyền cho. Nhưng cũ người mới ta, cũng lau lau chùi chùi, vô dầu vô mỡ, chiếc xích xe có giãn ra, tuột liên miên vẫn cứ vui vẻ dừng xe lắp xích lại. Gặp ngày mưa, về tới nhà là lau chùi trước khi thay bộ quần áo đẫm nước. Đời người đã bước qua giai đoạn mới: giai đoạn vỡ tiếng mọc râu cùng với chiếc xe đạp.

Di cư vào Sài Gòn, vẫn cứ xe đạp. Ngày đó ai chẳng đạp xe đạp. Không muốn thì đạp…xích lô! Lên tới Đệ Tam, Đệ Nhị đã cùng bạn bè học làm người lớn. Cắm thêm điếu thuốc lá trên môi, đạp tới các trường nữ để ngắm các em đi ra đi vô mà lòng dạ như đánh lô tô. Có biết tán tỉnh chi đâu. Đâu có được can đảm như ông Quan Dương.

Con ve nó đã nói gì
Khi cây phượng vĩ dậy thì nứt bông
Ngày xưa em còn nhớ không
Hai đứa trên chiếc xe trành đèo nhau

Chở em xổ xuống dốc cầu
Vòng tay khít rịt trói nhau một thời
Ngoéo tay bứt tóc hẳn hòi
Trời gầm cũng quyết không rời nhau ra

Cút ka cút kít cút ka
Tiếng sên xe đạp trưa hè tháng năm
Thăng trầm tiếng bánh xe lăn
Theo tôi cùng khắp nẻo đường quê xa

Khi bắt được cái bằng Tú Tài, được thưởng chiếc xe gắn máy Goebel hai màu vàng đỏ, lòng như mở hội, quên béng ngay mất anh xe đạp. Có mới nới cũ là bản tính con người, nhất là những người lòng non dạ trẻ. Rồi ra đời, ký ca ký cóp cũng bê về được chiếc *vespa* láng coóng, ra đường cứ tưởng cả Sài Gòn nhìn vào chiếc xe của mình. Gặp lại bạn bè cũ một thời Chu văn An, anh nào anh nấy đều "cơ giới hóa" hết. Chiếc xe đạp thui thủi bước vào quá khứ.

Nhưng quá khứ được lật lại khi những chiếc dép râu tiến vào Sài Gòn một ngày tháng tư năm 1975. Lúc đó lũ chúng tôi là thứ lơ láo, một sớm một chiều mất tất cả cuộc đời. Anh cán bộ tiếp quản cơ quan tôi làm việc nhẹ nhàng nhắc chúng tôi trở về với chiếc xe đạp, phương tiện chuyên chở giản dị, không tốn xăng nhớt. Chẳng ai bắt buộc nhưng hột gạo bỏ vào bụng còn chưa có huống chi xăng nhớt đổ vào bình xe. Chúng tôi lần lần quay về với chiếc xe đạp. Những chiếc xe "cơ giới hóa" lần lượt rơi vào tay các anh cán bộ, những người đã nhỏ nhẹ khuyên chúng tôi sống hợp với thời…cách mạng.

Xe đạp lại bám với chúng tôi. Cuộc cách mạng…lùi thành công mỹ mãn. Chúng tôi ngày càng đơn giản. Đi dạy học hay đi làm, chúng tôi lại phải nhờ tới đôi chân quay vòng trên xe đạp. Nghe chừng thảnh thơi nhưng có những lần tôi phải đạp tới vài chục cây số tới tận Long An chỉ để mua hai chục ký gạo khi tình trạng ngăn sông cấm chợ khiến Sài Gòn thiếu gạo trầm trọng. Hành trình kiếm gạo cho các con rất gian truân vất vả. Không dám đi trên đường lộ, sợ mấy anh du kích chặn kiếm chuyện, mà phải len lỏi trên những bờ ruộng. Vậy mà cũng dính chấu. Du kích cũng men theo ruộng đuổi bắt, đòi tịch thu. Tôi đưa giấy chứng minh là thầy giáo, vậy mà hết cấp nọ tới cấp kia hạch hỏi. Cuối cùng, có lẽ thấy cái bản mặt tội nghiệp của tôi, họ cho đi. Mang được hai chục kí gạo về, mừng như cha chết sống lại!

Thời khốn khó đó, có cái xe đạp làm chân đã là phúc bảy mươi đời tuy phải đạp tóe phở. Nói vậy theo thói quen chứ có phở đâu mà tóe! Cô giáo Ngọc Hạnh còn tệ hơn nữa, không có cái xe đạp làm chân cẳng. Trong bài viết "Những Kỷ Niệm Khó Quên" cô đã gợi lại sự nhọc nhằn của người thiếu xe đạp: *"Trường có thông lệ họp tổ các bộ môn mỗi tuần. Họp xong ai cũng về muộn. Trời tối thui, đường xá vắng tanh. Lâu lâu có chiếc xe lam chạy qua cổng trường đã đầy khách. Tổ Pháp văn của Bích Hà xong trước, tổ Việt Văn của tôi bao giờ cũng về trễ. Dù trễ Hà luôn luôn chờ để đèo tôi về khi bằng xe gắn máy, khi bằng ...xe đạp, từ quận tư Khánh Hội về quận nhất Saigon, xong mới về nhà Hà ở Bà Chiểu, Gia định. Biết Bích Hà có con mọn tôi cũng sốt ruột lắm nhưng Hà không đèo về thì chẳng biết bao giờ tôi mới đến nhà, ban ngày tôi còn đi bằng hai chuyến xe lam và chờ rất lâu, ban đêm thì vô phương... Trước kia nhà tôi đưa đón. Hà thương bạn nên "cưu mang", đèo đi về ngày hai lượt. Cả năm tôi mới được đổi về trường Trung Học Đệ II cấp quận I gần nhà, đi một chuyến xe lam là đến nơi. Bích Hà dịu dàng, nhanh nhẹn, hay giúp đỡ người khác. Ai có tâm sự chuyện trò với Hà là phiền muộn vơi đi nhiều lắm. Giáo sư Bùi Bích Hà và giáo sư Nguyễn trung Hối thường đứng lớp thay mỗi khi tôi đi thăm "nhà tôi" ở trại cải tạo hay ở vùng quê tỉnh nhỏ miền Tây - khi được trả tự do nhà tôi phải về thôn quê, không được ở thành phố"*.

Trong truyện ngắn *"Trên Đỉnh Whistler"* của tôi, nhân vật nữ cũng là một cô giáo dạy tại một trường ở tận ngã tư Bảy Hiền trong khi nhà ở tuốt bên Gia Định, ngày ngày phải mất vài tiếng đạp xe tới trường. Vượt biên được, gặp lại người yêu cũ, một người rất thích thể thao, nhất là đua xe đạp. Anh chàng rủ đạp xe, cô đã chối đây đẩy. Chàng không hiểu được tại sao. Cô giải thích: *"Nguyên là sau bảy lăm, em phải đi dạy học. Nhà thì tuốt trên ngã tư Bảy Hiền mà trường thì tuốt bên Gia Định, mỗi ngày phải đạp xe từ đầu này tới đầu kia thành phố mệt ná thở luôn. Nhưng mệt thì nghỉ xong là hết mệt. Cái lo là đạp xe như vậy mòn quần hết. Gia tài chỉ có hai chiếc quần đen mặc đi dậy, vải mua thì khó, lương lại chẳng đủ ăn tiền đâu mua vải, nên đạp xe mà chỉ lo cho chiếc quần. Nói thấy tức cười chứ lúc đó em lo cho chiếc quần hơn là lo cho sức khỏe của mình. Thời thế lỏng chỏng đã đưa mình vào những suy nghĩ éo le như vậy! Anh hiểu sao nổi!"*

Chiếc xe đạp thời… giải phóng là phương tiện di chuyển, chiếc xe đạp ở bên đây là…thể dục thể thao. Hai chuyện khác nhau, anh chàng chưa một lần sống với cộng sản làm sao hiểu nổi. Khi chiếc xe đạp có hai mặt, nó khác nhau một trời một vực. Chiếc xe đạp ngày nhỏ của tôi và chiếc xe đạp như cần câu cơm những năm sống dưới chế độ cộng sản là thứ cùng mằng. Tuột xích, nổ lốp, gẫy tay lái, cong vành là chuyện thường ngày. Thứ dùng để vui chơi tập tành là thứ xịn. Nếu là xe hơi thì thứ của chúng tôi không biết có thể so sánh với xe Ladalat ngày xưa được không. Trong khi thứ của những dân chơi xe đạp bên đây là thứ Mercedes-Benz.

Tưởng là so sánh chơi chơi nhưng chuyện xe đạp hiệu Mercedes-Benz là chuyện có thật.

Công ty sản xuất xe đạp loại xịn Argon 18 ở Montreal chúng tôi vừa hợp tác với công ty xe hơi Mercedes-Benz để cho ra đời thứ xe đạp Mercedes chính cống. Dĩ nhiên mang cái tên loại đáng nể như vậy phải là thứ số dzách. Xe hơi cũng như xe đạp. Chủ nhân của công ty Argon 18, một công ty hoạt động trong lãnh vực sản xuất xe đạp "cao cấp" tại Montreal từ năm 1989, ông Gervais Rioux, vui mừng cho biết: "Đây là một bước tiến lớn của chúng tôi. Mercedes-Benz chuyên sản xuất loại xe hạng đắt tiền. Họ chọn cộng tác với chúng tôi là một vinh dự cho chúng tôi". Hai bên đã thương thảo với nhau trong hai năm sau khi xe của Argon 18 được trưng bày tại một cuộc triển lãm ở Đức. Đây là một cuộc hôn phối giữa kiểu dáng Đức và kỹ thuật Canada. Sản phẩm đầu tiên của công ty phối hợp này là chiếc xe *Mercedes-Benz Endurance Bike*, gồm hai phiên bản *Ultegra* và *Ultegra Di2* sẽ được tung ra thị trường vào mùa thu này. Khung xe đã được nghiên cứu để có thể trừ khử tới tối đa sự rung chuyển và kiểm soát sự cân bằng. Ông Martin Bremer, sếp chuyên viên vẽ kiểu xe của Mercedes, cũng cho biết là chiếc xe sẽ phối hợp hài hòa giữa sự sáng tạo và óc thông minh. Argon 18 mỗi năm bán tới 12 ngàn chiếc xe cho 80 quốc gia. Với sự liên minh với Mercedes-Benz, họ hy vọng sẽ có được sự bùng nổ thương vụ vì cả hai bên đều có số khách hàng đáng kể.

Giờ mới nói tới chuyện then chốt: giá cả ra sao nhỉ? Sơ sơ khoảng từ 5 ngàn đến 6 ngàn một trự! Muốn mua chiếc xe đạp này, các bạn đừng tìm đến các đại lý xe hơi Mercedes tuy những nơi này cũng sẽ trưng xe đạp trong phòng trưng bày xe hơi của họ. Xe chỉ bán tại các cửa hàng của Argon 18 trên toàn thế giới thôi. Ông Gervais Rioux của Argon 18 dụ khị như thế này: "Những người đã yêu xe hơi Mercedes có thể sắm thêm chiếc xe đạp Mercedes cho đủ bộ. Và những người chưa có xe hơi Mercedes cũng có thể có một sản phẩm của Mercedes-Benz khi mua chiếc xe đạp này".

Ai muốn bị dụ xin cứ tự nhiên. Tôi xin kiếu. Vì, với tôi, chẳng có chiếc xe nào thân thương bằng chiếc xe đạp thuê giờ loại cùng mằng thời thơ ấu. Tình đầu bao giờ cũng là tình đẹp!

08/2018

ĐỌC

Chẳng phải vì tôi viết sách nên ca tụng sách nhưng từ xưa tới nay sách vẫn được coi là thứ quý giá nhất của đời sống tinh thần con người. Có một câu chuyện xảy ra sau ngày miền Nam bị nạn phần thư khiến mọi người bùi ngùi tới rơi lệ. Câu chuyện được kể trên mạng, không có tên tác giả. Tác giả là một người tốt nghiệp Đại học, không kiếm được việc làm nên lê la bán sách cũ trên vỉa hè Sài Gòn. *"Cách đây ít lâu, một ông lão hình dáng tiều tụy mang đến bán hai pho sách dầy. Một là cuốn "Hán Việt Từ Điển" của Đào Duy Anh do Khai Trí tái bản. Cuốn kia là "Petit Larousse Illus-tré" in tại Paris năm 1973. Sách còn tinh tươm lắm, hẳn chủ nhân đã xài rất kỹ. Thấy giá rẻ, tôi mua. Loại ấn bản này, gặp loại khách biên biết, bán cũng có lời. Ngoài bìa và một số trang ruột của mỗi cuốn, đều có dấu son hình ellipse: "Bibliotheque – Đô Bi – Professseur". À, té ra ông lão vốn từng là giáo chức. Thảo nào! Cất tiền vào ví rồi mà ông cứ dùng dằng nuối tiếc, ngoảnh lại nhìn những tài liệu – tài sản phải đứt ruột bán đi. Ngoái mãi mấy lần rồi ông mới dắt chiếc xe đạp cà tàng đạp về. Mắt ông đỏ hoe. Lòng tôi chợt se lại".* Chiều 25 tết năm đó, một chị bán hàng rong bánh bò bánh tiêu, ghé lại mời mua. Chị sững người khi nhìn thấy hai bộ từ điển. Chị lật từng trang sách, hỏi giá. Biết giá, chị ngần ngừ hỏi: "Anh có bán trả góp không?". Hai người chỉ biết nhau trên vỉa hè, làm sao đủ tin tưởng để cho trả góp. Chị nài nỉ: "Tôi cần mua cả hai cuốn này. Xin anh giữ, đừng bán cho người khác. Khi nào góp đủ, tôi sẽ lấy trọn. Anh thông cảm làm ơn giúp tôi!". Anh hàng sách bất đắc dĩ kể tiếp: *"Thấy lạ, tôi hỏi chuyện mới vỡ lẽ. Đô Bi chính là thầy cũ của chị hàng rong. Chị Tám (tên chị) bất ngờ thấy có dấu son quen, hiểu ra hoàn cảnh của thầy, bèn nảy ý chuộc lại cho người mình từng thọ ơn giáo dục. Song, bán bánh bò bánh tiêu nào được bao nhiêu, lại còn nuôi con nhỏ, không đủ tiền mua một lần nên chị xin trả góp. Tôi cảm động quá, trao ngay hai bộ từ điển cho chị Tám: "Chị hãy cầm lấy, kịp làm quà Tết cho thầy. Tôi cũng xin lại đúng số vốn mà thôi, chị ạ".* Người học trò cũ nhận sách, trả góp từng ngày đúng cái giá mà thầy bán trước đây. Ngày tết, chị tới tặng lại thầy, chị kể cho anh bán sách nghe: "Thầy Bi thảm lắm. Gần Tết cô lại ngã bệnh… Thầy nhận sách, mừng mừng tủi tủi tội ghê, anh à! Thầy cũ trò xưa khóc mãi, khóc mãi!". Sách, với người quý sách, là một thứ ruột thịt không dễ lìa bỏ được. Khi ông giáo Đô Bi phải mang con bỏ chợ, đó là một thảm kịch. Không ít người cũng phải trải qua thảm kịch này. Vì vậy mới có những cuốn sách cũ lê la trên vỉa hè. Có nhiều ông bạn viết lách của tôi, sau 1975, đã thấy những đứa con của mình nằm ngửi bụi trên những tấm bạt trải trên vỉa hè. Ông bạn Thành Tôn của tôi là một người quý sách. Sách là cuộc sống của ông. Nếu ông ra khỏi nhà đi chơi thì nơi đến ắt là tiệm sách. Nhà ông ở quận Cam là một kho sách. Sách ngổn ngang khắp nhà, leo lên cả giường ngủ. Vậy mà tới tiệm sách ông vẫn cứ say mê. Với cuốn này, nhấc cuốn kia. Trước khi rời tiệm sách, chẳng lần nào ông không móc bóp mua thêm sách mới. Không biết để làm chi nhưng vẫn cứ phải mua. Người ta dại gái, ông dại sách. Khi còn kẹt lại Sài Gòn, ông cũng lang thang suốt ngày trên những vỉa hè có bán sách cũ. Thấy sách của bạn bè, ông mua liền. Cũng không biết để làm chi. Mắt ông sáng lên khi thấy những cuốn sách có chữ ký tặng của tác giả. Khi được đi định cư, hành lý của ông đầy chật sách cũ. Ông tìm tới các tác giả bạn bè, tặng lại những cuốn sách đã trần thân nơi vỉa hè Sài Gòn. Nhiều người không cầm được nước mắt khi thấy lại những đứa con lưu lạc.

Tủ sách trong nhà chứng tỏ trình độ văn hóa của chủ nhân. Dĩ nhiên cũng có những tủ sách nặng phần trình diễn. Sách được đóng bìa da, mạ chữ vàng, nằm ngay hàng thẳng lối, chẳng bao giờ suy chuyển. Vì chủ nhân chỉ trưng sách chứ không đọc. Nhưng tôi nghĩ số tủ sách làm cảnh này không nhiều. Tủ sách vẫn là đời sống tinh thần của con người.

Tác giả Nguyên Hương, trong bài "Người Việt Ít Đọc Sách: Cần Những Chính Sách Để Thay Đổi Toàn Diện" đã viết: *"Trong mỗi gia đình Do Thái luôn có một tủ sách được truyền từ đời này sang đời khác. Tủ sách phải được đặt ở vị trí đầu giường để trẻ nhỏ dễ nhìn, dễ thấy từ khi còn nằm nôi. Để sách hấp dẫn trẻ, phụ huynh Do Thái thường nhỏ nước hoa lên sách để tạo mùi hương cho các em chú ý. Mặc dù chỉ có 8 triệu dân nhưng ở Do Thái có tới hơn một ngàn thư viện công cộng với nhiều sách quý. Bên cạnh việc hình thành, xây dựng thói quen đọc sách từ khi nằm nôi cho trẻ nhỏ, người Do Thái hiện vẫn sử dụng hình ảnh con lừa thồ sách để dạy các con mình: nếu chỉ dừng ở việc đọc mà không biết ứng dụng thì trí tuệ đó cũng chỉ là trí tuệ chết. Và để có thể ứng dụng, trẻ em Do Thái không ngừng đọc sách và tích lũy kiến thức từ nhiều ngành, nhiều lãnh vực khác nhau".*

Nhiều người cả đời không đụng tới cuốn sách đã dè bỉu: đọc sách có lợi chi mà đọc, để thời giờ chạy kiếm tiền có lý hơn. Đó là những người có con mắt cận thị với sách. Họ không thấy những kho tàng tri thức được chứa đựng trong sách. Đó là nơi tập trung các tinh hoa từ đời nọ qua đời kia. Đó cũng là túi khôn của nhân loại. Người đọc sách thu thập được những kiến thức lưu truyền từ nhiều đời của các thế hệ con người. Từ những kiến thức này, họ có thể hiểu biết, suy xét, lập luận về một vấn đề nào đó.

Trên bình diện quốc gia, sách cung cấp nền tảng để phát triển về mọi mặt: kinh tế, xã hội, văn hóa. Sách là nguồn lực chính cho việc phát triển của một dân tộc. Một dân tộc có nhiều người đọc sách là dân tộc dễ dàng phát triển về mọi mặt. Người ta thấy có sự tương quan giữa thói quen đọc sách và sự phát triển của một quốc gia.

Tại Pháp hiện nay, trung bình một người dân đọc tới 20 cuốn sách một năm. Đó là con số trung bình. Dân thành thị thuộc tầng lớp trí thức còn ngốn tới từ 30 đến 50 cuốn mỗi năm. Điều này giải thích tại sao Pháp có một nền văn hóa và nghệ thuật phát triển đến như vậy. Kinh thành ánh sáng Paris chẳng phải chỉ được tỏa sáng bằng điện mà còn bằng thói quen đọc sách của người dân *Parisien*! Tại Nhật, với 30 triệu dân mà số sách được đọc lên tới hàng trăm ngàn cuốn loại tinh hoa, cung cấp không biết cơ man nào là tri thức. Vậy nên nước Nhật mới văn minh tân tiến như ngày nay. Một dân tộc tưởng như tan rã sau hai trái bom nguyên tử chấm dứt giấc mộng Đại Đông Á của những nhà chính trị hoang tưởng, vậy mà dân Nhật đã đứng dậy một cách thần kỳ, trở thành một đất nước giầu mạnh cả về khoa học, kinh tế lẫn văn hóa. Nền văn hóa Nhật ngày nay được coi như mẫu mực của thế giới với cách cư xử văn minh, trật tự, hài hòa của cả một dân tộc. Gần với Việt Nam hơn, Mã Lai cũng có con số độc giả sách đáng nể là mỗi người dân đọc khoảng từ 10 đến 20 cuốn mỗi năm. Đất nước này đang là một ngôi sao tỏa rạng với những chính sách đổi mới gần đây. Còn người Do Thái, với tủ sách trong mỗi gia đình và thói quen đọc sách của người dân, đã chiếm tới khoảng 40% các giải Nobel, đã chiếm tới 20% số giáo sư trong các đại học hàng đầu của thế giới, có tới 33% trong tổng số các nhà triệu phú sống và làm việc tại Mỹ. Cũng cần nhắc lại, ba nhân vật làm thay đổi thế giới là Chúa Giêsu, Karl Marx và Einstein đều là người Do Thái!

Dân Việt chúng ta ngày nay thì sao? Theo con số do bộ Văn Hóa, Thể Thao và Du Lịch công bố vào ngày 12/4/2013 nhân "Ngày Hội Sách và Văn Hóa Đọc" thì mỗi người dân Việt đọc khoảng 0,8 cuốn sách trong một năm! Nói rõ ra thì mỗi người dân Việt nam không đọc được một cuốn sách mỗi năm. Tình trạng suy thoái toàn diện từ kinh tế, giáo dục, văn hóa, xã hội và nhất là đạo đức, nhân cách của con người Việt Nam hiện nay phải chăng một phần là hậu quả của con số 0,8 cuốn sách đọc mỗi năm của mỗi người dân kể trên? Giáo sư Chu Hảo cho biết, với dân số 90 triệu dân, mỗi năm dân ta tiêu thụ chưa tới một ngàn cuốn sách thuộc loại tinh hoa, có kiến thức. Trong khi đó, sách thuộc loại tình cảm hời hợt, thậm chí kích dục, lại có con số tiêu thụ từ 5 ngàn tới 10 ngàn cuốn mỗi đầu sách! Vị học giả này kết luận: *"Văn hóa đọc của người Việt hiện nay quá kém!"*.

Nhớ lại thời gian trước 1975 tại miền Nam, chúng ta thường xuyên bắt gặp những người đạp xe xích lô ngồi đọc sách báo khi không có khách. Ngày nay không biết những người lao động còn có thói quen đọc sách như xưa không. Ký giả Nguyễn Vĩnh Nguyên của báo Người Việt đã bắt gặp một hình ảnh xưa trên đường phố Đà Lạt. *"Phía sau vệt bóng đổ của cột điện ngã tư thứ nhất, tôi gặp ông. Như bao nhiêu bác tài xe ôm khác của thành phố này, ông khoác lên mình bộ áo gió cũ kỹ dù hôm ấy nắng khá gắt. Nhưng không như những bác xe ôm khác phải dáo dác tìm khách, ông bình thản thong dong ngồi gác chân trên cổ xe, lưng tựa vô cột điện say sưa đọc một cuốn sách đã bong dày, các tệp giấy quăn sờ, mốc meo bện vào nhau"*. Nhà báo nghĩ có lẽ ông xe ôm này đang học tiếng Anh để kiếm ăn trong thời buổi du khách đông đảo này. Nhưng không phải, trên tay ông là một cuốn hồi ký chi chít chữ Anh! Ông không đọc cho có mà chăm chú rà ngón tay theo từng con chữ. Có lúc ông dùng bút gạch dưới những dòng chữ có lẽ ông thấy cần ghi nhớ.

"Tôi đứng nhìn người đàn ông lái xe ôm phong trần đang đọc sách trong cái không khí buổi sáng trong lành và tưởng mình như được lạc vào chính những trang sách mà ông đang đọc. Cho đến khi ông ngước mắt lên nhìn tôi một lúc, rồi đặt cuốn sách bong quăn vào trong chiếc giỏ treo phía trước cổ xe và cất tiếng hỏi tôi với giọng của người vừa rời khỏi giấc mơ: "Chú đi xe không?" Tôi gật đầu". Bác xe ôm tên Vinh, 69 tuổi, đã hành nghề từ những ngày tháng tư năm 1975, xưa là một thông dịch viên. Cuốn sách ông đọc là cuốn hồi ký của một tác giả gốc Việt viết bằng tiếng Anh kể về một gia đình có bốn thế hệ trong cuộc bể dâu của đất nước. Đó là cuốn *"The Sacred Willow – Four Generations in the Life of a Vietnamese Family"* của tác giả Dương Van Mai Elliott, do Oxford University Press xuất bản. *"Có lẽ tác giả cuốn sách không thể ngờ rằng, một ngày nào đó, trên một thành phố khoác lên vẻ yên bình thơ mộng nhưng mang trong nó nhiều vật đổi sao dời của thế cuộc ở nơi chính quê hương mình, có một bác xe ôm già đang bình giảng với gã khách thế hệ sau về từng chi tiết trong cuốn sách đang trôi dạt, biến dạng, không còn trang bìa"*.

Kể về cuộc đời thăng trầm của mình, bác xe ôm Vinh cười hiền: *"Tôi đọc tiếng Anh cũng như tiếng Việt. Trước 1975 tôi làm nghề thông dịch. Thời cuộc đổi thay. Chú biết đó, những thằng như tôi ra vỉa hè nhiều lắm. Tôi chạy xe ôm ở góc đường đó bốn mươi năm rồi."* Ông nói về thế cuộc, thăng trầm với một giọng bình thường, không chút đắng cay hay thậm chí chẳng mảy may oán trách gì. Cuộc đời lúc này lúc khác, chẳng có gì quan trọng. Tôi kinh qua hết rồi, giờ *có thể nào cũng nhẹ nhõm. Miễn cơm ngày hai bữa là được. Bởi vậy tôi thích những cuốn sách như vầy. Tôi thường kiếm được nguồn sách ngoại văn từ những khách du lịch mang đi, đọc xong bỏ lại. Nhiều khách Tây biết tôi mê sách, để lại cho tôi những cuốn họ đang đọc dở. Một số sách khác tôi kiếm được ở các tiệm sách cũ. Sau 1975, cũng như con người ta, những cuốn sách hôm qua nằm trong các thư viện, tủ sách gia đình được nâng niu cũng ra vỉa hè!".*

Sách bị bạc đãi trong thời buổi người dân bị bít hết đường tri thức. Chỉ có sách ca ngợi chế độ, xưng tụng lãnh tụ được một mình một chợ. Bác sĩ Nghiêm Hữu Hùng, một đồng môn Chu văn An với tôi, khẳng định trong một bài viết ngắn: *"Có thể nói khoảng trước năm 1990, còn được gọi là "thời kỳ bao cấp", dân Hà Nội là những người ham đọc sách nhất thế giới! Tôi là nhân chứng của chuyện này. Một buổi sáng mùa hè năm 1986, dịp ra thăm Hà Nội, đang lang thang trên phố Tràng Tiền phía đối diện Công Ty Phát Hành Sách để ngắm phố và tìm cốc cà-phê sáng thì thấy một đám đông phần nhiều là đàn bà và trẻ con, ăn mặc lôi thôi lếch thếch, đang xếp hàng rồng rắn chờ mua sách. Đặc biệt là bên cạnh đoàn người còn có cả xe xích-lô, xe ba-gác, và xe "cải tiến" (loại xe cút-kít tự chế) cũng đang kiên nhẫn đứng chờ".*

Như một du khách thấy chuyện lạ đứng nhìn chơi. Nhìn chán, anh Hùng định bỏ đi thì một bà chạy ra năm lấy tay anh nài nỉ nhờ anh mua sách giùm. Anh thoái thác, viện cớ chưa ăn sáng. Bà hét thằng con chạy đi mua và bưng đến cho anh một gói xôi và một ly nước trà. Dĩ nhiên bà tặng miễn phí cho anh. Chờ anh ăn xong, bà dúi vào tay anh phiếu mua sách mà bà đã chạy chọt có được từ cả tháng trước. Sao nhân dân ta lại khoái đọc sách đến vậy? *Hỏi ra mới biết là dịp hè mỗi năm, công ty phát hành sách lại bán tống bán tháo số sách tồn đọng in từ năm ngoái với giá thật rẻ để có chỗ chứa sách mới in. Đoàn người mua sách có vẻ háo hức lắm, họ kháo nhau "năm nay trúng lớn" vì tin tức lộ ra từ "bên trong" cho hay năm nay sách bán ra gồm 3 bộ : "Tư Bản Luận", "Lê-Nin toàn tập" và "Hồ Chí Minh Toàn Tập". Toàn những bộ sách dày, hiếm quý, mỗi bộ nhiều không thua gì encyclopedia, in ấn công phu trên giấy trắng bóng lưỡng, bìa cứng mầu đỏ có chữ kim nhũ tuyệt đẹp. Thấy toàn là những sách khó đọc mà không khí mua sách lại phấn khởi như thế nên tôi cũng tò mò hỏi thăm: "Thế trong đó họ có bán tiểu thuyết Tự Lực Văn Đoàn không?". Thì một bà đứng hàng trước chỗ miệng vào:"Rõ chán cái ông này cứ hỏi ngây ngô, rách cả việc. Người ta xếp hàng mua giấy gói xôi thì mới phải chờ lâu đến thế ! Chứ mua ba cái sách truyện thổ tả in bằng giấy bèo nhèo thì bán cho chó nó ăn à? Giấy đi cầu thì dùng báo Nhân Dân, vừa đỡ tốn lại dai và tốt hơn nhiều."*

Người ta không mua sách mà mua giấy! Sách in trên giấy nhưng giấy không phải là sách. Biết vậy nhưng tôi vẫn tự hỏi: không biết trong thống kê của bộ Văn Hóa, Thể Thao và Du Lịch, người ta có tính số sách này vào con số người Việt đọc trung bình mỗi năm 0,8 cuốn sách không?

10/2018

ĐÓNG

Giáng Sinh là thời gian mở. Các nhà thờ mở rộng cửa đón nhận đông đảo những tín đồ tới dâng lễ. Phần đông những tín đồ này là những người chỉ tới nhà thờ mỗi năm một lần. Giống như đi dự một ngày hội. Chỉ vậy thôi, suốt năm họ chẳng biết nhà thờ chi nữa.

Giáng Sinh cũng là thời gian người ta mở lòng ra với những người kém may mắn. Trên ti-vi những ngày trước Giáng Sinh, các hội thiện tấp nập quảng cáo nhắc nhở bàn dân thiên hạ rộng mở túi tiền. Trong các trung tâm mua sắm, đoàn viên của *Salvation Army* rung những tiếng chuông truyền thống mời gọi mọi người bỏ vào giỏ những đồng tiền phước thiện cho người nghèo khó. Trên đường phố, các chàng và nàng lính chữa lửa ngả những chiếc nón thu tiền của dân đi xe để có phương tiện giúp đỡ người khốn cùng. Nơi nào, lúc nào, chúng ta cũng gặp những mời gọi mở lòng giúp đỡ những người kém may mắn hơn chúng ta.

Cả thế giới như mở ra. Nhưng trong cuộc sống nhộn nhạo ngày nay, tại Vatican, con tim của giáo hội công giáo, Giáo Hoàng Francis và hàng trăm thượng phụ tới từ khắp nơi trên thế giới lại ngồi bàn về việc đóng cửa các nhà thờ.

Trong bài diễn văn khai mạc, Giáo Hoàng Francis nhấn mạnh: tương lai của một cơ sở công giáo bị đóng cửa phải ưu tiên chú ý tới nhu cầu của người nghèo và trong "đối thoại" với cộng đồng của địa phương. Kết quả của hội nghị được đúc kết trong bản chỉ dẫn công bố vào ngày thứ năm 29/11 vừa qua. Khi đóng cửa một nhà thờ, ưu tiên là nhường cho các cộng đồng đạo Thiên Chúa khác. Sau đó có thể biến thành một cơ sở văn hóa xã hội như thư viện, bảo tàng viện hay nơi điều hành phân phối thực phẩm cho người kém may mắn.

Một trong các đại diện của Canada tham dự hội nghị là Giám Mục Paul-André Durocher của giáo phận Gatineau, tỉnh bang Quebec, cho biết là theo một cuộc kiểm tra từ năm 2000 của tất cả 60 giáo phận ở Canada thì đã có tới 450 trong tổng số 2500 nhà thờ ngưng hoạt động. Theo Giám Mục Alain Faubert của địa phận Montreal thì trong vòng từ 20 tới 30 năm qua, có khoảng 60 nhà thờ thuộc địa phận đã phải đóng cửa.

Montreal quả có nhiều nhà thờ. Lái xe chạy trên một con phố, tôi đụng hết nhà thờ này tới nhà thờ khác. Phần lớn đều rêu phong cổ kính. Điều này chứng tỏ là Montreal đã giàu có về nhà thờ từ lâu. Nhà văn trào phúng Mark Twain, trong cuộc viếng thăm thành phố vào năm 1881, đã viết: *Đây là lần đầu tiên tôi tới một thành phố mà bạn không thể ném một cục gạch mà không làm bể cửa kiếng nhà thờ. Vậy mà tôi còn được cho biết là họ còn xây thêm nhà thờ nữa. Tôi nói, ý định thì tốt nhưng kiếm đâu ra đất nữa?".*

Tôi đã thấy ít nhất có hai nhà thờ biến thành *condo*, một trên đường Sherbrooke, một trên đường Saint Laurent. Tôi cũng nghe nói là những *condo* thoát thai từ nhà thờ rất được dân chúng khoái, bán đắt như tôm tươi. Kể cũng lạ, đi lễ nhà thờ thì không chịu đi nhưng vô ở nhà thờ thì thích! Nhà thờ biến thành *condo*, cũng được đi. Nhưng có nhiều nơi, nhà thờ biến thành những nơi khó chịu hơn nhiều. Theo báo *The Telegraph* thì tại Prague, Tiệp Khắc, thánh đường biến thành một tiệm kem. Ở Asti, Ý, thì nơi thờ phượng Chúa biến thành một quán rượu mang tên Quỷ Đỏ *(The Red Devil)*! Ở Liverpool, Anh, biến thành một nhà hàng có ca đoàn nhà thờ hát vào giờ ăn trưa mỗi chủ nhật.

Trong hai thập niên qua, có hàng ngàn nhà thờ ở khắp nơi trên thế giới đóng cửa như vậy. Lý do khá dễ hiểu: người ta không tới nhà thờ nữa. Lớp trẻ ngày nay hình như không mặn mà chi với tôn giáo, bất cứ tôn giáo nào. Có người bận rộn không có thời giờ lui tới những nơi thờ phượng. Có người tin vào những tiến bộ của khoa học hơn là những giáo điều cũ kỹ. Có người không kính trọng giới tu sĩ vì những chuyện bê bối của một số không nhỏ các vị này. Nơi chùa chiền hay nhà thờ chỉ còn các cụ già lui tới. Có người vì thói quen, có người vì rảnh rỗi không biết đi nơi nào khác. Số tín đồ thuần thành ngày một rơi rụng. Tuổi của họ là tuổi Chúa gọi về nên nơi thờ phượng Chúa trên trần thế ngày thêm hiu quạnh. Tiền điều hành, tiền bảo trì nhà thờ đều trông vào tiền công quả của tín hữu. Tín hữu thưa thớt, tiền thu vào cũng thưa thớt. Nhà thờ phải…giải tán!

Nhà thờ ở Montreal chúng tôi thường có tuổi thọ cao cỡ trăm năm. Cái nào cũng vươn cao, bệ vệ, rêu phong với thời gian. Mỗi nhà thờ có một sắc thái riêng. Nếu coi đó là những tác phẩm nghệ thuật thì hầu như nhà thờ nào cũng xứng đáng giữ gìn. Nhưng lực bất tòng tâm, không có sự đóng góp đầy đủ của cộng đồng dân Chúa thì thua.

Nhà thờ *Saint Stephen*, nằm ở góc đường Dorchester và Atwater trong khu Westmount giầu có của Montreal là một nhà thờ Anh giáo đẹp. Ngôi thánh đường này đã được 115 năm tuổi. Hai năm trước, vì khánh tận, giáo xứ phải bán nhà thờ cho công ty *Stanford Properties Group* với giá 2 triệu 400 ngàn. Nhà thờ và nhà xứ được liệt vào hàng cổ tích phải bảo vệ. Chủ nhân của công ty, ông Angelo Pasto, dự định biến nhà thờ thành một khu *condo*. Chuyện rất thường trong tình hình hiện nay. Địa phận Montreal của Anh giáo trải dài từ những tỉnh phía Đông tới tỉnh bang Ontario, phía bắc kéo tới biên giới Mỹ, có 96 ngàn giáo dân trong năm 1960. Tới năm 2016, năm chót có số thống kê, giáo dân chỉ còn vỏn vẹn 8.205 người. Chỉ nguyên trong một năm, từ 2015 tới 2016, số giáo dân đã giảm tới 7,1%. Không chỉ nhà thờ *Saint Stephen* bị…mại dzô, nhiều nhà thờ Anh giáo khác cũng cùng chung số phận. Tháng 10 vừa qua, nhà thờ *Mountainside United Church*, cũng ở Westmount, đã bán với giá 4 triệu đô. Rồi nhà thờ *Trinity Church* và *Church of The Advent* trên đường Maisonneuve cũng cùng chung số phận. Giữ sao được nhà Chúa khi số giáo dân lụi dần. Khổ nỗi là những nhà thờ này đã trăm năm tuổi, hư chỗ này, hỏng chỗ kia, không sửa thì tới lúc tá họa sụp đổ luôn, mà sửa thì không tiền. Vì các nhà thờ này đều là những công trình mỹ thuật nên chính phủ cũng phải nghĩ tới việc duy trì những cổ tích mang lại nét văn hóa cho thành phố. Chính phủ Quebec đã dành một ngân khoản 15 triệu đô để bảo trì các cổ tích này nhưng chỉ như muối bỏ bể, chẳng thấm vào đâu. Giám mục Anh giáo Robert Camara cho biết: "Phí tổn để duy trì và trùng tu những nhà thờ lịch sử này đắt kinh khủng, nhất là việc thuê các chuyên viên".

Chẳng lẽ cứ để nhà thờ sụp đổ tàn tạ dần nên hàng giáo phẩm phải bán cho các nhà đầu tư, hy vọng còn giữ lại được những công trình kiến trúc không dễ chi tái tạo được. Việc bán nhà thờ *Saint Stephens*, như vậy, cũng không có chi đáng ngạc nhiên. Nhưng phiền một nỗi là từ ba chục năm nay, giáo xứ đã sử dụng nhà thờ như một nhà trọ của tổ chức *Open Door* làm chỗ trú cho những người vô gia cư. Nay đã tới thời hạn giao nhà thờ cho người mua, những người vô gia cư này mất chỗ trú chân. Không có chỗ này, người vô gia cư có thể tới chỗ khác. Montreal có khá đủ nơi chứa chấp họ. Nổi tiếng nhất là nhà *Old Brewery Mission* dành cho nam giới và *Chez Doris* dành cho nữ giới. Nhưng những nhà trọ trên có những quy luật mà những người vô gia cư cho là khe khắt. Họ thường là những người ưa thích tự do, ít muốn bị ràng buộc nên không khoái những chỗ trọ… chuyên nghiệp này. Họ kéo tới nhà thờ *Saint Stephen*. Nơi đây, các chức sắc nhà thờ chơi đẹp hơn nhiều. Như những nơi tạm trú khác, dân trọ trong nhà Chúa cũng được cung cấp cà phê, các bữa ăn như các nhà trọ khác. Nhưng, hơn các nơi khác, nhà thờ còn có một dàn *computer* đặt dọc theo tường cho họ học hỏi và giải trí. Lại nữa, các nơi trọ khác không nhận chứa chấp chó trong khi *Saint Stephen* nhận tuốt. Họ có những chuồng chó đàng hoàng. Một dân bụi tên Jones cho biết: "Đây là nơi trọ duy nhất không có hạn chế về chó!". Đây cũng là nơi trọ duy nhất nhận tất cả dân vô gia cư, kể cả những người say sưa hay gây rối mà các nơi khác không nhận. Dân trọ cũng được tự do hơn các nơi khác. Họ có thể ra vào bất cứ giờ nào chứ không chịu cảnh đóng cửa cấm ra vô như những chỗ khác. Đây là điều mà dân vô gia cư khoái nhất vì họ vốn không chịu được sự gò bó.

Open Door là một tổ chức vô vị lợi nhằm cung cấp cho những người vô gia cư thực phẩm, quần áo, giặt giũ, cắt tóc, nơi trọ, săn sóc sức khỏe, cấp phát miễn phí kính. Ngoài ra tổ chức còn có các dịch vụ hướng dẫn cho các người nghiện ngập cờ bạc, rượu chè, ma túy, giúp họ tìm được những cơ sở thích ứng để cải thiện đời sống. Khoảng một phần ba những "khách" của *Open Door* đã rời bỏ cuộc sống trên hè phố để có một cuộc sống ổn định hơn, có nơi ở lâu dài đàng hoàng. Vì những thành quả đạt được trong việc giúp đỡ dân vô gia cư nên khi phải đóng cửa trung tâm tại nhà thờ *Saint Stephen*, *Open Door* đã tìm được một nhà thờ khác để tiếp tục công việc giúp đỡ vô vị lợi này. Địa điểm mới là tầng hầm của nhà thờ *Notre-Dame de la Salette* trên đường Park Avenue. Quyền Giám Đốc của *Open Door*, David Chapman, vui mừng nói: "Khi một chương sách đã đóng lại, sẽ có một chương khác mở ra".

Nhà thờ là nơi trú ẩn của những người nghèo và những kẻ sa cơ lỡ vận. Nhưng nhà thờ cũng là nơi an toàn cho những di dân bị tống xuất. Rất nhiều di dân chạy tới nhà thờ xin tá túc khi nhận được lệnh tống xuất. Nhà thờ không thể nói không với những người sa cơ lỡ vận. Có những người đã trốn trong nhà thờ nhiều năm. Theo một nghiên cứu của Randy Lippert thuộc Đại học Windsor thì trong vòng 30 năm qua, tại Canada, đã có hơn 50 trường hợp tìm chốn an toàn trong nhà thờ để trốn lệnh trục xuất. Nhà thờ được coi như "đất của Chúa" nên chính quyền rất ngại xâm phạm. Người ta ghi nhận được chỉ có hai lần cảnh sát vào nhà thờ bắt người nhập cư bất hợp pháp tá túc trong đó. Năm 2004, cảnh sát bắt anh Mohamed Cherfi, người Algerie, trong một nhà thờ tại thành phố Quebec. Năm 2007, anh Amir Kazemian, người Iran, bị bắt trong một nhà thờ Anh giáo tại Vancouver. Anh này tự hại khi gọi điện thoại báo cảnh sát xin can thiệp việc bị quấy rối liên miên bằng điện thoại lạ. Khi cảnh sát tới, họ tình cờ rà soát thấy tên anh có trong danh sách bị truy nã. Vậy là mời anh về bót! Thực ra nhà thờ chỉ cho tá túc những người được coi là bị trục xuất oan ức và những người có nguy cơ bị giết hay bị hành hạ khi về nước họ. Tuy nhiên họ cũng hợp tác với chính phủ để khuyên răn và tạo phương tiện cho những di dân bị oan ức có cơ hội tuân hành những quyết định của chính quyền, kể cả việc khuyên giải và giúp họ làm thủ tục trở về quốc gia gốc của họ.

Các nhà thờ tại thủ đô Amsterdam của Hòa Lan cũng che chở cho dân nhập cư bị tống xuất. Theo một đạo luật Hòa Lan có nguồn gốc từ Cựu Ước và luật tổng quát của thời

Trung Cổ, cảnh sát không được xâm phạm các thánh đường khi nơi đây đang hành lễ. Nhà thờ *Bethel* của Tin Lành đang chứa chấp và che chở cho gia đình Tamrazyan, quốc tịch Armenie, bị án tống xuất ra khỏi Hòa Lan. Cảnh sát cho biết họ chỉ tuân theo luật này khi trong nhà thờ đang có thánh lễ. Mục sư Theo Hettema, Chủ tịch Hội Đồng Tin Lành Hòa Lan, bèn dùng chiến thuật cử hành thánh lễ *marathon* để cầm chân cảnh sát. Ngày 26 tháng 10 vừa qua, Mục sư Theo Hettema đã cử hành thánh lễ đầu tiên trong loạt thánh lễ mang tính tranh đấu này. Trong suốt năm tuần lễ liên tiếp, đã có 450 mục sư tình nguyện tới dâng thánh lễ. Ngày đêm, nhà thờ lúc nào cũng có thánh lễ. Vậy là cảnh sát chỉ có nước đứng ngó từ bên ngoài!

Chúa đã dậy các tín đồ phải yêu người như yêu chính mình. Các nhà thờ có nhắm mắt cho những người bị tống xuất trú ngụ cũng đúng với tinh thần Phúc Âm. Họ chỉ biết đó là những con người đang lâm hoạn nạn. Nhưng vì nhà thờ là một cơ sở nơi trần thế nên không thể đứng trên pháp luật. Họ chỉ làm cho việc thi hành luật pháp được nhẹ nhàng hơn. Dù sao con người cũng là thứ cần nghĩ tới trước hết.

Trong tinh thần nhân bản đó, việc cho những người vô gia cư không nơi nương tựa được tá túc trong nhà thờ là một việc làm đầy ý nghĩa. Đó là việc thực hành những điều Chúa dậy: kính Chúa và yêu người. Nhà thờ là nơi kính Chúa nhưng cũng cần là nơi yêu người. Từ trước tới nay, chúng ta vẫn quan niệm nhà thờ là nơi tôn nghiêm chỉ dành cho việc thờ phượng. Những mái vòm cao vút, những trang trí mỹ thuật, những vàng bạc châu báu, những lụa là sang trọng dùng trong các nghi lễ đã khiến chúng ta coi đây là nhà Chúa, ngôi nhà nguy nga xứng đáng với địa vị chí tôn của Chúa. Với tình hình sa sút giáo dân tới nhà thờ hiện nay khiến việc điều hành và bảo trì nhà thờ gặp khủng hoảng dẫn tới việc phải bán các nhà thờ, chúng ta có nên nghĩ lại về vai trò của nhà thờ chăng? Nhà thờ không chỉ là nhà Chúa nhưng là nơi cưu mang tất cả những người khốn cùng cần sự giúp đỡ không những của giáo dân mà là của tất cả mọi người. Nếu nhà thờ trở thành nơi cứu giúp những người cần cứu giúp thì nhà thờ sẽ có sự góp tay duy trì của những cơ quan thiện nguyện, của những người không phải giáo dân nhưng có tấm lòng thương yêu đồng loại. Khi đó nhà thờ sẽ có thể đứng vững với tư cách không phải là nơi chỉ thờ phượng mà là một nơi cứu rỗi những con người nghèo hèn cần sự giúp đỡ. Ngày xưa Chúa xuống trần cũng chỉ có một hang đá lạnh lẽo làm chốn dung thân. Làm chi có những nhà thờ to lớn uy nghi để…ngự! Vậy, nếu cần *share* nhà Chúa với những người nghèo, chắc Chúa chẳng hẹp lòng.

Dù sao, trong dịp mừng Chúa xuống trần để cứu rỗi nhân loại mà Giáo Hoàng phải triệu tập các thượng phụ khắp nơi về để bàn việc hậu sự cho các nhà thờ cũng là điều đau lòng. Giáo Hoàng đã giảm thiểu sự đau lòng khi cho biết Giáo Hội đón nhận sự việc này một cách "không lo lắng" nhưng coi như một "chỉ dấu của thời gian" để mời gọi "suy nghĩ" và "đòi hỏi sự thích ứng" của Giáo Hội. Trong hội nghị, Giáo Hoàng Francis cũng đã nhắc nhở các vị tham dự "bàn về đức tin của dân Chúa". Vị chủ chăn của giáo dân toàn thế giới kết luận: "Khi còn đức tin thì dân Chúa vẫn còn cần có nhà thờ".

Dân Chúa, thiển nghĩ, bao gồm cả những người vô gia cư và những người đang gặp khó khăn trong cuộc sống.

12/2018

DU

Chơi vơi, con thuyền trên sóng không nguôi
Bão bùng xô tới xô lui, vững tay chèo lái
Xa xôi
Hỡi người trong viễn phương ơi
Hẹn hò nhau viễn du thôi, lên đường mãi mãi.

Ông Phạm Duy xúi người ta viễn du từ khuya. Chẳng cần xúi, hầu như trong đầu chúng ta luôn có một con tầu. Tầu của ông Phạm Duy là tầu thủy. Hơi yếu! Ngày nay người ta viễn du bằng tầu bay, vù một cái là tới chứ không lê thê trên sông nước như ngày xưa nữa. Nếu dùng tới tầu thì lại là một loại tầu khác, tầu không cốt đi để tới mà nhẩn nha cho du khách ăn nhậu, vui chơi, đàn đúm, đánh bài trên sông nước. Loại tầu này được gọi là *cruise*. Hồi ông Phạm Duy sáng tác bài "Viễn Du" thì chưa có loại tầu này.

Đi cho biết đó biết đây? Ở nhà với mẹ biết ngày nào khôn! Các cụ đã xúi người ta ra đi từ khuya, trước ông Phạm

Duy xa chừng. Ngày đó ra đi thường chỉ là các cụ ông. Các cụ bà còn bận cơm nước, lợn gà, ruộng đồng nên chẳng thể dứt…váy ra đi. Mà các cụ ông đi ác ôn lắm. Cứ khoác tay nải, vác ô là lên đường. Đường của các cụ là đường cái quan hay đường làng. Đi từ làng nọ qua làng kia thăm bạn bè. Toàn bằng lô-ca-chân. Tới mỗi nơi ở lại vài ba tháng. Du như vậy mới đúng là lãng du! Nhưng lãng du kiểu này, lúc vui thì có vui, nhưng lúc phiền phức cũng lắm phiền phức. Cái sự phiền hà này đã nhảy vào thơ.

Đã bấy lâu nay bác tới nhà,
Trẻ thì đi vắng, chợ thời xa.
Ao sâu, sóng cả, khôn chài cá;
Vườn rộng rào thưa, khó đuổi gà.
Cải chửa ra cây, cà mới nụ;
Bầu vừa rụng rốn, mướp đương hoa.
Đầu trò tiếp khách, trầu không có,
Bác đến chơi đây, ta với ta.

Ta với ta, không gà vịt, không tôm cá, không cả tới miếng trầu, thì chán chết. Cụ Nguyễn Khuyến chơi ngặt. Không nghe nói sau đó cụ có ngồi cu ky một mình coi gà coi cá, coi bầu coi mướp không. Tôi nghĩ có lẽ trong lúc bực bội với một cụ bạn nào ăn dầm nằm dề nên mắng bằng thơ một cách văn vẻ như vậy thôi. Tâm cụ vẫn tốt.

Các cụ ngày xưa… viễn du như vậy là viễn du *mini*. Ngày nay người ta du lịch lung tung hơn nhiều. Và máu viễn du ngày nay đậm đặc hơn xưa nhiều. Tôi để ý thấy trong các cuộc phỏng vấn các người may mắn trúng số, trăm người như một, thế nào cũng có mục sẽ dùng tiền trúng để viễn du. Những người không trúng số cũng chẳng chịu kém cạnh. Cũng đi lung tung. Đi như ông Phạm Duy tưởng tượng: *Ra đi / Nước trời bao la, hết cuộc phong ba / Đất liền Âu Á cũng không xa gì.* Dân ta, dù ở trong nước hay tại hải ngoại cũng bước lung tung. Ngày xưa, khi chúng ta còn ở trong nước, vì tình trạng chiến tranh nên viễn du hơi khó. Ngày nay, dân chúng trong nước cũng ra đi tưng bừng nếu có tiền. Còn ở hải ngoại chúng ta xoải bước khá thường xuyên. Nhiều ông bà bạn tôi đã nuốt hết đất trời bao la, nơi nào cũng đã đặt chân tới, bị "hội chứng" hết chỗ đi. Không còn chỗ đi nhưng chân chưa mỏi, các ông bà này moi ra những đảo nhỏ bé, những khu hoang dã, những vùng ít người biết tên, để đặt chân tới. Đi chơi như vậy đồng nghĩa với đi…thám hiểm! Thiệt vất vả. Nhưng cái vất vả đó thấm chi với cái vất vả của những người khuyết tật thích đi đó đi đây.

Những người bình thường có chân tay, mắt mũi, muốn đi chơi, dễ ẹt! Nhưng đối với những người không được như người bình thường, mỗi lần đi chơi là một lần thậm vất vả. Nhiều người ý kiến ý cò là vất vả thì ở nhà đừng đi nữa, ai bắt đi! Nhưng nếu có máu đi trong người thì vất vả mặc vất vả, cứ đi cho biết đó biết đây, ai dám cản. Nhất là cản anh Chris Koch. Anh năm nay 39 tuổi, là một nông gia ở tỉnh bang Alberta, Canada. Ít năm gần đây, anh đi nói chuyện ở nhiều trường học và hội đoàn như một diễn giả tự do. Sanh ra không có tay chân, cả người như một củ khoai, anh vẫn cứ yêu đời. Đúng hơn, thách đố với đời. Không có tay chân thì sống không có tay chân, có chết con ma nào đâu. Anh hoạt động như một người bình thường, lại còn chơi *hockey*, dã cầu. Thuở nhỏ anh học ở một trường bình thường, không nhận một biệt lệ nào. Anh sống phơi phới: "Có nhiều lúc tôi không thấy mình thiếu tay chân". Anh đã chu du tới 18 quốc gia trên năm lục địa, tham gia năm cuộc chạy *marathon*. Kỷ lục *marathon* của anh là 4 giờ, 2 phút, 2 giây!

Tháng 7 vừa qua, anh làm một cuộc du lịch dài 18 ngày xuyên Canada, từ Alberta, qua Saint John của tỉnh bang New Brunswick, tới tỉnh bang Quebec chúng tôi. Đoạn đường dài 6300 cây số. Anh rời nơi quê anh ở Nanton, phía nam Alberta, ngày 6 tháng 7. Ngày 19 tháng 7, anh đã có mặt trước lâu đài Frontenac ở trung tâm thành phố Quebec. Hành lý của anh chỉ có một chiếc túi nhỏ và tấm ván trượt. Anh coi tấm ván này như đôi chân của anh. Đã có lần anh đã được lắp chân giả nhưng thấy cấn cái, khoái tấm ván trượt hơn. Nhìn vào tấm bản đồ Canada, anh tính nếu mỗi ngày "đi" khoảng bốn hay năm tiếng, anh sẽ hoàn thành được cuộc chơi. Gọi là cuộc chơi vì anh muốn đánh đố với thiện chí của dân Canada. Anh không có lịch trình rõ ràng. Cứ ra xa lộ, lướt trên ván, có ai cho đi nhờ thì tốt, không có cũng không sao. Vì có mục đích thử lòng tốt của đồng bào nên anh nhất định không mở miệng hỏi đi nhờ xe trên suốt đoạn đường dài. "Tôi không muốn người ta hiểu là tôi cần giúp đỡ. Tôi muốn dành cho họ cơ hội làm sáng tỏ lòng tốt của chính họ. Và họ đã mở lòng với tôi".

Ngày đầu tiên "xuống đường", chiếc xe chở nguyên một gia đình đã tốp lại bên đường. Ông bố de xe khi nói với các con: "Các con có thấy anh chàng trên tấm ván kia không? Bố nghĩ anh ta không có chân!". Anh đã leo lên xe đi nhờ được một quãng đường dài. Ngày hôm sau, anh lăn trên xa lộ được 18 cây số trước khi một chiếc xe tải dừng lại, tài xế hỏi anh có cần quá giang không. Anh leo lên xe.

Cứ vậy anh đi dọc theo quốc lộ *Trans-Canada.* Mỗi ngày anh đều *post* lên Facebook cuộc du hành của anh. Một bà hỏi anh có cần chuyên chở từ Barrie tới Toronto không? Một ông tình nguyện đưa anh từ Toronto tới thủ đô Ottawa. Ông chở anh tới Ottawa rồi lái xe quay lại Toronto. Ông chẳng có việc chi ở Ottawa cả mà chỉ muốn chở anh đi thôi! Tại những nơi anh dừng chân, nhiều người giúp anh chỗ ăn chỗ ở miễn phí. Một bà quản lý nhà trọ Day's Inn ở Thunder Bay cho anh một phòng và dặn anh tới bất cứ nơi đâu, cần chi cứ *text* cho bà, sẽ có người giúp.

Từ Ottawa, một bà ở Cornwall đã chở anh tới Montreal chúng tôi. Qua đêm ở Montreal, hai chị em ở Granby tình nguyện chở anh tới thành phố Quebec. Cứ có người tiếp sức làm chân cẳng cho anh Koch như vậy, tính ra anh đã được cho đi nhờ xe 31 lần trên đoạn đường 6.338 cây số, kể cả một lần đi phà 7 tiếng ở New Foundland và cưỡi xe buýt 13 tiếng ở St. John's.

Chris Koch nghĩ về cuộc đời: đời đầy rẫy những thử thách nhất là đối với những người khuyết tật. Nhưng mọi người đều có khả năng vượt qua vì sự cần thiết là mẹ của sáng tạo. "Nếu một người khiếm khuyết cả tay lẫn chân như tôi mà còn trượt tuyết, lướt ván nước, du hành khắp thế giới thì ai cũng có khả năng để làm được bất cứ chuyện khó khăn nào".

Người khuyết tật cũng có nhu cầu du lịch như người bình

Chris Koch trước lâu đài Château Frontenac tại Quebec City ngày 19/7/2018.

thường. Nhưng ít người có ý chí và khả năng như anh Chris Koch. Vậy nên người ta đã cố gắng tạo điều kiện cho họ dễ dàng viễn du. Trong các loại khuyết tật, có lẽ khiếm thị là loại khó du lịch nhất. Thường người ta nghĩ đã không nhìn thấy thì du lịch làm chi, vừa khó di chuyển vừa không thể ngắm nhìn được cảnh vật. Tôi cũng đã nghĩ như vậy cho tới khi coi được một chương trình truyền hình cảnh du lịch của một đoàn khách không có mắt để nhìn. Khi thăm một di tích nổi tiếng, họ được cho sờ nắn vào một tượng của di tích thu nhỏ. Sau đó hướng dẫn viên tả cảnh di tích đó dưới ánh nắng mặt trời, quang cảnh những du khách đang chiêm ngưỡng di tích, cố lột tả sự sống động của không gian họ đang đứng. Du lịch của những người khiếm thị ngày nay được tổ chức dưới hai hình thức. Thứ nhất, như đã nói, do hướng dẫn viên dẫn dắt. Thứ hai, đi chung với những du khách thường. Mỗi du khách phụ trách một người khiếm thị, tả cảnh tả tình tại mỗi nơi thăm viếng. Du khách không mắt sẽ phải trả thêm một số tiền phụ trội. Số tiền này du khách hướng dẫn được hưởng. Kể ra cũng khá sòng phẳng. Nhưng cái đáng trân quý là tấm lòng của con người với nhau. Thường chỉ những người ưa giúp đỡ người tàn tật mới nhận đi du lịch kiểu…kèm trẻ này. Tôi đọc được một bài viết nói về một chuyến du lịch của những người vừa sáng vừa tối kiểu này. Đoàn du khách tới thăm một di tích là một ổ điếm ngày xưa ở Pompeii. Hướng dẫn viên Amar Latif dặn dò: "Thưa các ông các bà, những người mắt sáng. Tôi muốn dặn dò quý vị trước khi chúng ta bắt đầu cuộc du lịch. Quý vị không phải là người săn sóc mà là bạn du lịch với những người tối mắt. Và một trong những điều đáng quý nhất mà quý vị có thể làm là diễn tả thật chi tiết những gì quý vị nghĩ là người khác muốn thấy". Nhưng biết diễn tả chi khi tới thăm một ổ điếm thời cổ đại? Đây là diễn tả của một bà sáng cho một bà tối: "Một ông ngả người xuống với một bà trần truồng ngồi xổm ở trên. Chỗ này là một bà ngồi trên một ông, quay mặt vào nhau. Ồ! Xin lỗi bạn. Hãy cố tưởng tượng chuyển động của thế này. Tôi chưa bao giờ thử cả!". Thiệt khó cho người phải diễn tả chuyện mây mưa nhiều ngàn năm trước cho người khiếm thị hiểu. Bà khiếm thị Judy Taylor hiểu nỗi khó nói này. Bà kể lại: "Tôi không bao giờ quên được người bạn sáng mắt của tôi trong một chuyến du lịch Ấn Độ. Bà từ chối phắt không muốn diễn tả cho tôi những tượng tình dục. Bà nói vì tôi là một người phong nhã nên chắc không muốn nghe nói tới chuyện đó. Rồi bà rủ tôi đi uống trà!".

Trong các loại tàn tật, có lẽ mất cặp mắt là loại tàn tật khiến người ta khó chịu nhất. Trong một lần tới thăm trường dành cho người khiếm thị tại Sài Gòn trước năm 1975, tôi có gặp và nói chuyện với Giám Đốc trường lúc đó. Ông là một Đại úy bị thương mù cả hai mắt. Hình như ông tên Sương, lâu ngày quá tôi không nhớ rõ. Tôi nhớ nhất câu nói khá cay đắng của ông: "Thế gian này chỉ có hai hạng người, người sáng mắt và người mù mắt!". Nghĩ tới những vất vả và thiệt thòi của du khách khiếm thị, tôi nghĩ câu nói của ông Đại úy, tuy cay đắng nhưng khá chính xác.

Mất chân mất tay như anh Chris Koch hoặc ngồi xe lăn đi du lịch vẫn được hưởng thụ nhiều hơn người thiếu mắt. Nhất là trong thế giới văn minh ngày nay, nơi nào cũng có những phương tiện và những ưu đãi cho những du khách khuyết tật. Thường mỗi khi du lịch nơi nào, chúng ta thường tham khảo trước qua cuốn cẩm nang du lịch *Lonely Planet*. Cuốn sách này có những chỉ dẫn về từng địa phương và nhất là những kinh nghiệm thực tế của những người đã từng tới nơi đó viết lại bằng một ngôn ngữ đơn giản. Điều tôi muốn nói là mới đây, *Lonely Planet* đã cho lưu hành một phiên bản dành riêng cho các du khách khuyết tật. Phiên bản này mang tên *"Accessible Travel Phrasebook"* được cho *download* hoàn toàn miễn phí. Phiên bản này gồm 35 ngôn ngữ, trong đó có tiếng Việt. Sách bao gồm khoảng 100 từ và cụm từ dành riêng cho người khuyết tật gồm các chủ đề về khách sạn tới giao thông và nhiều câu cần thiết mà người khuyết tật cần tới khi muốn được giúp đỡ. *Lonely Planet* giải thích như sau: *"Việc biết ngôn ngữ địa phương, có thể giải thích nhu cầu của mình bằng ngôn ngữ địa phương rất cần thiết, giúp du khách sống thoải mái hơn. Tuy nhiên đa phần các sách du lịch, sách ngôn ngữ không chứa số từ vựng để người khuyết tật có thể giải thích nhu cầu riêng của mình nên chúng tôi quyết định tập hợp một số từ và cụm từ dành riêng cho họ và dịch chúng sang nhiều ngôn ngữ khác nhau, giải quyết vấn đề về rào cản ngôn ngữ cho người khuyết tật"*.

Theo một nghiên cứu thực hiện vào năm 2015 của ông Eric Lipp thì mỗi năm có khoảng 26 triệu du khách khuyết tật. Trong số 26 triệu này có ít nhất hai ông bạn của tôi. Một là ông Luân Hoán, người đã bỏ lại chân trái trên chiến trường Quảng Ngãi. Ông có lắp chân giả, đi đứng bình thường. Ông được phát cho tấm bảng tàn tật gắn trên kính xe để ưu tiên đậu xe vào chỗ dành riêng cho người khuyết tật. Một bữa, ông đậu xe và chỉnh tề đi vào một *shopping mall*. Cảnh sát đã giữ ông lại, cật vấn ông về việc lạm dụng bảng tật nguyền. Ông phải vén quần lên, khoe chiếc chân sắt, chứng tỏ sự ngay thật. Dĩ nhiên chàng cảnh sát phải chịu thua! Ông bạn thứ hai là ông nhà thơ Phan Xuân Sinh hiện sống tại Houston, Texas. Ông này đối lập kịch liệt với ông Luân Hoán khi gửi lại chiến trường bàn chân mặt. Một ông mất chân phải, một ông mất chân trái. Ông mất chân trái Luân Hoán cứ khi trái gió trở trời, cái chân lại lên cơn đau, nhắc ông chuyện xưa tích cũ. Mỗi lần như vậy, ông phôn tôi than trời muốn chết phứt cho rồi. Nhưng ông không chết mà vẫn du lịch đều đều. Ông Phan Xuân Sinh cũng leo máy bay nườm nượp.

Mới đây, khi khúc chân trái lên tiếng, ông Luân Hoán nhức nhối bật ra thơ. Bài thơ được ông bỏ lên Facebook, đề tặng ông Phan Xuân Sinh. Tôi trích lại vài câu:

> *đã đứng vững và đã đi khá ổn*
> *đoạn đường qua ngó lại tạm vui lòng*
> *thằng huynh trưởng, thằng đàn em ta hỡi*
> *mừng hay không chúng ta vẫn tang bồng?*

Đoạn đường các ông đi chẳng phải chỉ là những chặng đường du lịch mà còn là đoạn đường đời, tiếp theo ngày hy sinh những bàn chân cho đất nước. Hai ông vẫn "tang bồng". Chuyện chân cẳng là chuyện nhỏ. Đủ thì càng hay nhưng không đủ các ông vẫn…đủ. Còn nói chi nữa, bạn tôi mà!

08/2018

DƯỢC

Latvia là nơi phụ nữ rất xinh đẹp và có học thức. Phong cảnh cũng mê hồn. Các nàng sống rất hạnh phúc nhưng thiếu một thứ: đàn ông. Tỷ lệ chênh lệch nam nữ của Latvia là 8%. Kỷ lục thế giới! Vậy nên chuyện kiếm được tấm chồng tại đất nước đáng yêu này là chuyện thiên nan vạn nan. Tiêu chuẩn kén chọn của các nàng vì vậy không cần cao. Miễn đàn ông là được. Thiệt tội nghiệp. Nghe tôi nói vậy, mấy ông bạn tôi động lòng trắc ẩn. Các ông nhất định đòi đi làm việc thiện. Dĩ nhiên tôi phải can. Tiêu chuẩn kén chọn đàn ông của các nàng xinh như mộng này không cao, nhưng phải ra đàn ông. Các ông bạn tôi đều là những bậc thông minh nên hiểu ra liền. Cũng vì thông minh nên mấy ông có ngay giải pháp: vác theo ít hộp Viagra là… tiêu chuẩn liền!

Từ ngày có em thần dược xanh xanh về, các ông đi đứng oai phong hẳn lên. Cái gì mà đàn ông nhiều tuổi không làm được, Viagra làm được tuốt. Thứ thần dược này đã mở ra một kỷ nguyên mới, mang lại cuộc sống hồi hai cho các đấng mày râu. Thế hệ các ông bi chừ thật tốt phước. Ngày xưa đâu được như vậy.

Không phải ngày xưa các thầy thuốc bó tay. Họ cũng tìm ra được những thứ thần dược cho các đấng mày râu thuộc loại buồn hiu dùng. Họ mầy mò dữ lắm. Thời La mã cổ, các nữ lang y đã dùng thuật sau để giúp các đấng mày râu khôi phục khả năng tình dục: họ lấy một dương vật làm bằng da, nhúng vào một hỗn hợp gồm hạt tiêu xay nhỏ và hạt cây tầm ma trộn với dầu. Tôi nghe vậy biết vậy chứ không tin cái thứ bằng da này có ảnh hưởng tới thứ cũng bằng da khác được.

Bên Hy Lạp đã tìm ra các chất kích thích sự cương dương, được đặt tên là *aphrodisiac*. Đó là các chất có nguồn gốc từ thực vật và động vật. Dầu ô-liu và lúa mạch hấp là thứ mà các ông cần tiêu thụ để…chiến đấu bền bỉ. Sách tình dục nổi tiếng *Kama Sutra* của Ấn Độ liệt kê các món: gạo, trứng chim sẻ, hành ninh với mật ong. Dân Hàn ngon lành hơn: dùng rắn độc. Dân Nhật chuộng trai sò (nghe ra cũng có lý, ít nhất về hình tướng!). Dân Ai Cập dùng tỏi. Dân Nga dùng trứng cá muối với sâm banh. Dân Tây Ban Nha ăn *hamburger* làm từ thịt bò. Vua Henry IV của Pháp uống *cognac* pha với lòng đỏ trứng gà nhưng dân Pháp lại ăn hào, tôm, cua, cá hồi. Ngày nay đàn ông Pháp còn chơi toàn hải sản trong suốt tuần trăng mật.

Loạn xà ngầu những thứ mà các ông thuộc loại bún thiu tìm tới. Tùy theo mỗi nước. Cũng lạ! Đàn ông là đàn ông, chuyện trên bảo dưới không nghe đâu có quốc tịch, vậy mà mỗi nước lại có những thứ thần dược khác nhau. Sang tới

Trung Quốc thì sự thể thêm rắc rối. Các anh ba là tổ sư vẽ chuyện!

Xuân dược thời cổ đại tại Trung quốc còn lại vết tích tới ngày nay nhờ được khắc trong các ngôi mộ đời Hán có tên là "dưỡng sinh phương". Bài thuốc xuân dược này ngày nay chúng ta nghe thấy tức cười. Nó gồm chim sẻ non, gà con và trứng của hai loài trên. Xuân dược gắn liền với các vị vua chúa vì họ có lắm phi tần cung nữ. Muốn tỏ ra mình là thứ dữ, họ phải dùng các loại xuân dược để ban ơn mưa móc cho ngon lành. Theo những tìm tòi của các ngự y, xuân dược càng ngày càng lắm vẻ. Sau gà và chim sẻ là thời của đá. Xuân dược mang tên "Phục Thạch" lưu hành thời đời Đường gồm các loại đá như chu sa, chung nhũ, thạch anh. Lang y Cát Hồng cho rằng các loại đá có tác dụng "ích tinh ích khí, bổ bất túc, khiến cho có con, uống lâu nhẹ người, sống lâu".

Tới đời Minh xuân dược phát triển dữ dội vì lối sống dâm loạn trong cung đình. Thời này có Lý Thời Trân, một danh y nổi tiếng, đã viết ra bộ y thư khoa học nhất của Trung hoa xưa: cuốn "Bản Thảo Cương Mục". Nhưng qua khoảng giữa đời Minh xuân dược được phủ lên tấm áo thần bí. Thuốc được chế bằng "hồng diên" tức kinh nguyệt của thiếu nữ. Họ dùng "kinh nguyệt của thiếu nữ mạnh khỏe, vô bệnh" để điều chế xuân dược. Lại còn bày đặt kinh nguyệt lần đầu tốt nhất. Thầy lang Cung Đình Hiền, trong cuốn "Vạn Bệnh Hồi Xuân", chế ra nhiều điều thần bí hơn nữa. Ngoài những tiêu chuẩn kể trên, thiếu nữ được chọn để dùng kinh nguyệt làm thuốc phải "xinh xắn, mắt sáng mày dài, răng trắng môi hồng, tóc đen mặt sáng, da dẻ mịn màng, không gầy không béo và có số ngày tuổi đúng 5048 ngày". Sao lại có số ngày khẳng định này? Vì họ cho rằng thiếu nữ được 5048 ngày tuổi sẽ có kinh lần đầu! Hiếm có thiếu nữ có kinh lần đầu vào đúng ngày này nên nếu tìm được một nàng đúng tiêu chuẩn thì "đúng là chi bảo, là thuốc tiếp mệnh vào hạng thượng phẩm"có công dụng làm cho nam giới sinh lực mạnh mẽ, giao hợp bền bỉ, tráng kiện không già, kéo dài tuổi thọ!

Các thú vật được sử dụng trong xuân dược gồm tắc kè, hải mã. Tắc kè được hâm mộ vì chúng giao cấu cả ngày không rời. Sấy khô tắc kè, nghiền ra thành bột uống. Hoặc bắt cả đôi, ngâm rượu cho tới khi có màu xanh ngọc bích là dùng được. Nhưng con vật được xưng tụng nhất là dê! Tới ngày nay, các đấng mày râu vẫn còn xưng tụng là "ông thầy". Thứ gì của dê cũng bồi bổ cho …dê tính của con người được. Nhưng thứ mà người ta cho là công hiệu nhất chính là "bửu bối" của ông thầy. Nghe vậy nhưng biết có đúng không? Người ta nghĩ nôm na "ăn gì bổ nấy", ăn cái…gốc của vấn đề là nhất. Phiền cái là cái gốc này không phải cái nào cũng giống nhau. Tôi vừa đọc được bài "Chuyện Về Dê Ở Ninh Thuận" của ký giả Thanh Nhã. Ông (hay bà?) đã tới tận sào huyệt của dê là xã Phước Nam, huyện Thuận Nam, Ninh Thuận, nơi có tới ba ngàn đầu dê. Anh Xuân Hoài, chủ một lò mổ dê, cho biết: *Để sử dụng ngọc dương tốt nhất thì lúc con dê còn sống phải cắt nguyên chùm, chứ cắt tiết rồi thì mọi tinh túy sẽ tan biến theo nỗi sợ hãi của con dê. Dân gian gọi thô nhưng đúng bản chất, đó là sợ... teo dái"*. Vật cũng như người, cứ nghĩ tới sự tình cắt như vậy, các đấng nam nhi chắc chắn sẽ…teo. Ông Bá văn Tín cũng là một người nuôi dê lành nghề, đã tiết lộ thêm chi tiết thú vị về ngọc dương: *"Ngọc dương tuy quý nhưng vẫn còn có thứ khác quý hơn từ sản phẩm thịt dê mà không phải ai cũng biết, đó là pín dê pê-đê. Con dê cũng như con người, nó có giới tính thứ ba do bẩm sinh. Con dê đực mỗi ngày xuất tinh vài chục lần đã là một kỳ tích ghê gớm, con dê cái mỗi ngày nhu cầu giao phối cũng tương tự. Nhưng con dê pê-đê thì… không xuất đi đâu được nên toàn bộ những gì tinh túy nhất được tích lại bên trong nó. Chỉ có người sành ăn mới tìm thấy pín dê pê-đê. Ăn pín dê pê-đê thì sinh lực dồi dào, điều này đã được kiểm chứng bởi rất nhiều người. Dê pê-đê là con dê từ khi lọt lòng mẹ đã có tới hai bộ phận sinh dục của cả con đực và con cái. Có thể dùng pín dê pê-đê ngâm rượu thêm một thang thuốc Bắc hoặc chế biến món ăn đều tốt. Nó là yếu tố giúp gia đình hạnh phúc đó nghen"*.

Ông bạn tôi tuần nào cũng phải làm một cái lẩu dê. Bạn nào ở Montreal chắc biết nơi nào có thứ này. Ông cho biết là tuần nào không…dê thấy người khác hẳn đi. Mà ông bạn này khỏe thật. Lái xe cả ngàn cây số không nghỉ như chơi, chẳng mệt mỏi chi. Ông tuổi cọp nên chúng tôi thường khen ông khỏe như cọp. Chẳng ai khen ông khỏe như dê cả, không biết tại sao. Chẳng lẽ "ông thầy" khớp miệng chúng tôi sao!

Dân thứ thiệt không quanh quẩn ở thịt dê, họ "nghiên cứu" sâu xa hơn. Tại sao dê lại ngon lành như vậy? Muốn biết, chúng ta phải trở về truyền thuyết. Dê ăn nhậu ra sao mà cứ toanh toách không biết mệt như vậy? Truyền thuyết kể rằng: một ông lão chăn dê và cừu sống ở vùng núi thấy mấy anh dê đực làm quá mới thắc mắc tự hỏi tại sao được như vậy. Ông theo dõi và thấy mỗi khi dê đực ăn những chiếc lá có hình trái tim chúng trở nên hưng phấn cực độ, tấn công những con cái một cách mạnh bạo như vừa được uống…Viagra. Ông hái một nắm lá mang về sắc uống coi xem sao. Vừa uống xong ông thấy tinh thần và cơ thể sảng khoái, cơn mệt mỏi bỗng đi chỗ khác chơi. Khoái chí, ông rỉ tai mấy ông đực rựa trong làng. Ông nào uống vào cũng thấy sung liền một khi! Họ đặt tên cho loại lá này là "dâm dương hoắc". Cái tên nghe thấy đã tai. Trong thời phong kiến các ngự y đã cho các bậc quân vương uống thứ lá này để có sức phục vụ các thê thiếp. Ngày nay, nhiều dược phòng đã chế từ lá dâm dương hoắc thứ thuốc mà họ gọi là "viagra thiên nhiên".

Dâm dương hoắc có tên khoa học là *epimedium*, thuộc họ hoàng liên gai, có tất cả 15 loài. Chúng sống ở miền rừng núi, thích hợp với khí hậu ôn hòa, có nhiều tại Trung Quốc. Nói để các ông ở Việt Nam mừng: các tỉnh vùng biên giới như Sa Pa, Lào Cai, Lai Châu, Hà Giang đều có thứ cây quý hóa này. Y học hiện đại đã nghiên cứu dâm dương hoắc và thấy có hàm lượng *L-Arginine* rất cao. Đây là chất kích thích sản xuất *hormone* tăng trưởng, tăng cường sinh dục, làm tăng lưu lượng máu và cải thiện chức năng tính dục. Người ta đã chiết xuất được từ lá dâm dương hoắc những nhóm chất: *alcaloid, flavonoid* và *saponosid, phytosterol*, tinh dầu, *acid* béo và *vitamin* E. Lương y Đặng Thị Lâm, chủ nhân nhà thuốc đông y gia truyền Long Lâm ở Hà Nội cho biết: *"Dâm dương hoắc là vị thuốc bổ dương nổi tiếng của y học cổ truyền. Dâm dương hoắc có thể chữa các chứng bệnh như: liệt dương, di tinh, tinh lạnh, muộn con, lưng đau gối mỏi, gân cốt co rút, bán thân bất toại, tay chân yếu lạnh, phong thấp, tiểu tiện bất cấm... Tuy nhiên, dâm dương hoắc cũng có những tác dụng phụ. Một vài loài dâm dương hoắc nếu sử dụng trong một khoảng thời gian dài hoặc với liều lượng cao có thể gây chóng mặt, nôn, khô miệng, khát nước, và chảy máu cam. Nếu ngộ độc dâm dương hoắc có thể gây ra co thắt và khó thở nặng. Chính vì vậy người dùng nên sử dụng theo hướng dẫn của thầy thuốc và không nên lạm dụng".*

Bà Đặng thị Lâm đã dặn không nên lạm dụng nhưng tôi vẫn chưa yên tâm. Chỉ sợ các ông phấn khích quá khi biết được công hiệu của dâm dương hoắc nên cứ uống búa xua, không biết chế biến cũng cứ làm liều thì tôi ân hận. Lại sợ có ông cứ tưởng mình là dê nên cứ vô tư ngắt lá bỏ vô miệng. Xin nhớ chúng ta là người, tuy muốn ngon lành như dê nhưng chúng ta không phải là dê. Là người thì nên theo lời bác sĩ Hoàng Khánh Toàn, Trưởng Khoa Đông Y, bệnh viện Trung Ương Quân Đội 108, hướng dẫn cách ngâm rượu dâm dương hoắc như sau: *"Trước khi ngâm rượu phải tiến hành bào chế dâm dương hoắc. Theo cổ nhân, có thể dùng dưới dạng sống hoặc sao, nhưng tốt nhất là nên dùng dạng sao. Có năm cách sao: sao với mỡ dê, sao với muối, sao với rượu, sao với bơ và sao thường (không sao cùng chất gì). Sau khi sao thì tiến hành ngâm. Thông thường, cứ 500g dâm dương hoắc thì cần 5 lít rượu gạo loại một. Đây là công thức cổ nhân thường dùng, được ghi trong y thư cổ có tên "Thọ thế bảo nguyên". Tốt nhất là chọn loại bình gốm miệng hẹp, lòng rộng để ngâm. Mùa xuân và mùa hạ sau ba ngày, mùa thu và mùa đông sau năm ngày là có thể dùng được. Mỗi ngày uống hai lần, mỗi lần từ 15-20ml. Tuy nhiên, không phải ai cũng dùng được rượu dâm dương hoắc. Những người thể chất âm hư hoặc đang mắc các bệnh lý thuộc thể âm hư không nên dùng. Bệnh cảnh âm hư được biểu hiện bằng các triệu chứng như: người gầy, hay có cảm giác sốt nhẹ về chiều, lòng bàn tay và bàn chân nóng, môi khô họng khát, thích uống nước mát, trong ngực bồn chồn không yên...Nhìn chung, khi định sử dụng thảo dược này nên tham vấn các thầy thuốc trước".*

Các ông bạn tôi định đi Latvia lại phân vân. Không biết nên vác theo một vò dâm dương hoắc hay một gói Viagra. Thứ nào cũng được việc cả. Nhưng không phải ngon lành như vậy đâu. Một ông bạn, trong lúc tâm tình, đã cho tôi biết ông đã từng dùng thần dược màu xanh nhưng kết quả rất hạn chế. Không gân guốc như ông tưởng. Nhưng xài tạm thì cũng OK. Nhưng (lại nhưng!), thuốc dần dần mất công hiệu. Ông phải tăng liều lượng hoài. Thế mới phiền. Đã cất công bay đường xa mà trong bụng lại đánh lô tô không biết có công thành danh toại không. Cuộc chơi nào cũng đầy vất vả. Đã cụ bị tới thần dược mà không ổn, cuộc đời sao lắm truân chuyên. Vốn thương bạn, tôi bày chuyện khác.

Các ông nuốt Viagra mà không thấy hiệu quả có thể dùng liệu pháp tế bào gốc để trong nhà có lễ nghĩa, trên bảo dưới phải nghe. Các nhà khoa học thuộc bệnh viện của Đại học Odense bên Đan Mạch vừa trình trước Hiệp Hội Niệu Khoa Châu Âu được tổ chức tại Anh một nghiên cứu chắc ông nào cũng khoái. Họ đã thử nghiệm kỹ thuật cấy tế bào gốc cho

21 ông trung niên bị bất lực. Kết quả trong vòng sáu tháng, tất cả các ông này đều có dấu hiệu hồi phục chức năng quan hệ tính dục. Tám ông có thể ngựa phi đường xa mà không cần bất cứ sự hỗ trợ nào khác. Sau một năm, sự hồi phục tăng thêm cho thấy phương pháp này có kết quả lâu dài. Trưởng ban nghiên cứu, Tiến sĩ Martha Haahr, cho biết đây mới chỉ là giai đoạn một, giai đoạn hai đang được tiến hành để đánh giá hiệu quả và khẳng định sự an toàn của phương pháp này. Nói tới lấy tế bào gốc, nhiều ông phát nản. Lại phải xẻ thịt, phanh bụng chăng? Không, các nhà nghiên cứu chỉ cần hút một mẫu nhỏ chất béo từ bụng của các ông, chiết xuất tế bào gốc từ chất mỡ này, rồi chích trở lại trong người bệnh nhân. Vậy là xong. Không cần làm thêm chi khác.

Được lời như cởi tấm lòng, các ông cười toe. Vậy là chẳng cần hũ cũng chẳng cần gói chi. Cứ vác cái thân đã có tế bào gốc để "nào anh em ta cùng nhau xông pha lên đường". Các em gái Latvia đợi đó!

10/2018

GIẤU

Chris Lighfoot, 28 tuổi, cư dân Sydney bên Úc, cùng cô bồ Mandy Flack qua làm việc hai năm ở Toronto, Canada. Cha mẹ anh lợi dụng lúc con còn làm việc tại Canada, mua vé máy bay qua chơi cho biết cái xứ xa lắc xa lơ nơi đứa con trai đang sống. Họ ở chơi Canada sáu tháng. Anh Chris lái xe đưa cha mẹ đi một vòng Canada chơi. Cuối tháng 10 vừa qua, họ đã tới Charlottetown thuộc tỉnh bang Prince Edward Island. Buổi tối , buồn tình, họ kiếm cách giải trí. Tỉnh bang nhỏ bằng lỗ mũi, ít chỗ vui chơi. Chẳng biết đi đâu, họ tới tiệm Value Village duy nhất tại Charlottetown mua cái chi về chơi. Value Village, tương tự như Thrift Store ở Mỹ, là tiệm bán đồ cũ mà họ xin được của bá tánh về bán lấy tiền làm việc thiện. Thượng vàng hạ cám, cái chi cũng có. Và cái chi cũng là đồ tầm tầm. Anh Chris mua một hộp *game* MindTrap. Đây là một loại *game* của Canada. Chơi làm sao, tôi mù tịt. Dĩ nhiên là đồ cũ. Giá chỉ có 2 đô 99!

Sau bữa ăn tại căn nhà thuê, họ uống rượu và bày trò chơi ra. Khi bà mẹ của Chris bỏ một tấm cạc trở lại hộp thì thấy cấn cái không vừa cái lỗ dành để cạc. Loay hoay mãi không để được tấm cạc vào hộp, bà sốt ruột lấy tất cả cạc nằm sẵn trong hộp ra coi tại sao. Bà tìm thấy dưới đáy lỗ là một tấm cạc đã được gấp thành một cái hộp nhỏ. Bà lôi cái hộp ra và tìm thấy một chiếc nhẫn kim cương. Chuyện chi vậy? Bà tiếp tục lôi ra thêm những chiếc nhẫn hột soàn khác. Tất cả là bảy chiếc! Họ nghĩ đây là những chiếc nhẫn giả do lũ trẻ chủ nhân trước bỏ vô. Và họ tiếp tục vừa uống vừa chơi. Nhưng sau đó, khi bà mẹ lấy chiếc kính hiển vi bà dùng để may vá trong hộp kim chỉ bà mang theo ra soi, bà thấy bên trong vòng chiếc nhẫn ghi "vàng 14 carat". Ngày hôm sau, Chris trở lại tiệm Value Village nói với mấy cô bán hàng: "Tôi tìm thấy mấy chiếc nhẫn trong hộp *game* mua hôm qua. Nếu có ai tới tìm thì phôn cho tôi". Rồi họ trở về Toronto. Nhân một ngày rỗi rảnh, Chris và cô bạn mang bảy chiếc nhẫn tới tiệm vàng trên đường Victoria cho họ thử. Họ đi chơi tiếp và để nhẫn lại tiệm vàng cho thợ có thời gian thử cho kỹ. Khi trở lại, chủ nhân tiệm vàng hỏi Chris: "Anh mua bộ *game* đó bao nhiêu tiền?". Anh cho biết là 3 đô. Chủ tiệm vàng trả lại: "Những chiếc nhẫn này trị giá 17 ngàn đô!". Số tiền không phải nhỏ. Anh nghĩ đến chuyện mua một chiếc xe. Nhưng lương tâm anh trỗi dậy. Nếu đây là những chiếc nhẫn kỷ niệm của một người nào đó thì sao? Anh quyết định mang câu chuyện lên báo National Post.

Báo vừa ra thì cô cháu của Orlanda Drebit đọc được. Và gọi ngay cho Orlanda: "Cô có bộ *game* MindTrap không?".

Orlanda hãy còn ngái ngủ, trả lời không có. Khi đã tỉnh táo, Orlando nhớ ra mình có *game* này và đã cho cửa hàng từ thiện ở Charlottetown trước khi dọn nhà tới Bonshaw. Cô gọi lại cho cháu và được biết câu chuyện bảy chiếc nhẫn giấu trong hộp *game*. Nhìn hình chụp chiếc hộp và bảy chiếc nhẫn, cô tự trách: "Sao mình lại ngu ngốc đến thế!". Đúng là những chiếc nhẫn chồng cô tặng. Anh đã mất 9 năm trước trong một tại nạn xe hơi. Mùa hè năm 2015, trong khi vội sửa soạn đi nghỉ cuối tuần nhân ngày hội Cavendish Beach Festival, cô đã giấu những chiếc nhẫn này tại một nơi mà kẻ trộm không ngờ được. Cô giấu tại đâu? Trong chiếc găng tay, trong túi chiếc áo nào? Cô quên khuấy đi mất khi trở về. Mấy tháng trời, cô lục tung quần áo, từ tủ áo quần mùa hè tới tủ áo quần mùa đông. Tới cuối năm 2015 thì cô hoàn toàn thất vọng. Có khi cô nghĩ quẩn là có thể cô để quên ở nhà trọ ở Cavendish. Cô vội điện thoại cho họ. Họ trả lời không có. Cô điên cuồng điện thoại cho các tiệm cầm đồ trong vùng coi có ai lấy trộm và bán cho họ không. Không tiệm nào có. Cô trình cảnh sát. Chẳng có chứng cớ chi nên cảnh sát cũng bó tay. Cô điện thoại cho hãng bảo hiểm nhà của cô. Họ đền cho cô. Tuy được đền, cô cũng vẫn canh cánh bên lòng vì đó là những kỷ niệm của người chồng quá cố. Những chiếc nhẫn đính hôn chồng cô xỏ vào ngón tay cô từ ba chục năm trước, khi anh đi xa về, bất thình lình nài nỉ cô đi dạo bên những thác nước và cầu hôn cô. Những chiếc nhẫn cưới vào năm 1991. Rồi chiếc nhẫn mẹ chồng đưa cho cô mượn, khi cô trả lại bà nhất định không nhận vì muốn dành cho con dâu một kỷ niệm. Những chiếc nhẫn chồng cô mua cho cô vào dịp sinh nhật hay Giáng Sinh. Cô vốn là người thích nữ trang. Vậy mà những kỷ niệm thiết thân đó đã mất tiêu. Khi đọc bài báo, cô ngẩn người: "Thiệt là kỳ cục. Sao tôi không nhớ chút xíu nào đã giấu chúng trong hộp MindTrap đó! Nếu nhớ ra thì tôi đã tìm ra chúng từ hai năm rưỡi trước rồi!". Cô vội liên lạc với anh Chris Lightfoot, hy vọng anh còn giữ chúng, chưa bán cho ai. Cô nhớ từng li từng tý chi tiết về những chiếc nhẫn này, những chi tiết phải soi kính hiển vi mới thấy. Anh Chris trả lời liền. Và châu về hiệp phố. Bảy chiếc nhẫn đã được trao lại cho cô Orlanda. Cầm lại những báu vật của riêng cô, Orlanda nói về người chồng quá cố: "Tôi không bao giờ có lại được anh nhưng tìm lại được những chiếc nhẫn đánh dấu cuộc tình của chúng tôi là một điều hết sức ý nghĩa!".

Chuyện tái ông thất mã của cô Orlanda chẳng phải chuyện chỉ xảy ra với cô. Chúng ta ai cũng có lúc gặp phải. Ba năm trước, trước khi đi du lịch vài tuần, tôi cũng có giấu một số nữ trang. May mà đó chỉ là đồ kỷ niệm, không có giá trị nhiều. Khi về cũng quên khuấy mất không biết đã giấu chúng ở đâu. Lục tung tất cả tủ sách, tủ áo quần, giầy dép, góc nhà, gầm giường vẫn không thấy. Quên béng mất chỗ đã vội vàng giấu trước khi lên máy bay. Có lẽ khi mình đi chơi thì trí óc mình cũng đi chơi. Khác một điều mình trở về mà trí óc mình vẫn không chịu trở về. Hai vợ chồng cố nhớ lại cũng chẳng ăn thua chi. Hoàn toàn mù tịt về nơi chốn đã giấu chúng. Cho tới bây giờ chúng vẫn biệt vô âm tín. Cũng có thể, như cô Orlanda, chúng nằm trong túi quần túi áo, hay trong những chiếc giầy cũ đã cho Village Valeurs hay

Renaissance rồi không chừng.

Các cụ bảo mất bò mới lo rào chuồng. Tôi cũng mất đồ mới lo nghiên cứu "kỹ thuật" giấu. Trước hết phải "suy bụng ta ra bụng người", nếu bước vào một căn phòng lạ, muốn nhắm một món đồ, bạn sẽ tìm ở chỗ nào. Phải loại trừ những chỗ đó đi. Ngăn kéo bàn ngủ, ngăn tủ quần áo, dưới nệm giường là những chỗ người ta lục trước, nên tránh. Chỗ giấu đồ thuộc loại xịn nhất là giấu trong những món đồ kỷ niệm hồi nhỏ. Như chiếc chăn ghiền, sách thiếu nhi, đồ chơi hồi nhỏ, hộp đựng thú nhồi bông nay bỏ phế. Ngay cả những máy móc nho nhỏ như điện thoại, máy thâu thanh, truyền hình loại cổ lỗ sĩ cũng là những nơi giấu đồ tốt. Tốt nhất nơi những máy này là ngăn để pin. Chỗ giấu này khá kín đáo và bất ngờ nhưng cũng phải cẩn thận. Thường thì pin được lắp đúng vào vị trí trong ổ nên không kêu cọc cạch khi lắc. Khi chúng ta giấu đồ thì lại khác. Vì đồ chúng ta giấu không vào đúng khớp nên sẽ kêu khi chúng ta lắc. Vậy nếu kẻ trộm thông minh một chút, đồ giấu của chúng ta sẽ bị lộ. Muốn tránh trường hợp lậy ông tôi ở bụi này, chúng ta phải bao kín bằng giấy hoặc vải để không kêu lách cách khi bị lắc. Còn một cách giấu đồ khá lạ: thả trong bể cá! Mua hộp chống thấm nước tại các tiệm bán đồ thể thao hoặc trên mạng, bỏ đồ vào trong rồi giấu trong bể cá. Muốn ngon lành hơn, có thể bao bằng rong rêu hoặc cây lá bằng nhựa chung quanh, vậy là an toàn trên xa lộ. Nhìn vào hồ cá, người ta nhìn cá lội nhởn nhơ chứ ai nhìn mấy cục đá hoặc rong rêu cây cối.

Chỗ giấu coi bộ khá nhiều. Vậy nên lại đặt ra vấn đề khác: quên chỗ giấu! Đó là trường hợp của tôi. Mần răng chừ? Ghi chỗ giấu vào một mảnh giấy, bảo đảm không quên. Nhưng giấu mảnh giấy ở mô? Thiệt rắc rối tơ vò!

Chị Đỗ thị Oanh, ngụ tại Phước Oai, cũng giấu đồ, mà giấu đúp: vừa giấu kẻ trộm vừa giấu chồng. Chị bỏ 10 cây vàng vào một chiếc hộp cũ, để lẫn vào với đám vỏ hộp không, gác trên nóc tủ. Vậy mà an toàn. Trộm không thấy, chồng cũng không biết. Không biết nên một bữa ông chồng ở nhà dọn dẹp, thấy cái hộp giấy cũ, tưởng là đồ bỏ, mang ra bán đồng nát cùng các thứ khác. Chị kể lại: "Lúc đó tôi có việc phải đi miền Nam một thời gian. Khi trở về, gặp lúc nhà có giỗ, tôi khóa tủ và giấu chìa khóa lên nóc tủ. Lần tay không thấy cái hộp đựng vàng đâu, tôi sực hỏi chồng thì anh nói đã bán đồng nát từ lúc nào rồi". Nghe mà hồn vía lên mây nhưng chị không dám nói cho chồng biết vì sợ anh sẵn bị bệnh tim nên có thể bị sốc đứng tim ngay. Tuy ruột nóng như lửa đốt nhưng chị phải làm bộ tỉnh bơ, chờ dịp thuận tiện, khi bình tĩnh nhất, mới dám dò hỏi chồng bán mớ đồng nát cho ai. Chồng cho biết bán cho chị Thuật, người vẫn đi thu mua đồng nát trong khu phố này.

Phần chị Thuật cũng lên ruột không kém. Thường chị đi thu mua đồng nát về, đổ ra sân, chồng chị, anh Nguyễn Tiến Bắc, sẽ phân loại để bán cho vựa. Bữa đó, như công việc hàng ngày, anh Thuật đeo khẩu trang, cắm mặt vào phân loại đám đồng nát. Lúc anh đang nhặt nhạnh mớ giấy vụn, thấy một cái túi nhựa nặng nặng văng ra. Anh nghĩ chắc là túi đinh vít chi nên vứt qua một bên, tiếp tục công việc. Hai hôm sau, khi đã vãn việc, anh Bắc mới sực nhớ đến cái túi, bèn tò mò giở ra xem. Trong cái túi có một gói khăn mặt cũ. Mở gói khăn mặt cũ ra lại có một gói giấy. Lột hết lớp giấy lộ ra một dây vàng 5 cây dính liền nhau kèm theo 5 cây vàng lẻ. Định thần nhìn kỹ lại, trên mỗi cây vàng đều có ký hiệu của nhà sản xuất, kèm cả giấy tờ mua bán viết tay, chứng tỏ là vàng thật. Anh cất vàng đi, khi vợ về, anh hỏi vợ có nhớ hai ngày trước đã mua đồng nát của những ai không. Chị Thuật hỏi cho ra lẽ mới biết sự tình. Chị run bắn người. Làm chi có người nào vô ý để vàng thật vào mớ hộp giấy cũ. Anh Bắc đưa cho chị mớ vàng. Khi tay chị e dè sờ vào, chị mới tin là thật. Hai vợ chồng tính mang trả lại khổ chủ, nhưng biết ai mà trả? Nửa tháng sau, khi anh Bắc đang vùi đầu vào mớ đồng nát hôi thúi thì có hai vợ chồng lạ tìm đến, mắt nhìn chăm chăm vào đống giấy vụn nơi góc vườn. Hỏi sự tình, họ mới nói thật là đi tìm số vàng trong mớ giấy vụn bán cho chị Thuật. Anh hỏi số lượng. Họ nói đúng mười cây. Vừa lúc đó chị Thuật về, mang số vàng ra trả trước bốn con mắt ngỡ ngàng của hai vợ chồng chị Oanh. Nhận lại vàng, chị Oanh rút chiếc nhẫn đang đeo trên tay đưa cho chị Thuật, nói: "Đây là cái duyên của chị em mình gặp nhau, em cầm lấy hai chỉ này coi như lời cám ơn của anh chị". Chị Thuật không chịu nhận tuy hai chỉ vàng là số tiền lớn so với cảnh nghèo của vợ chồng chị. Chị Oanh nài nỉ mãi chị mới đành nhận. Ra về, chị Oanh còn nhớ như in câu nói của vợ chồng người ân nhân nghèo: "Trả lại vàng thế này anh chị mừng một chúng em mừng hai vì đã tìm được đúng chủ. Chúng em tuy nghèo thật nhưng của cải do chính bàn tay mình làm nên mới quý chứ của người ngoài thì không bao giờ màng."

Còn chỗ giấu nào ngon lành nữa không? Hỏi bà Renee

Rease khắc rõ. Bà đã giấu tiền trong tủ lạnh. Đúng là an toàn vì có tên trộm nào mở ngăn đá của tủ lạnh, trừ phi… đói! Theo bà Rease giải thích thì đây là cách giấu an toàn đúp, vì nếu xảy ra hỏa hoạn thì mớ tiền vẫn không thể thành tro. Bà quấn 35 ngàn đô tiền mặt bằng giấy vệ sinh, bỏ vào túi ni-lông, cất vào ngăn đá. Khi chiếc tủ lạnh cũ bị hư, bà tới Costco mua cái mới. Khi nhân viên hãng tới giao tủ lạnh mới và lấy chiếc cũ đi, bà nhớ lấy bọc tiền ra. Nhưng sau đó, chiếc tủ lạnh dở chứng, chạy không đúng ý chủ nhân. Vậy là thay nữa. Costco mang tủ lạnh mới tới nhà gần như ngay lập tức. Bà Rease quớ, quên khuấy bọc tiền. Khi nhớ ra thì hai mẹ con đổ lỗi cho nhau, suýt mất tình mẹ con. Cuối cùng họ tức tốc tới Costco để bày tỏ sự tình. Họ tìm lại được cái tủ lạnh vừa thay nhưng bọc tiền thì biệt vô âm tín!

Bà Rease khôn mà không ngoan. Muốn cất tiền sao không mua cái két sắt bỏ vào cho an toàn, kể cả khi có hỏa hoạn. Nhưng nhiều khi chúng ta cũng dở khóc dở cười với cái két sắt trong nhà. Nó là mục tiệu nằm ngay trước mắt những tên trộm. Cái nhỏ thì trộm có thể rinh cả két đi, cái lớn thì biết nhét những thứ chi vào cho đầy tủ. Tiền mua két cũng là một vấn đề phải nghĩ ngợi. Cũng két sắt, nhưng tôi có giải pháp khác cũ mềm nhưng nhiều người không tìm hiểu nên ngại. Đó là gửi trong két nhà băng. Vừa an toàn, vừa rẻ. Nếu dùng loại nhỏ thì chỉ mất vài chục đô mỗi năm.

Đó là những cách giúp ta giữ của an toàn. Nhưng đây chỉ là những cách được coi là cổ điển. Thời buổi điện tử bây giờ, chúng ta có những sản phẩm hiện đại khiến chúng ta khỏi cần nhớ cho tổn trí óc. Đó là hệ thống định vị. Nói tới hệ thống định vị, chúng ta nghĩ ngay tới chiếc máy GPS dắt đường cho xe hơi chạy trong những vùng xa lạ. Cứ lái xe theo lời chỉ dẫn của cô đầm rỉ rả chỉ quẹo trái, quẹo phải, quay lại, đi thẳng là nơi nào cũng tới. Hệ thống định vị đã điều khiển được cả chiếc xe kềnh càng thì gói tiền, gói nữ trang gọn nhẹ của chúng ta coi như đồ bỏ. Trên thị trường hiện nay có bán những thiết bị nho nhỏ biết phát tín hiệu đến cho *smartphone* hay *tablet*. Bỏ chung thiết bị này vào với những gói đồ hay tiền chúng ta muốn giấu, khi cần tìm, chúng ta chỉ việc mở điện thoại ra, bấm là chúng kêu oai oái lậy ông tôi ở bụi này. Ngon ơ! Cái đầu chúng ta sẽ nhẹ nhàng vì chẳng cần nhớ chi cả.

Bạn thử coi. Nếu bạn hỏi ngược lại tôi: ông thử chưa? Chà! Chắc phải hát câu "hạ hồi phân giải"!

11/2018

GIÙM

Bà Ba xách giỏ đi chợ mỗi buổi sáng. Khi đi ngang qua nhà hàng xóm kế bên, bà hỏi vọng vào: "Chị Tám có muốn mua chi không?". Thường thì có. Bà Tám bận coi cháu nên không có thời giờ đi chợ đều đặn như bà Ba. Bà nhờ bà Ba mua, khi thì mớ rau, con cá, khi thì chút hành, chút tỏi. Khi từ chợ về bà Ba lại gõ cửa nhà bà Tám, tiếng trả lời đầu tiên là tiếng con Cún gân cổ sủa. Sau đó bà Tám mới te tái chạy ra nhận hàng gửi mua, móc tiền ra trả, có khi còn dư hay thiếu ít đồng, hai bà để tới hôm sau trừ lại. Đi chợ làm chi có *bill* nên bà Ba nói bao nhiêu, bà Tám trả bấy nhiêu. Họ không thắc mắc chi chuyện có tính thêm tiền công không. Bởi vì họ biết, tình hàng xóm láng giềng không cho phép họ thắc mắc chuyện tiền nong. Đó là hoạt cảnh tôi thường thấy khi còn ở Việt Nam. Các bà mua giùm cho nhau.

Các cô các cậu cũng…giùm như vậy. Thấy bạn mặc một chiếc áo mới, đi đôi guốc đẹp hay diện đôi giầy bắt mắt, họ đưa tiền nhờ mua giùm. Thời đó, phương tiện quảng cáo ít ỏi, thô sơ. Các cửa hàng may quần áo hay đóng giầy là những cửa hàng nhỏ, có khi chỉ có ông chủ hay bà chủ tự làm, chuyện quảng cáo là chuyện tầm phào họ chẳng bao giờ nghĩ tới. Nhưng sản phẩm của họ lại ăn khách, vậy là khách hàng quảng cáo cho nhau. Nếu bạn bè thích và không có thời giờ tự đi mua, họ mua giùm. Giùm đây là giùm thiệt, không có chuyện tính công đi hay tiền xăng nhớt. Đã gọi là giùm thì phải giùm trăm phần trăm.

Ngày nay chuyện giúp giùm nhau cũng vẫn có nhưng tân tiến hơn. Giới choai choai và trẻ bi chừ lúc nào cũng có điện thoại trên tay. Một cô đi *shopping,* thấy chiếc áo hợp với cô bạn ở nhà. Bèn rút *cellphone* ra, chụp hình và gửi ngay về nhà cô bạn. Nếu cô bạn thích, mua giùm ngay. Văn minh và mất công hơn một chút, chơi ngay một màn vừa quay phim vừa nói chuyện, cứ như cô bạn đang ở nhà cùng đi *shop* với mình vậy.

Những trường hợp…giùm như trên là giùm thiệt. Không một chút vụ lợi. Giùm trăm phần trăm. Đó là một cử chỉ "thương người như thể thương thân" giữa con người với con người. Bà Tám bận thì bà Ba mua giùm, khi bà Ba bận thì bà Tám mua giùm. Cô bạn bận trông con không đi *shop* được thì bạn bè mua giùm chiếc áo chiếc quần. "Giùm" đi liền với "giúp", chẳng tiền bạc, chẳng công cán chi. Nhưng khi "giùm" không phải là "giúp" mà là "bánh ít trao đi bánh quy trao lại" thì khác. Đó là một sự đổi chác. Khi có tí lợi nhuận dính vào thì "giùm" trở thành một *business*!

Ngày nay đã có hẳn một…kỹ nghệ "giùm" gồm những

người mà người ta gọi là *"personal shopper"*. Họ là những người hoạt động riêng lẻ hay làm việc cho một công ty chuyên mua giùm, giúp khách hàng chọn và mua thực phẩm hoặc đồ dùng thường ngày. Khách hàng của họ là những người bận bịu không có thời giờ hoặc những người già cả neo đơn không có khả năng hoặc phương tiện tự đi chợ hay mua sắm. Thường họ mua giùm những thực phẩm thường dùng hàng ngày hoặc, đôi khi, những thứ…cao cấp hơn như quà cáp chẳng hạn. Những *personal shopper* này phải rành sáu câu về các mặt hàng đang có tại các cửa hàng. Chuyên sâu hơn, họ còn cố vấn chọn mua quà cho thân chủ. Nếu thân chủ muốn mua một món quà tặng, họ sẽ hỏi tặng vào dịp gì, ý thích của người được tặng ra sao, người đó già hay trẻ, muốn tặng món quà khoảng bao nhiêu tiền. Khi đã có đủ dữ kiện, họ mới đề nghị mua thứ này hoặc thứ kia, những thứ họ đã biết có tại cửa hàng nào, giá cả ra sao để thân chủ của họ chọn lựa và nhờ họ mua giùm.

Muốn làm ăn chuyên nghiệp, những *personal shopper* thường kiếm những khách hàng ruột. Họ rành sáu câu về tính tình và sở thích của từng thân chủ. Thân chủ cần chi là ới họ liền. Nếu ngon lành, kiếm được vài chục hay vài trăm thân chủ cỡ ruột thịt như vậy thì cứ tối ngày đi *shop* kiếm tiền. Người ta đi *shop* thì mất tiền, các *personal shopper* đi *shop* thì tiền vào túi, thiệt chẳng có nghề nào bằng. Tôi có những người bạn có bệnh ghiền *shopping*. Họ thích mua sắm. Mỗi lần đi *shop* họ mua bất kể, miễn là thỏa được cơn nghiện mua. Mua về, họ gọi bạn bè, nhường cho người này cái áo, người kia cái quần, giá y chang như trên *bill*, không lấy lời một xu. Lời của họ là thỏa mãn cái tay tiêu tiền! Những người mắc bệnh mua sắm này mà hành nghề *personal shopper* thì nhất. Lợi đơn lại lợi kép!

Muốn thành một người mua sắm giùm loại nhà nghề, họ thường gia nhập làm việc cho một công ty chuyên mua sắm giùm. Họ sẽ được trả lương, khoảng 25 đô mỗi giờ làm việc. Những công ty "giùm" này nhan nhản khắp nơi. Một vài công ty đang hoạt động như *Money Pantry, Glassdoor, Instacart, Shipt.*

Cái nghề tưởng chỉ có ở Mỹ hay Canada, nơi có những người chịu chi tiền để "phẻ" cái thân, không ngờ lại thịnh hành ngay cả ở những nước Á châu. Như Singapore chẳng hạn. Anh Achmad Sobirin Suhaimi, 31 tuổi, kỹ sư xây cất, một vợ ba con, là người đi mua giùm điển hình. Khởi đầu, anh nhận mua giùm cho các người quen biết, giao hàng tận nhà. Đây là nghề tay trái giúp anh làm sau khi tan sở để kiếm thêm tí tiền còm. Anh lấy số tiền công nho nhỏ là 11 đô (khoảng 8 đô Mỹ) cho mỗi lần mua và giao hàng. Sau đó anh dần dần chuyển sang nhà nghề và làm cho hãng mua giùm Market9. Hãng này nhận mua và giao hàng trong vòng ba tiếng đồng hồ cho thân chủ. Mỗi vụ giao hàng, anh được hưởng khoảng từ 13 tới 14 đô. Vậy là tiền vào nhiều hơn, có tiến bộ.

Anh chàng Achmad Sobirin Suhaimi không chỉ hài lòng với sự tiến bộ. Anh…nhảy vọt! Anh nghỉ làm luôn để dành hết thời gian hành nghề mua bán giùm. Anh mở một công ty riêng để kiếm khách hàng, thu nhập của anh lên tới từ ba ngàn đến bốn ngàn đô một tháng. Anh tiên đoán chuyện giùm này sẽ có tương lai sáng lạn vì ở Singapore nghề này còn mới tinh, đất dụng võ còn mênh mông. Anh cho biết: "Dù sao thì tôi cũng thích đi mua sắm. Tôi làm việc đó để kiếm gạo cho gia đình nhưng đồng thời cũng là thú giải trí của tôi. Mua sắm là chuyện rất vui!". Tôi không nghi ngờ chi lời nói của anh Suhaimi vì tôi có hai ông bạn cũng tìm thấy thú vui khi đi mua sắm. Hai ông này thường rủ nhau đi các tiệm có bán đồ lặt vặt để *shop*. Những thứ các ông mua mang về chất chật nhà làm hai bà vợ than phiền mỗi lần gặp tôi. Hai ông rủ nhau lần mò vào các tiệm Dollarama, Walmart, Canadian Tire và nhất là *garage sale* hay chợ trời. Tẩn mẩn coi thứ này thứ khác, thấy cái chi vui vui lạ lạ là móc hầu bao mang về. Mang về rồi để đó, có khi chẳng bao giờ đụng tới. Có những thứ mua về, các ông lắp ráp với nhau thành những vật dụng không tên tuổi dùng trong nhà. Những…phát minh độc đáo này được lôi ra trình diễn với bạn bè, xong rồi xếp xó! Nhưng, theo các bà, ngày ngày các ông vẫn móc hầu bao ra để khênh…rác về nhà.

Tôi cũng mắc bệnh nhìn nhìn ngắm ngắm như hai ông bạn. Nhìn ngắm trên mạng *internet*. Lò mò coi các món đồ chỉ bán trên mạng, thấy hay hay, coi đi coi lại, vui tay cà thẻ mua. Có món dùng được, có món dùng không được, nhưng tiếc tiền thì nhất định không. Vậy nên "bệnh" hết thuốc chữa, đó là theo lời các bà. Một ông có kinh nghiệm xương máu đã có lần bảo tôi là đừng xông vào mạng coi hàng. Tốn tiền lắm. Tốn tiền cho những thứ tưởng là phải xài mà không bao giờ xài tới. Tốn tiền cho những cái thấy hay hay nhưng khi nhận hàng thì lại thấy hết hay hay. Biết là vậy nhưng sao tật mua sắm như chuyện hút thuốc phiện. Đã ngậm miệng vô đầu tẩu thì thiên nan vạn nan mới dứt ra được. Đó! UPS lại vừa bấm chuông kêu ra nhận hàng!

Trở về với chuyện mua giùm. Công việc làm chơi ăn thiệt này chia ra nhiều đẳng cấp. Có những người làm cò con, khách là những người lân cận, hàng là những thứ lặt vặt, tiền công chẳng bao nhiêu nhưng vui. Hạng cao hơn là cỡ anh Achmad Sobirin Suhaimi, mua giùm nhưng có tổ chức, biết cách kiếm khách nên thu nhập có thể thay thế tiền lương nếu đi làm ngày hai buổi. Hạng sư hơn nữa là các *personal shopper* xuyên quốc gia.

Cô Rika Wenjing, 24 tuổi, đã tốt nghiệp Đại Học Vũ Hán, hiện sinh sống tại Úc. Cô là một trong bốn chục ngàn người mua hàng giùm mà dân Trung Quốc gọi là *daigou*. Phần lớn họ là sinh viên. Đường đi tới nghề mua giùm này của Rika Wenjingtới theo một diễn tiến khởi đầu rất bình thường. Cô tâm sự: "Lúc đầu tôi chỉ mua giùm bạn bè và bà dì sữa bột trẻ em hoặc vài hàng hóa nổi tiếng như giầy bốt hiệu Ugg. Sau đó tôi lập một trang trông tin cung cấp nhiều sản phẩm hơn cho họ lựa chọn. Tôi không chỉ muốn kiếm tiền mà còn muốn cung cấp hàng hóa tốt cho bạn bè". Năm 2008, sữa trẻ em tại lục địa Trung Quốc bị nhiễm chất *melamine*, một hóa chất được sử dụng trong việc sản xuất chất nhựa, khiến cho sáu trẻ tử vong. Dân lục địa mất tin tưởng đổ xô nhau đi tìm sữa ngoại nhập. Các *daigou* được dịp hoạt động mạnh. Họ vơ vét sữa trẻ em gửi về Trung quốc. Nhiều đến nỗi các quầy bán sữa trong các cửa hàng ở Sydney hết sạch sành sanh. Báo chí Úc la làng kêu cứu. Giữa Sydney và Trung Quốc có đường bay trực tiếp nên việc gửi hàng của các *daigou* rất thuận tiện. Hàng hóa của họ thường chỉ là những thứ xài hàng ngày như thực phẩm, mỹ phẩm, rượu vang và quần áo. Có điều khá tức cười là dân tại lục địa Trung Quốc không tin đồng bào của họ tại Úc. Họ bắt các *daigou* phải chứng minh hàng của họ gửi là thứ thiệt, không phải hàng giả. Vậy nên mỗi khi đi mua hàng, các *daigou* phải quay *video* trực tiếp ngay tại các siêu thị hay các cửa hàng mỹ phẩm để làm bằng chứng. Thiệt tình! Nhưng chắc cũng phải thông cảm với những người sống trong những chế độ mà sự dối trá là cách đối xử thường nhật của mọi người. Thường các hàng từ Úc gửi về được các người mua giùm tính thêm 50% tiền lời. Số lợi nhuận này đủ để cho các du sinh kiếm thêm tiền sanh sống, thay vì phải đi làm những việc lặt vặt hay đứng bán hàng. Số tiền kiếm được cũng ngang ngửa nhau nhưng làm *daigou* có thể làm chủ được giờ giấc, tiện cho việc học hơn.

Cũng mua hàng giùm xuyên quốc gia nhưng nghề của những cô gái như Đinh Nghệ Âu cao cấp hơn nhiều. Đó là nghề của những phụ nữ đi khắp nơi trên thế giới, nhất là những nước nổi tiếng về thời trang, để mua quần áo mang về làm mẫu cho các xưởng may mặc tại Trung quốc. Nếu khe khắt, chúng ta có thể gọi công việc này là chôm chĩa sáng kiến của người khác về làm lợi cho mình. Nhưng có lẽ dân Trung Quốc đã quen với việc chôm chĩa này. Những kỹ thuật tinh vi của người ta, họ còn chôm chĩa mang về dùng, xá chi mấy thứ quần áo tiêu dùng vớ vẩn này.

Cô Đinh Nghệ Âu đến với nghề này một cách tình cờ. Khi đang học năm thứ nhất đại học, cô đọc trong một tạp chí

Hồng Kông và biết được nghề "đi mua quần áo thời trang này". Cô chớp ngay thời cơ vì cô vốn là người thích ăn diện lại khoái du lịch khắp thế giới. Người hành nghề này cần có kiến thức, "gu" ăn mặc và đầu óc kinh doanh. Công việc của họ là đi dạo quanh các cửa hàng thời trang, thấy bộ nào có vẻ thích hợp với khách hàng tại Trung quốc là chớp ngay. Có những bộ họ mua vừa để dùng vừa để làm mẫu. Nhưng cũng có những bộ họ chỉ cần lấy mẫu. Muốn có mẫu, họ chụp hình hoặc quay *video* bộ thời trang đó. Vậy là có xung đột với các nhân viên bán hàng của các cửa tiệm. Người ta phải bỏ tiền thuê những nhà tạo mẫu sáng tạo ra, nay bỗng dưng bị chôm chĩa, ai chịu nổi! Nhưng công việc là công việc, những người như cô nàng họ Đinh nhiều khi phải làm mặt lỳ. Nghề nào cũng có những đắng cay của nghề đó.

Việt Nam ta lại có một kiểu mua giùm khác. Nghề qua Singapore mua giùm điện thoại *iPhone*! Nghề này thuộc loại thời vụ. Chỉ khi nào Apple tung ra thị trường kiểu *iPhone* mới thì dân hành nghề mới hoạt động. Cuối tháng 9 vừa qua, *iPhone XS* và *XS Max* được bán ra thị trường. Tại Singapore, các cửa hàng của Apple mở cửa khai trương bán *iPhone* mới vào lúc 8 giờ sáng ngày 21 tháng 9. Vậy là các dân mua giùm tíu tít hành nghề. Từ cuối Tháng Tám, 2018, trên mạng xã hội đã có nhiều *post* của các cửa hàng tại Sài Gòn rao "tuyển người đi du lịch Singapore miễn phí, chỉ cần đổi lại xếp hàng mua *iPhone* giúp". Thường thì mỗi người được giao nhiệm vụ mua và xách tay về Việt Nam hai *iPhone*. Nếu về ngay trong ngày thì có thể bán từ 40 đến 50 triệu (khoảng từ 1717 đô tới 2146 đô Mỹ) một chiếc. Nghề này cần có sức. Để xếp hàng và mau mắn ra phi trường về nước. Anh Quý Phạm, một dân nghề kể lại trên *Facebook* của anh: *"Ngày tôi đi, balô chỉ có chục ly mỳ Hảo Hảo, ngủ ngoài đường mấy đêm liền. Người người dành nhau chỗ xếp hàng đánh nhau chửi nhau um sùm trời đất, mắc tiểu nhưng không dám đi, ngứa không dám tắm vì sợ mất chỗ. Ở dơ mấy ngày trời. Buồn vì người xếp hàng các quốc tịch khác đi từng đoàn bảo vệ lẫn nhau, rất kỷ luật. Còn người Việt mình thì tranh nhau, chửi nhau, cả đánh nhau chảy máu chỉ vì giành chỗ tốt hơn. Đánh nhau bên Singapore chưa đủ, đòi về Tân Sơn Nhất đâm chém nữa"*. Hàng trăm dân Việt ta đã xông pha lên đường kiếm *iPhone*. Các viên chức xuất nhập cảnh Singapore biết chuyện làm ăn này. Họ rất khắt khe khi xét hỏi người Việt tại phi trường. Anh Nguyễn Hoàng Thanh, một người bị từ chối cho nhập cảnh, kể lại: *"Viên chức xuất nhập cảnh phía Singapore yêu cầu những ai là người Việt phải xuất trình địa chỉ, số điện thoại và mã bưu chính của người bảo lãnh ở Singapore thì mới được nhập cảnh. Với những ai trông nghi ngờ, họ còn gọi tới số điện thoại mình cung cấp để xác nhận thông tin thì mới cho nhập cảnh."*

Chuyện chi dính tới lợi nhuận là có tranh chấp. Chữ "giùm" không còn nghĩa là "giúp". Công việc của các du sinh Trung quốc tại Úc, của Đinh Nghệ Âu và của dân săn *Iphone* của Việt Nam đã đi quá xa nguyên nghĩa của nó. Đâu còn chuyện giùm như chuyện bà Ba bà Tám mua giùm cho nhau như chúng ta thường thấy trong cuộc sống trước đây của chúng ta. Chuyện của những ngày xa vời đó bao giờ cũng là những chuyện đậm tình người. Như chuyện cổ tích.

Thứ mà mọi người chúng ta đều tiếc nuối khi nhìn lại những ngày xưa thân ái.

09/2018

HÀI

Hài là gia vị của cuộc sống. Cứ thử tưởng tượng quanh ta toàn những khuôn mặt nghiêm như thần hoặc cau có như khỉ ăn mắm tôm, liệu cuộc sống sẽ ra sao? Cứ tếu lên một chút là cuộc đời vui như tết, mọi chuyện sẽ hanh thông. Nhưng muốn tếu không phải dễ. Phải có máu tếu và dùng dòng máu này đúng nơi đúng lúc. Nếu không người ta sẽ rơi vào loại vô duyên. Nhiều danh nhân rất đông đặc máu tếu. Họ hài hước rất có duyên.

Nhà bác học Albert Einstein chắc ai cũng biết. Ông là người Đức gốc Do Thái. Ngày 17 tháng 10 năm 1934, ông qua định cư tại Mỹ. Được hỏi về quốc tịch, ông trả lời: "Các ông đừng hỏi chuyện quốc tịch của tôi. Những năm còn lại của cuộc đời tôi, theo giấy tờ thì tôi là người Mỹ. Nhưng, sau khi tôi chết, nếu như những lý thuyết của tôi đề ra là đúng thì người Đức sẽ nói tôi chính gốc là người Đức. Người Pháp sẽ nói tôi là công dân quốc tế. Nếu sau này có những chứng minh cho rằng lý thuyết của tôi đề ra còn có những thiếu sót thì người Pháp sẽ nói tôi đã từng là người Đức, và người Đức sẽ nói tôi là một tên Do Thái!"

Thủ Tướng Anh Winston Churchill là một người có khiếu khôi hài ngoại hạng. Ông biến tiệp rất thông minh. Cũng chẳng có chi lạ vì ở tuổi 26 ông đã có tới 5 tác phẩm và năm 1953 đã đoạt giải Nobel Văn Chương. Thời trai trẻ, Churchill có một bộ ria rất đẹp. Trong một buổi tiếp tân khá đông người, một bà giận dữ công kích ông: "Tôi không ưa cả ý kiến lẫn bộ râu của ông!". Ông ôn tồn đáp lại: "Thưa bà, bà đừng lo. Bà không bao giờ có dịp tiếp xúc với hai thứ đó đâu!". Trong một dịp khác, một bà nói với ông: "Nếu tôi là vợ ông, tôi sẽ cho ông uống thuốc độc tức khắc". Ông gật đầu đáp lại: "Nếu tôi là chồng bà, tôi sẽ uống nó ngay!".

Nhà văn Mark Twain của Mỹ là một nhà khôi hài có tiếng. Một lần qua thăm Pháp, ông được mời nói chuyện tại một thành phố nhỏ. Ông tới một tiệm ăn trước khi nói chuyện. Chủ tiệm gợi chuyện: "Chắc ngài mới tới thành phố này?". Ông đáp: "Vâng, tôi vừa tới đây". Chủ tiệm vui vẻ: "Vậy là ngài thật may mắn. Tối nay có buổi diễn thuyết của Mark Twain, ngài tới nghe chứ?". Ông gật đầu: "Thế nào tôi cũng tới". Chủ tiệm ân cần: "Thế ngài đã có vé vào cửa chưa?". Ông lắc đầu: "Thưa chưa". Chủ tiệm ái ngại: "Vậy thì có khi ngài phải đứng đấy". Ông tỏ vẻ rầu rĩ: "Vâng, thật đáng tiếc, tôi luôn luôn phải đứng trong các buổi nói chuyện của Mark Twain!".

Chắc tôi phải tốp lại ở đây. Nếu cứ bám theo chuyện khôi hài của mấy ông nổi tiếng này chắc hết giấy. Các vị đó có khiếu khôi hài hay là chuyện của họ. Cỡ thường thường bậc trung như chúng ta, ai cũng có thể duyên dáng trong câu chuyện với mọi người nếu chúng ta biết nhìn ra khía cạnh khôi hài trong mỗi sự việc. Ông Nguyễn văn Vĩnh thật tầm bậy khi viết: "An Nam ta có một thói lạ là thế nào cũng cười. Người ta khen cũng cười, người ta chê cũng cười. Hay cũng hì, mà dở cũng hì, quấy cũng hì. Nhăn răng hì một tiếng, mọi việc hết nghiêm trang". Ngày nay "hì" được trong câu chuyện là thứ dầu nhớt cho câu chuyện trơn tru vui vẻ. Chúng ta ai cũng thích "hì". Có lẽ thời của ông Nguyễn Văn Vĩnh khác thời nay. Thời đó, quần rộng áo dài, chưa tới năm chịch đã lên mặt nghiêm cho con cháu nó sợ. Thời chúng ta ngày nay khác, khác xa với những ngày "cụ non" đó. Bảy tám chịch vẫn cứ như thanh niên, ăn nói cười cợt như lão Ngoan Đồng. Dzậy mới dzui!

Dĩ nhiên chúng ta chẳng thể khôi hài một cách duyên dáng như những bậc danh nhân tôi hài ra ở trên. Họ là những bồ chữ, lại có đầu óc nhanh lẹ, luôn tìm ra cách đối đáp hợp lúc nhất. Nhưng tôi thấy lối đối đáp của họ có thể làm phật lòng người đối diện vì rất kẻ cả. Họ luôn luôn tỏ ra trên tróc người khác. Đã tính *bye bye* mấy ngài, nhưng nói tới đây lại phải mời một ngài khác về để dẫn chứng. Nhà văn George Bernard Shaw bị một người đi xe đạp đụng phải. May ông không bị thương tích chi, chỉ bị một mẻ sợ. Sợ nhưng ông vẫn khôi hài một cách rất trịch thượng: "Anh thật không may. Nếu anh cán chết tôi thì anh đã thành người nổi tiếng rồi!".

Muốn nói chuyện có duyên, hấp dẫn mọi người cần phải biết chen vào câu chuyện những ý tưởng khiến người khác cười được. Ý tưởng đó lấy ở đâu ra, từ trong đầu chúng ta. Muốn có chúng trong đầu, cần phải đọc sách. Chẳng lẽ tôi lại thêm thắt vào là cần đọc…phiếm. Kỳ chết! Các nhân vật được coi là diễn thuyết hay, biết làm cho bài nói chuyện có được sự lôi cuốn, đều biết gài thêm những câu khôi hài vào. Nghe ông Bill Clinton hay ông Barack Obama nói chuyện chúng ta sẽ thấy rõ kỹ thuật này. Thỉnh thoảng họ lại cho chúng ta toác miệng ra cười. Hai ông là những người rất thích đọc sách, có kiến thức rộng và biết áp dụng chúng vào bài diễn thuyết. Chẳng vậy mà mỗi lần nói, tiền vào như nước.

Chúng ta chẳng được ai mời diễn thuyết nhưng nói chuyện cũng là một cách…diễn thuyết. Diễn thuyết cho một cử tọa *mini*. Nếu câu chuyện ậm à ậm ừ giữa hai người không biết khôi hài thì chán chết. Nhưng nếu tương vào một câu khôi hài đúng lúc, đúng chỗ, kéo được nụ cười của người khác, câu chuyện sẽ đậm đà hẳn lên. Biết khôi hài đúng lúc, câu chuyện sẽ bùng sáng lên với những tiếng cười sảng khoái, những lời qua tiếng lại sôi nổi, tạo được sự thân thiết, gắn bó giữa con người với nhau.

Tôi vẫn chia sẻ với mọi người quan niệm đời chỉ là một cuộc chơi, chuyện chi cũng chẳng đưa tới tận thế, cửa chẳng bao giờ bít kín, chúng ta luôn luôn có một lối thoát. Trước một tình huống dù ngặt nghèo tới đâu, với sự khôi hài, chúng ta có thể cho chúng qua một cách nhẹ nhàng. Tôi nhặt được vài câu chuyện từ một bài trên *internet*, không thấy có tên tác giả. Sau một trận túc cầu, đội nhà bị thua, huấn luyện viên không một lời phê bình, trách móc cầu thủ, chỉ nói: "Chúng ta vừa trải qua một trận đấu mà mọi người đều hết sức cố gắng. Kết quả là chúng ta đã trút bỏ được gánh nặng tranh chức vô địch để từ nay chúng ta có thể thoải mái trong những trận đấu tới!". Câu nói khiến các cầu thủ hiểu được nỗi buồn của huấn luyện viên, không bị trách cứ nhưng tất cả đều tự trách mình. Tự trách mình bao giờ cũng có kết quả hơn là bị người khác trách. Từ đó, họ sẽ chơi với một cố gắng mới, quả cảm hơn, hữu hiệu hơn.

Hài mang tới nụ cười nhưng nụ cười không phải là mục đích của hài. Đó chỉ là một phương cách để đạt được kết quả mà không phật lòng ai. Một công xưởng bị dột mỗi khi mưa. Công nhân yêu cầu sửa chữa nhưng cấp trên lơ đi. Dịp tết, sếp tới thăm cơ xưởng. Hỏi cho qua chuyện về cái mái nhà bị dột: "Coi bộ cái mái nhà này bị dột phải không?". Một anh công nhân trả lời: "Dạ, nhưng không phải ngày nào cũng dột. Nó chỉ bị dột khi mưa!". Sếp bị nhột, ra lệnh sửa lại ngay sau đó.

Trong một cuộc tranh luận, nếu mọi người cứ gân cổ lên cãi, nhiều khi bất chấp lý luận, chỉ cốt sao cho mình là người có tiếng nói cuối cùng, kết quả sẽ là sự giận hờn, tức tối, chẳng ai chịu ai. Nhưng nếu khéo léo sử dụng óc hài hước, mọi người sẽ cười xòa, chuyện tranh nhau được thua chỉ là chuyện nhỏ. Dùng chữ của cụ Nguyễn văn Vĩnh, cứ "hì" một cái là vui vẻ cả làng.

> *Còn gặp nhau thì hãy cứ vui*
> *Chuyện đời như nước chảy hoa trôi*
> *Lợi danh như bóng mây chìm nổi*
> *Chỉ có tình thương để lại đời.*
>
> (Tôn Nữ Hỷ Khương)

Dùng hài hước như một cách sống ở đời là chọn lựa của những người thông minh, hài hòa, biết sống với tha nhân. Nhưng dùng hài hước như một nghề là làm lan tỏa sự vui vẻ trong xã hội. Tôi rất quý trọng những người, giữa ánh sáng của sân khấu, biết làm cho mọi người cười cợt vui vẻ, tạo nên những mảnh sáng cho cuộc đời. Nhưng mua tiếng cười của khán giả không phải dễ. Có những danh hài, đứng lâu năm trên sân khấu, mòn mỏi trong việc chọc cười khán giả, tự đưa mình vào tình thế vô duyên, với những câu hài nhạt nhẽo chẳng gặt hái được tiếng cười của đám đông. Vậy mà vì bát cơm manh áo, vẫn cứ đêm đêm phải tự biến mình thành một thứ vô duyên tội nghiệp. Chọc cho người khác cười không phải dễ. Chọc cho khán giả khóc dễ hơn nhiều. Vậy nên tôi vẫn có chút trắc ẩn với các…hài sĩ. Nghề của họ rất khó, đòi hỏi sự sáng tạo không ngừng. Chọc cười bằng tiếng mẹ đẻ đã khó. Tấu hài bằng tiếng ngoại quốc khó hơn gấp bội. Tôi muốn nhắc tới một cây hài người Việt, hành nghề bằng tiếng Anh, đang rất ăn khách, được báo chí ngoại quốc nhắc tới với sự trân trọng. Đó là anh Hưng Lê, tên tiếng Việt đầy đủ là Lê Trung Hưng, năm nay 52 tuổi.

Tới Úc vào tháng 8 năm 1975, Hưng Lê nói về những ngày đầu của anh tại một xứ sở xa lạ. Dĩ nhiên với giọng điệu hài hước của một người chuyên cậy tiếng cười từ khán giả. Anh thừa nhận ngay mình "học hành chẳng ra gì". Anh nhớ lại: "Hồi đó những học sinh đạt điểm cao nhất cuối năm luôn là một nữ sinh gốc Việt nào đó. Bọn chúng toàn đoạt điểm tuyệt đối môn tiếng Anh trong khi tôi sống ở Úc trước chúng cả chục năm mà trượt chổng vó!". Môn toán là sở trường của các học sinh gốc Việt nhưng Hưng Lê luôn có điểm toán ẹ nhất, điểm E! Tại sao vậy? Anh giải thích sở dĩ như vậy là vì anh "muốn hòa nhập với chúng bạn". Anh giải thích: "Ban đầu tôi giả vờ học dốt toán để chúng nó cho chơi cùng. Và sau khi giả vờ quá lâu, tôi thành ra dốt toán thật!".

Hưng Lê là con cái nhà ai, tôi định chờ cho tới cuối bài mới tiết lộ. Nhưng tôi cứ bồn chồn không giấu được. Đành nói toẹt ra cho bớt ẩn ức. Anh là con trai của điêu khắc gia Lê Thành Nhơn! Ông tốt nghiệp trường Cao Đẳng Mỹ Thuật năm 1963 và được giữ tại trường để giảng dậy cho tới năm 1975. Ông có ba bức tượng để đời trong đó có bức tượng Phan Bội Châu được coi là pho tượng chân dung lớn và đẹp nhất Việt Nam. Tượng này cao 4 trước rưỡi, nặng gần 5 tấn. Gắn liền với Huế nhưng ông Lê Thành Nhơn, sanh năm 1940, là dân Bình Dương. Tôi cần thêm vào đây: ông Nhơn là bạn học từ nhỏ với ông bạn Võ Kỳ Điền của tôi. Trong cuốn "Câu Hỏi Kiếp Người", ông Võ Kỳ Điền đã có nguyên một bài nói về ông bạn thuở ấu thời này. *Tôi và Lê Thành Nhơn là bạn từ thuở ấu thơ, chúng tôi lớn lên ở xóm chợ Thủ Dầu Một thuộc thị xã Phú Cường. Hai đứa học trường Trung Học Tư Thục Nguyễn Trãi tọa lạc trên đường Võ Tánh. Cũng trên con đường nầy cách trường năm chục thước có con hẻm nhiều cây xanh,*

Tượng Phan Bội Châu

đầu hẻm là tiệm hủ tiếu Cây Dừa, đi sâu tuốt vô hẻm là nhà Nhơn, căn nhà bằng gạch ngói đơn sơ, cạnh con rạch nhỏ, bên kia là cầu đúc phía nhà thuốc Võ Văn Vân. Thuở đó mỗi ngày có buổi học tôi thường la cà, lang thang từ nhà, băng ngang qua khu phố chợ, đến nhà Nhơn để rủ đi học chung. Hồi nhỏ, tôi cũng có nhiều bạn nhưng không biết tại sao tôi lại thích cùng Nhơn đi chung hơn là các bạn khác. Có lẽ tánh tình Nhơn hiền lành và ưa chiều chuộng bạn bè. Tôi là thằng nhỏ dễ buồn dễ vui, lại ưa hờn mát, giận lẩy, khó có bạn nào chơi lâu cho được ngoài Nhơn.... Bây giờ nhớ lại từ thời con nít đó cho đến bây giờ, hình như hai đứa chưa hề gây lộn hay đánh lộn lần nào". Cái tâm hiền lành đó hình như nằm lộn trong một thân hình gồ ghề dễ nể. Thân hình lực lưỡng, xương to và lộ, da đen mun, mắt lộ, kiểu mắt ốc bươu, ánh mắt sáng quắc và lạnh, đầu to, tóc quăn xoắn đuôi rùa, xương quai hàm bạnh hẳn ra, mặt vuông chữ điền. Đó là những chi tiết mà Võ Kỳ Điền cực tả anh bạn. Dáng dấp đó là dáng dấp đại bàng chuyên làm những việc lớn. Chắc vì vậy tượng nào của điêu khắc gia Lê Thành Nhơn sau này cũng to đùng!

Con người đó khi mới tới định cư tại Úc đã phải làm những việc…không lớn: sơn xe cho hãng Toyota, bán vé xe điện, trước khi được mời giảng dậy về Kiến Trúc Phương Đông tại Đại Học RMIT ở Melbourne.

Chán chường với thân phận người di tản phải mưu sinh bằng những việc tầm thường, ông Lê Thành Nhơn muốn cho con cái đứng ngang bằng với dân bản xứ. Cách ông thực hiện ước vọng này là cho con học nhạc. Tất cả bốn người con của ông đều bị chơi đàn. Hưng Lê kể: "Anh trai và tôi kéo *violon*, em gái út chơi *piano*. Và chỉ vì không có bản hòa tấu nào viết cho *piano* và ba cây *violon* nên chị cả của tôi đành phải học *cello*. Là dân châu Á nhập cư và có đầy đủ mười ngón tay, anh phải chơi được hai thứ nhạc cụ khó chơi nhất là *piano* và *violon*. Và anh phải chơi tốt hơn bọn trẻ con Úc. Đó là luật bất thành văn. Không phải tắm trắng hay phẫu thuật mắt hai mí mà chính việc chơi nhạc cổ điển giúp anh sống sót trong thế giới dân da trắng!". Ước nguyện của ông bố bị ông con Hưng Lê phá tan hoang. "Người ta có câu 'Luyện tập tạo nên sự hoàn hảo' nhưng tôi luyện tập chỉ tạo ra tiếng ồn. Đối với tôi, chơi như vậy là đúng nhạc nhưng rõ ràng ngoài tôi ra, không ai nghĩ vậy cả". Anh cho biết là cấu tạo tai của anh có vấn đề nên anh luôn chơi đàn chói tai hơn so với mức bình thường.

Tài chơi đàn vĩ cầm của Hưng Lê không thích hợp với dàn nhạc, dù là dàn nhạc gia đình, nhưng lại thành công trên đường phố. Anh mang cây đàn ra diễn hài nơi công cộng và, kỳ lạ thay, ngày nào anh cũng thu về hai hộp tiền đầy nhóc. Anh giễu: "Có lẽ khán giả tức cười vì hiếm khi họ thấy một thằng nhóc Á châu chơi sai nhạc đến như vậy!". Bước đường diễn hài từ đường phố đẩy anh đi xa hơn. Anh diễn tại hầu như khắp các nước Á châu, Âu châu, dọc theo nước Mỹ và xuyên Nam Thái Bình Dương trên những chiếc du thuyền. Anh tâm sự: "Thông qua tiếng cười, tôi muốn khán giả hiểu cảm giác của một người nhập cư vật lộn để tồn tại tại Úc. Và nếu có thể thay đổi cách nhìn của một người, giúp bớt đi một đứa trẻ châu Á bị bắt nạt trên tầu điện tới trường, tôi cảm thấy mình như một người hùng rồi".

Không vợ không con, người "hùng" 52 tuổi đã trải qua 37 năm làm người đi hốt những nụ cười của nhiều người thuộc nhiều quốc tịch. Có một điều anh không bao giờ quên được. Đó là chút cặn nước trong bát mì trên đường vượt biển. Lúc đó Hưng Lê mới 9 tuổi, anh chưa thể giấu được sự thèm khát khi thấy người ngồi bên cạnh ăn mì. Cha anh nhìn thấy sự thèm khát đó. Ông rút một chiếc bút chì, lấy một mẩu giấy, vẽ ký họa vội vàng chân dung của người đàn ông đang ăn mì. Sau khi được tặng bức chân dung, người đàn ông lặng lặng cho cậu bé Hưng húp nốt chút mì còn lại dưới đáy bát. Hưng Lê nhớ lại: "Cho đến tận bây giờ, tôi chưa từng nếm món ăn nào có hương vị tuyệt vời như chút cặn mì đó!".

Trong bài viết *"Vài Kỷ Niệm Với Điêu Khắc Gia Lê Thành Nhơn"*, Võ Kỳ Điền kể lại: *"Lê Thành Nhơn rời Bình Dương mà bay nhảy tận chưn trời góc biển nào. Đời sống vật chất bạn ra sao, tôi không biết, vợ con bạn ra sao, nghề nghiệp ra sao, tôi không biết. Thời gian trước tháng tư 1975 chừng vài tháng, Lê Thành Nhơn lái một chiếc xe Huê Kỳ lớn màu xanh trở về Bình Dương kiếm tôi, không phải để đi rủ rê đi chơi mà bàn công chuyện. Nhơn lấy ra một hoạ đồ kiến trúc thật lớn để lên bàn và giải thích cho tôi hiểu. Khu vực xa lộ từ Búng lên Bình Dương có những ngọn đồi cao thấp thật đẹp, tại sao lại phí phạm đem trồng củ sắn với khoai lang, khoai mì. Mình phải biến nó thành một công viên quốc gia với đầy đủ các tượng danh nhân, những người có công góp phần xây dựng đất nước Việt Nam thân yêu nầy như Trần Hưng Đạo, Quang Trung, Phan Bội Châu, Phan Chu Trinh,*

Nguyễn Thái Học, Nguyễn Du, Nguyễn Trãi, Phan Thanh Giản, Hoàng Diệu... những anh hùng, những văn nhân, nghệ sĩ tài hoa để con cháu noi gương mà yêu thương cái đất nước bốn ngàn năm văn hiến nầy".

Lê Thành Nhơn là như vậy. Ông luôn nuôi chí thực hiện những công trình vĩ đại hơn người. Từ những pho tượng khổng lồ đầy nghệ thuật thực hiện ở Huế, Đà Nẵng, Phan Thiết, tới những phù điêu trang trí dinh Độc Lập. Những tác phẩm gửi tới những cuộc triển lãm quốc tế mang về biết bao huy chương vàng, huy chương bạc. Con người chuyên làm việc lớn lại có lúc phải ngồi vẽ một bức chân dung bé tí tẹo cho một người đàn ông tầm thường không quen biết để đổi lại chút cặn mì cho con. Tự nó, hành động này đã là một tình huống khá hài hước. Sự hài hước nào mà không dính theo những giọt nước mắt. Anh hề Charlot lớn hơn người cũng vì gắn được những giọt nước mắt vào tiếng cười!

09/2018

HIẾN

Trong truyện ngắn "Eva", tôi đã cho nhân vật này nói giỡn khi bà đang nằm tại bệnh viện: *"Ông này, tôi nghĩ là bây giờ mỗi khi đau ốm người ta không còn đi bệnh viện nữa mà người ta vào garage! "*. Giỡn nhưng cũng là sự thực. Ngày nay khoa học có thể thay hầu như tất cả các bộ phận trong cơ thể con người, như chúng ta mang xe vào *garage* để thay phụ tùng. Phụ tùng cho xe hơi, ới một cái là có, nhưng bộ phận thay thế cho con người không phải là thứ có ngoài thị trường. Vậy mới phải…hiến. Hiến có nhiều điều thú vị. Nếu người hiến và người nhận đều còn sống có khi rất thú vị tình thâm.

Sau một buổi tiệc rất vui, một cặp vợ chồng trẻ lên xe ra về. Họ gặp tai nạn. Người vợ trẻ chết thảm ngay tại chỗ. Người chồng đồng ý hiến tặng các bộ phận cơ thể của vợ để cứu nhiều người khác. Vài năm sau, khi tới ăn tại một nhà hàng, anh gặp một cô tiếp viên trẻ, đẹp, vô cùng duyên dáng.

Cả hai trúng ngay tiếng sét ái tình. Họ cảm thấy như có một hấp lực vô hình kéo họ lại với nhau. Trước ngày cưới, anh tình cờ thấy trong nhà vợ tương lai một hồ sơ về vụ ghép tim. Nhìn tên bệnh viện, anh thấy đúng là bệnh viện mà vợ anh đã hiến các bộ phận cơ thể trước đây. Truy tìm thêm, anh thấy trái tim trong lồng ngực của vợ sắp cưới chính là trái tim của cô vợ bất hạnh cũ của anh. Hai vợ cũng như một vì cả hai đều yêu anh bằng chỉ một trái tim!

Cô Chelsea Clair gặp anh Kyle Froelich tại một cuộc triển lãm xe hơi vào năm 2009. Khi đó cô 22 tuổi và anh Kyle 19 tuổi. Anh Kyle bị bệnh thận và đã chờ đợi để được thay thận từ nhiều năm nhưng chưa có trái thận nào tương thích. Bất ngờ, hai người tình cờ gặp nhau này lại phù hợp sau khi đi khám nghiệm. Vậy là nàng hiến chàng một trái thận. Sau đó họ yêu và cưới nhau vào ngày 12/10/2013. Thận chàng cũng là thận nàng. Tôi nghĩ trong tình huống này chàng sẽ chẳng bao giờ yếu thận!

Trái thận ghép còn làm được nhiều điều kỳ diệu một cách khá bất ngờ. Meliha Avci, người Thổ Nhĩ Kỳ, bị bệnh thận nặng. Cô phải đi chạy thận ba lần một tuần. Trong khi vợ bệnh hoạn, anh chồng đi lăng nhăng với cô bồ tên Ayse Imdat. Chị vợ đã không giận thì chớ, lại bảo chồng cưới cô này sau khi mình chết. Cảm kích về lòng vị tha của người đàn bà bị mình cướp chồng, cô Ayse đề nghị hiến thận cho Meliha. Không biết có bàn tay của Thượng Đế can thiệp vào hay không mà hai người lại phù hợp nhau. Vậy là hai người cùng vào bệnh viện giải phẫu tặng và nhận thận. Tình cảnh tưởng rắc rối nhưng người vợ Meliha giải quyết nhanh chóng. Bà bằng lòng cho chồng chính thức kết hôn với tình địch đồng thời là người ơn của mình. Trong ngày cưới bà vui mừng nói: "Chúng tôi có chung một trái thận và bây giờ chúng tôi có chung một người chồng!".

Những người còn sống có thể hiến các bộ phận cơ thể cho nhau để cùng chung sống. Nguồn nội tạng này không nhiều. Khoa học trông cậy phần lớn vào nguồn cung cấp nội tạng hiến từ những người đã chết. Nếu chúng ta muốn nội tạng của chúng ta có một đời sống nối dài sau khi thân xác chúng ta đã an nghỉ vĩnh viễn, chúng ta không phải làm chi hơn là ký vào phần sau của bằng lái xe thuận hiến nội tạng nếu bị chết vì tai nạn hoặc các nguyên nhân khác. Cứ tưởng tượng các bộ phận của cơ thể chúng ta còn có cuộc sống nối dài trong cơ thể người khác, kể cũng thú vị và mang nhiều ý nghĩa.

Ngày cưới, cô Jeni Stepien đã mồ côi cha được mười năm. Làm sao có được người dẫn cô lên bàn thờ theo tục lệ. Cha cô là ông Michael Stepien, đầu bếp trưởng của một nhà hàng. Một tối tháng 9 năm 2006, ông đi bộ về nhà sau ca làm như mọi ngày, một thanh niên khoảng 16 tuổi đã chặn đường cướp giật. Ông kháng cự và bị bắn vào đầu tử thương. Năm đó ông vừa 53 tuổi. Jeni kể lại: *"Trong lúc cận kề với tử thần ấy, cha tôi vẫn tỉnh táo và cố gắng trấn an mọi người. Ông nói rằng ông đã quyết định sẽ hiến tặng nội tạng."* Người được thay bằng trái tim của ông là ông Arthur Thomas, có bốn con, sống tại Lawrenceville, tiểu bang New Jersey. Từ đó hai gia đình người hiến và người nhận tim vẫn liên lạc thường xuyên tuy chưa bao giờ gặp nhau. Nay, Jeni cần một người thế cha dẫn nàng lên bàn thờ, cô nghĩ ngay tới ông Arthue Thomas, người đang mang trái tim của cha cô. Cô viết thư hỏi ý ông. Ông này vui mừng nhận lời ngay. Ông cho biết ông nghĩ đây chính là lễ cưới của con gái ông. Hai người chỉ gặp nhau một ngày trước ngày cưới. Khi cô dâu Jeni khiêu vũ với ông Arthur, cô đã để tay lên ngực ông, nơi trái tim của cha cô đang đập nhịp, và cảm thấy như chính người cha ruột của cô đang hiện diện trong ngày vui nhất đời cô.

Khi chúng ta hiến các bộ phận của thân thể, chúng ta đã kéo dài cuộc sống của chính mình, cuộc sống tưởng như đã mất hút khi thân xác trở về với cát bụi. Có nhiều người hiến bạo hơn. Không chỉ cho các bộ phận mà còn cho hết toàn thân xác. Tôi biết trong gia đình một anh bạn tôi đã xảy ra trường hợp này. Vợ của anh con trai Việt Nam là một người bản xứ. Cô bị ung thư. Trước khi chết, cô ngỏ ý với chồng muốn hiến thân xác cho khoa học. Gia đình làm theo ước nguyện của người quá cố. Đám tang không có xác được diễn ra rất cảm động. Thân xác người chết tuy không hiện diện nhưng mọi người đều vui trong sự buồn rầu vì nghĩa cử cao đẹp của người đã khuất. Khi đó, tôi rất mù mờ về chuyện khoa học sử dụng xác chết như thế nào tuy tôi đã từng tiếp cận với những xác chết được dùng trong nghiên cứu y khoa. Năm tôi theo học chứng chỉ Nhân Chủng Học tại Đại học Văn Khoa Sài Gòn, chúng tôi có một lớp với giáo sư Trần Anh. Ông đã đưa chúng tôi tới học tại Cơ Thể Học Viện Sài Gòn. Lần đầu tiên tiếp xúc với xác chết, chúng tôi không khỏi sợ hãi và ngậm ngùi. Có xác đang ngâm trong bể *formol*, có xác đã ngâm xong treo lủng lẳng trên những chiếc móc, có xác còn nguyên vẹn nằm trên bàn, có xác đang được các sinh viên y khoa gỡ tung ra từng mảnh. Chúng tôi chỉ học đo đạc xác nên chỉ làm việc với những xác còn nguyên vẹn, hoàn toàn mù tịt với việc mổ xẻ. Nay đọc bài của bác sĩ Hồ Ngọc Minh, tôi mới thấy lợi ích của một xác chết được hiến tặng cho khoa học.

Bác sĩ Hồ Ngọc Minh kể lại: *"Ngày đầu khai trường, bốn đứa sinh viên chúng tôi được phân chia đứng chung ở một bàn mổ trong lớp Cơ Thể Học (Anatomy). Chúng tôi trang trọng đứng nghiêm khi bàn mổ được trục lên từ bồn chứa formol (formaldehyde). Một cô trong nhóm đột nhiên kêu trời, "Oh My God!" và té xỉu. Một thằng bạn khác đặt tên cho ông ta là "G.I Joe" chỉ vì trên vai của ông có xâm hình một con báo đen, chứ không ai hề biết trước đây ông Joe có từng phục vụ trong quân đội hay không. Trong suốt hơn 6 tháng trời, chúng tôi đã sống và học tập với thân xác của ông Joe, trải qua cả hàng trăm giờ, ngày và đêm. Ông Joe là một trong những người có lòng tốt đã hiến tặng thân xác cho khoa học".* Chính nhờ vào việc mổ xẻ xác chết mà các bác sĩ tương lai có được những kinh nghiệm quý báu khi mổ xẻ các ca bệnh của bệnh nhân. Khác với việc hiến tặng các cơ quan nội tạng, hiến tặng thân xác không giới hạn tuổi tác và không hạn chế nhiều về bệnh tật. Xác của người hiến tặng được bảo quản để có thể dùng trong từ hai đến ba năm. Ngoài các sinh viên y khoa, xác chết còn giúp cho các bác sĩ thực tập ghép gan, ghép thận, ghép mặt hay mọi loại ghép khác. Sau khi được sử dụng hết, xác sẽ được thiêu, và nếu được yêu cầu, tro cốt sẽ được trả về cho người thân. Kèm theo tro cốt là một lá thư kể về những lợi ích mà thân xác này đã giúp ích được cho khoa học như thế nào. Thường thì một xác được sử dụng cho sáu công trình nghiên cứu khác nhau. Bác sĩ Hồ Ngọc Minh cho biết thêm: *"Nghĩ đến chuyện hiến tặng thân xác có vẻ man rợ hay kinh dị, nhưng hiện nay khoa học rất cần đến người hiến tặng thân xác. Cho dù kỹ thuật computer 3-D đã giúp đỡ rất nhiều, nhưng vẫn không bì kịp một thân xác, người thật, việc thật. Ở Mỹ có nhiều cơ quan được ủy quyền để nhận xác chết, ví dụ như cơ quan công lập, American Association of Tissue Banks (AATB) Non-Transplant Anatomical Donation Committee. Ngoài ra hai hãng tư nhân như MedCure và Science Care cũng nhận xác chết. Cuối cùng là các trường đại học, thí dụ như trường University of California. Từ năm 2000, hãng Science Care đã nhận trên 60,000 xác chết hiến tặng, còn trường Đại học California mỗi năm nhận được khoảng 100 đến 150 xác"*.

Chuyện hiến tặng thân xác tới nay vẫn là chuyện…rùng rợn. Cứ nghĩ tới việc mổ xẻ, cắt lìa là rợn tóc gáy. Đó là suy nghĩ của chúng ta, những người còn đang thở. Một khi nằm cứng đơ, con người làm chi còn những suy nghĩ hay sợ hãi như vậy. Chúng ta vẫn cảm thấy…đau! Chưa tưởng tượng ra được chúng-ta-khi-chết nên cảm xúc của chúng ta vẫn là cảm xúc của người sống. Vậy nên chúng ta ngại, nhất là người Á đông chúng ta. Trong bài "Tạ Ơn Những Người Đã Khuất" được đăng trên báo Người Việt, ký giả Phạm Đình Trọng đã viết: *"Nếu ý niệm hiến tặng bộ phận và mô cơ thể để cứu mạng người khác đã quen thuộc với người Hoa Kỳ* thì đây vẫn là điều khó chấp nhận đối với một số sắc dân Á Châu, nhất là người Việt Nam. *Chúng ta thường tin vào sự đầu thai khi thể xác được toàn vẹn lúc lâm chung. Thực ra, không có tôn giáo nào nói đến việc thiếu bộ phận cơ thể lại ảnh hưởng đến việc đầu thai. Ngay cả trong đạo Phật, một đạo tin rằng có muôn ngàn kiếp trước, vạn ngàn kiếp sau, cũng không cho là như thế. "Dù xây chín bậc phù đồ / Không bằng làm phước cứu cho một người." Tại sao chúng ta không làm phước ngay cả sau khi chết?".* Câu trả lời xem ra thật dễ dàng nhưng lại không dễ chút nào. Biết hiến như vậy là mang lại cuộc sống cho người khác nhưng sao vẫn cứ ngại ngùng. Không dễ cho chúng ta có một quyết định tuy tỷ lệ người Việt tại Mỹ cần các bộ phận thay thế không phải là con số nhỏ. Số cung quá thấp so với số cầu. Ngay cả với người Mỹ bản xứ, tình trạng cũng vậy. Theo thống kê thì tại Mỹ có khoảng trên trăm ngàn người đang chờ để được thay thế một hay nhiều bộ phận trong thân thể để sống còn. Mỗi ngày có 18 người trong số đó chết vì không thể chờ đợi được, tính ra cứ 13 phút lại có một người ra đi. Biết như vậy để thấy sự cấp bách của việc hiến tặng. Vậy mà chúng ta vẫn cứ lưỡng lự.

Nhưng có người đã không lưỡng lự. Như bà cụ Đinh Thị Hạnh, 80 tuổi, sống tại Hà Nội. Bài báo nói về ý muốn hiến xác của cụ đề ngày 22/10/2010, nếu bây giờ cụ còn sống, cụ đã 88 tuổi. Năm 2010, cụ đã viết thư cho một bệnh viện để xin hiến xác. Lý do: cụ quá nghèo khổ, không giúp chi được cho người nên chỉ có thể hiến thân xác như làm việc từ thiện! Báo Sài Gòn Tiếp Thị viết: *"Chồng chết, rồi con trai, chỗ dựa duy nhất chết, nhà bị lừa lấy mất, cuối cùng người đàn bà ấy bị đẩy ra sống và mưu sinh ở vỉa hè Bách Hóa Thanh Xuân, thành phố Hà Nội. Từ 25 năm nay, những người bán hàng quanh Bách Hóa Thanh Xuân đã quá quen thuộc với hình ảnh nhỏ bé còm cõi của cụ Đinh Thị Hạnh bên chiếc cân sức khỏe, gom góp từng đồng bạc lẻ sống qua ngày".* Quê cụ ở Thái Bình, cha mẹ anh em chết hết trong nạn đói năm 1945, chỉ có mình cụ sống sót. Lấy chồng cũng không yên. Chỉ được ít năm người chồng đã bỏ cụ. Năm 1957, cụ bỏ quê lên Hà Nội, xin vào làm công nhân nhà máy điện Mễ Trì. Tại đây cụ lập gia đình lần thứ hai với một công nhân khác. Họ có được một con trai. Năm đứa con được 8 tuổi, chồng cụ mất. Sau đó đứa con cũng lâm bạo bệnh và lìa đời. Túng thiếu quá, cụ bán nhà nhưng bị lừa mất hết tiền bạc. Cụ bòn mót mua được chiếc cân sức khỏe, ngồi ở lề đường cân thuê ngày ngày kiếm được ít tiền lẻ nuôi thân. Bài báo kể tiếp: *"Cụ bảo sống không nơi nương tựa nên chẳng biết khi nằm xuống ai sẽ lo ma chay cho. Thỉnh thoảng đọc báo nên cụ biết được các bệnh viện rất cần nội tạng, các trường đại học y thì cần xác cho sinh viên thực hành nên nguyện vọng của cụ là muốn được hiến xác, vừa không phải lo chuyện hậu sự cho mình lại vừa giúp ích được cho đời. Cụ đã từng viết đơn gửi đến bệnh viện Bạch Mai xin hiến xác nhưng không thấy bệnh viện hồi âm chấp nhận yêu cầu của cụ. Thậm chí, cụ từng thuê xe ôm đến bệnh viện với ý định lên gặp ban giám đốc để nêu nguyện vọng nhưng không gặp được. Thấy mình đã già lại không nơi nương tựa nên cụ rất sợ bệnh già kéo tới, phải nằm một chỗ không có người chăm sóc thì càng khốn khổ nên cụ còn có ý muốn sẵn sàng hiến xác sống với suy nghĩ bây giờ nội tạng còn khỏe mạnh, chắc chắn sẽ có ích hơn. Suốt cuộc đời khốn khổ của mình, cụ Hạnh bảo mình chẳng có điều kiện giúp đỡ được ai thì chỉ mong chết đi, thân già này có thể giúp cho người khác sống thêm được vài năm, như thế là cụ mãn nguyện lắm rồi".*

Cũng nhiệt tình hiến như cụ Đinh Thị Hạnh là ông Phùng văn Hinh, quê ở Đồng Nai. Chuyện mới xảy ra vào tháng 5 năm 2018. Từ trên chục năm nay, ông Hinh, 68 tuổi, đã nhất định muốn hiến các bộ phận cơ thể và ngay cả xác cho khoa học. Ông có tính cẩn thận nên sợ vợ con phớt lờ ý nguyện của ông, ông viết giấy nói rõ quyết ý của mình và dán đầy khắp nhà cho vợ con nhớ. Tháng 5 năm nay, ông từ trần bất ngờ sau một cơn xuất huyết não. Con trai ông, anh Phùng văn Hiệu cho biết: *"Cha tôi đăng ký hiến xác hơn 10 năm rồi, còn hiến tạng thì mới trong năm nay. Đây là điều rất khó khăn cho gia đình, ông đã thuyết phục mẹ và bảy anh em tôi. Cha dành cả đời làm từ thiện, có được bao nhiêu tiền buôn bán được, tiền con cái cho, ông đều làm việc nghĩa. Ông thường phối hợp với các trại hòm để xin họ giảm giá tiền cho người nghèo qua đời. Nhiều người dân sống trên sông La Ngà chết không có quan tài, không có đất chôn, ông đều cố giúp đỡ họ. Ông cũng đã hơn 50 lần hiến máu cứu người và vận động hàng nghìn lượt người hiến máu. Tôi rất tự hào về những việc cha làm, gia đình rất vui mừng vì đã thực hiện được di nguyện của ông".*

Tôi vừa kể lại hai trường hợp mạnh dạn hiến của hai cụ Hạnh và Hinh. Nể phục tấm lòng của hai cụ thì chắc ai cũng nể phục, nhưng theo gót được hai cụ thì chắc còn phải nghĩ lại. Nhưng có người đã sớm thức tỉnh. Đó là cô bạn tôi sống tại Montreal này, cô đã ký giấy hiến tặng thân xác ngay khi còn rất yêu đời. Còn chúng ta? Ái dzà! Kể cũng tâm tư dữ!

10/2018

HÚT

Năm nay thời tiết thay đổi mạnh. Chúng ta đang trải qua những ngày nóng nực làm nhiều người đã mạng vong. Đây là chiều hướng chung trên toàn cầu. Montreal chúng tôi không là ngoại lệ. Bác sĩ pháp y Jean Brochu của thành phố đã phải lên tiếng báo động nhà xác không còn đủ chỗ chứa các thân chủ cứng đơ nữa. Mỗi ngày có khoảng 15 tử thi được nhập kho, con số mà ông chưa bao giờ thấy. Hầu như tất cả đều từ giã cõi đời vì thời tiết. Bác sĩ David Kaiser của cơ quan y tế công cộng cho biết phần lớn các vụ tử vong vì thời tiết xảy ra cho các vị ở độ tuổi trên sáu chục. Ông phát biểu: "Hầu hết các vụ tử vong là các cá nhân có bệnh mãn tính nhưng chết vì thời tiết nóng bức. Người ta có thể kết luận là thời tiết là một yếu tố góp phần trong tình trạng số tử vong cao này".

Không phải tự nhiên thời tiết bỗng trở mặt với chúng ta. Chính chúng ta làm hại chúng ta vì không chịu giữ gìn môi trường sống. Có nhiều yếu tố có thể bị nắm cổ kết tội nhưng một trong những yếu tố chính là vì chúng ta quá ẩu tả trong việc thải rác. Một trong những tên…đầu sỏ là rác nhựa. Túi nhựa chúng ta xài thả cửa nay đã bị cấm. Cái thứ nho nhỏ chúng ta tưởng là vô tội nay cũng đang bị nắm đầu. Đó là những ống hút nhựa chúng ta xài một cách vô tội vạ. Tới bất cứ một tiệm ăn hoặc giải khát nào, chúng ta chỉ cần với tay là có cái ống nhựa để cắm vào chiếc ly nước. Muốn lấy bao nhiêu cũng được vì nhà hàng để chúng ta tự do lấy. Chiếc khăn chùi bằng giấy có khi họ để trong quầy, chúng ta muốn có phải hỏi xin, nhưng chiếc ống nhựa thì ngay tầm với của chúng ta. Tôi phải thú nhận đã nhiều phen lấy mà không xài tới hoặc xài một thì lấy hai. Để phòng hờ. Khỏi phải mất công nhấc bàn tọa!

Có người nói: cái ống hút bé tí tẹo làm chi nên tội. Bởi vì nó bé tí tẹo nên khó tái chế và trở thành rác. Nếu biết rằng có hàng tỷ hoặc hàng chục tỷ chiếc ống bị vứt thành rác hàng năm thì nó đã trở thành vấn đề. Vấn đề được người ta quan tâm từ năm 2015 khi một *video* quay cảnh một chú rùa biển bị chiếc ống hút lọt vào mũi. Và chú nhóc tì là chiếc ống hút bị cả thế giới săn đuổi.

Công ty bán cà phê nổi tiếng Starbucks vừa cho biết sẽ hoàn toàn không sử dụng ống hút nhựa trong vòng hai năm tới tại tất cả 28 ngàn tiệm trên toàn thế giới. Tại quê hương của Starbuck, thành phố Seattle, tiểu bang Washington, Hoa Kỳ, họ đã hoàn toàn không sử dụng ống hút nhựa nữa. Hiện mỗi năm Starbucks tiêu thụ khoảng một tỷ ống hút nhựa.

Starbucks ngưng dùng ống hút nhựa khiến McDonald's nhột. Elaine Leung, nhà sinh học đại dương cho biết McDonald's dùng tới 95 triệu ống hút nhựa mỗi ngày! Phần lớn những ống này trôi nổi thành rác ngoài biển. Tất cả các sinh vật biển, kể cả cá voi, đều có nhậu những đồ dùng bằng nhựa khiến mạng vong. Tổ chức bảo vệ môi trường *SumOfUs* đã thu thập được nửa triệu chữ ký cho kháng thư yêu cầu McDonald's ngưng dùng ống hút nhựa.

Do đâu mà chú bé tí ti ống hút nhựa bị mọi người bắt nạt tận tình như vậy. Vì chú sống hoài sống hủy, không tiêu hủy được. Thực ra chẳng riêng mình chú nhưng tất cả các thứ làm bằng nhựa đều…bất tử như vậy cả. Từ cái túi nhựa tới hộp nhựa mà chúng ta vẫn vô tư dùng hàng ngày. Nhưng một phần nào những đồ nhựa có thể tái chế được, duy có chú ống hút nhựa là trơ trơ cùng tuế nguyệt, chẳng tái chế để có một đời sống khác được. Bởi vì chú nhỏ bé quá. Sau khi được dùng chỉ một lần, chúng ta vứt chú vào thùng rác, và chú sẽ lưu lạc ra tới biển. Cuộc di chuyển làm chú nát vụn ra khiến các sinh vật sống ở biển tưởng đó là đồ ăn nên há mõm ra đớp.

Ống hút nhựa là thứ chúng ta xài vô tội vạ. Chỉ riêng tại Mỹ, người ta ước lượng mỗi ngày có tới nửa tỷ ống được vứt vào sọt rác. Chúng ta khó mường tượng con số nửa tỷ nhiều ít như thế nào. Nếu chất nửa tỷ ống hút lên xe thì sẽ đầy 127 xe buýt vàng loại chở học sinh. Hoặc chia đều cho dân Mỹ thì mỗi người vứt rác 1,6 ống, tính cho dễ hiểu là hơn một ống rưỡi. Muốn cho dễ mường tượng hơn nữa thì cứ hai ngày xài ba ống. Theo thống kê của ngày dọn rác trên bờ biển hàng năm của tiểu bang California (*California's Coastal Cleanup Day)*, tính từ năm 1989 đến 2014, thì ống hút nhựa đứng hàng thứ sáu trong tổng số rác. Một hình ảnh khác cũng được đưa ra cho dân chúng cảnh giác. Dân Mỹ mỗi ngày đã tiêu thụ số ống hút đủ để bao quanh 2 lần rưỡi đường kính của trái đất!

Muốn quay về tình hình ống hút ở Canada, tôi phải đi vòng qua bên Anh. Chẳng biết có nên nhắc lại sự việc khá buồn là Canada chúng tôi tới nay vẫn là thần dân của Nữ Hoàng Anh. Bà vẫn là Quốc Trưởng của Canada.

Tháng 2/2018, Nữ Hoàng Elizabeth đã ra sắc lệnh hoàng gia nghiêm cấm việc dùng ống hút và chai nhựa tại những cơ sở thuộc hoàng gia. Khi bà vua ho thì cả nước động. Phi trường Luân Đôn, McDonald Anh và các tiệm cà phê Costa vội cất bước theo, ngưng dùng ống hút nhựa ngay lập tức. Các hãng *cruise* Royal Caribbean, Cunard và P&O hạn chế dùng các loại ống hút, chai nhựa và túi gói bằng nhựa. Hãng Carnival không tự động gắn ống hút nhựa trên ly nước nữa. Hãng máy bay Fiji Airways và Thai Airways hứa sẽ giảm một cách gắt gao việc dùng ống hút trên máy bay ngay trong năm nay. Hãng máy bay Ryanair sẽ "phi *plastic*" trong năm 2023. Khách sạn Anantara sẽ không dùng ống hút vào cuối năm nay. Khách sạn Four Seasons loan báo vào tháng tư vừa qua sẽ ngưng dùng ống hút nhựa trên toàn thể 110 cơ sở. Khách sạn Taj Hotels cũng có hành động tương tự trên 98 cơ sở. Khách sạn AccorHotels ngưng dùng ống hút tại 83 cơ sở ở Bắc và Trung Mỹ ngay từ tháng 7 này. Hệ thống khách sạn nổi tiếng Marriott's hứa sẽ nghỉ chơi với ống hút nhựa tại 60 địa điểm trên toàn nước Anh vào năm 2019, đồng thời thay thế các chai nhỏ đựng thuốc gội đầu bằng hộp phân phối gắn trên tường tại 1.500 cơ sở tại Bắc Mỹ. Với biện pháp này, mỗi năm họ có thể bỏ được 10 triệu rưởi chai nhựa, nặng tổng cộng 113 ngàn *pounds* hay gần 52 ngàn kí.

Hai tháng sau, tháng 4 năm 2018, bà Thủ Tướng Anh Theresa May loan báo lệnh cấm bán ống hút, que khuấy cà phê và cây ngoáy tai bằng bông trên toàn nước Anh. Bà cũng kêu gọi 52 nước trong khối Thịnh Vượng Chung có những biện pháp tương tự. Bộ Trưởng bộ Môi Trường Anh, ông Michael Gove cho việc "sử dụng chất nhựa rồi vứt rác là một tai họa cho đại dương, hủy hoại môi trường và thiên nhiên quý giá của chúng ta, vậy chuyện sống còn là phải can thiệp ngay".

Chàng Thủ Tướng trẻ tuổi đẹp trai Justin Trudeau của Canada chúng tôi có mặt trong buổi họp này và hứa sẽ mang vấn đề ra trước hội nghị G7 được tổ chức tại Canada vào tháng 6/2018. Thủ Tướng Canada cũng nhìn nhận *plastic* là "một tai họa cho đại dương". Vài ngày sau, Bộ Trưởng Môi Trường Canada, bà Catherine McKenna, đã công bố xin ý kiến của đại chúng về rác biển với mục tiêu "hoàn toàn không có rác nhựa". Theo bà thì "những sản phẩm làm bằng nhựa đã làm ô nhiễm biển và sông ngòi, không chỉ ở Canada mà còn ở khắp thế giới".

Hưởng ứng lời kêu gọi của chính phủ, thành phố Vancouver đề nghị các tiệm ăn uống không cung cấp ống hút nhựa một cách vô tội vạ mà chỉ đưa khi khách yêu cầu. Thành phố Toronto để ra dự án *The Law Straw Toronto* khuyến khích các nhà hàng tiệm nước lớn nhỏ không dùng ống hút nhựa. Montreal cấm bao nhựa vào đầu năm 2018, Victoria đi theo vào tháng 7 năm nay.

Chiếc ống hút nhựa bị đánh tơi tả cũng làm mủi lòng nhiều người. Có oan ơi ông địa cho chú bé này không? Tạp chí chuyên ngành *Scientific Report* làm một cuộc khảo sát tại chỗ nơi bờ biển Thái Bình Dương và đưa ra kết quả. Trong 668 kí rác biển được họ vớt lên, có tới 46% là lưới phế thải của dân đánh cá. Một số đáng kể vật dụng liên quan đến nghề đánh cá như phao, thùng, dây thừng, rổ và bẫy. Khoảng 20% rác khác là các rác rến do sóng thần *tsunami* tại Nhật vào năm 2011 cuốn ra biển. Không thấy bóng dáng các ống hút nhựa!

Trong một cuộc dọn dẹp bờ biển mới đây tại Canada do tổ chức *World Wildlife Federation* và công ty Loblaws tổ chức, người ta tìm thấy ống hút nhựa chỉ chiếm 2% tổng số rác. Trong khi đó, chỉ nguyên nắp chai đã có gấp đôi số ống hút nhựa, chiếm 4%, và mẩu thuốc lá có tới 20%! Ngay trong lòng biển Thái Bình, phía giáp với Canada, ống hút nhựa cũng…mất hút.

Ống hút nhựa không xuống biển, trên đất liền cũng không nhiều bóng dáng chúng. Cứ mỗi hai năm, thành phố Toronto đều làm một cuộc khảo sát thành phần trong rác tại các thùng rác nơi công cộng. Họ chọn một cách ngẫu nhiên các thùng rác được khảo sát. Kết quả năm 2016 cho thấy trong mỗi thùng được khảo sát chỉ có 4 ống hút trong khi có tới 900 xác kẹo cao su, 800 mẩu thuốc lá, 734 mẩu giấy.

Vậy là quá oan ức cho ống hút nhựa. Với một người bình thường, có hay không có ống hút nhựa cũng chẳng chết con ma nào. Nhưng với một số người tàn tật, ống hút là cứu tinh của họ. Bà Miriam Osborne bị chứng bệnh bắp thịt *arthrogryposis* khiến bà không thể cầm được ly để uống. Ống hút là thứ cần thiết cho bà. Phe những người chống ống hút nhựa nhìn nhận có những người cần ống hút nhưng họ thanh minh thanh nga là họ chỉ chống ống hút nhựa chứ không chống tất cả các loại ống hút. Người tàn tật có thể dùng ống hút giấy hoặc ống hút kim loại dùng được nhiều lần. Nhưng ống hút giấy không thể ngâm lâu trong nước và đầu hút dễ bị tắc vì người dùng ngậm lâu hoặc cắn vào. Ống hút kim loại bị nóng hoặc lạnh quá có thể gây nguy hiểm, nhất là cho những người tàn tật. Chỉ có ống hút nhựa dùng một lần là "văn minh" hợp với thời đại. Cơ quan bảo vệ quyền của người tàn tật *Disability Rights Washington,* trụ sở tại Seattle, viết trong một lá thư gửi nhà chức trách: "Những loại ống hút khác không hội đủ các điều kiện bền bỉ, mềm dẻo và an toàn như ống hút nhựa. Chúng tôi hoan nghênh việc dùng ống hút thân thiện với môi trường. Cộng đồng người tàn tật không cố ý chống lại môi trường. Chúng tôi chỉ bảo vệ người tàn tật".

Để có một môi trường trong sạch phải chú ý đồng đều tới mọi khía cạnh. Những rác rưởi của kỹ nghệ đánh cá chiếm tới 46% rác trong biển cả thì không thấy ai nói tới mà chỉ nhắm đánh vào cái thứ ít ỏi 2%. Thật bất công cho chú bé tý ống hút nhựa.

Tuy không phải người tàn tật, nhiều người trong chúng ta cũng bất bình với vụ chống ống hút nhựa. Đó là các đồ đệ của...*bubble tea*. Chà! Con số này coi bộ không nhỏ. Mà phần đông là các bà các cô, thành phần không dễ chi bị khuất phục. Tôi đọc được hai bài báo về chuyện ống hút *bubble tea* này. Một của ký giả Wanyee Li trên tờ StarMetro ở Vancouver và một trên tờ Montreal Gazette của Douglas Quan. Cả hai tác giả đều có cái tên Á châu. Li chắc không phải dân Mít ta rồi, Quan thì có thể. Nhưng tôi mò mẫm tìm được tấm hình của anh, ngắm mãi không thấy nét dân ta trên mặt. Nhưng dù là dân chi, cứ coi xem hai người này bênh dân nghiện *bubble tea* ra sao.

Chắc nhiều người không biết thứ "trà bong bóng" này là cái chi chi. Đó là một thứ tả pí lù gồm trà hoặc các loại sinh tố trái cây và những hạt trân châu nằm dưới đáy ly. Thứ trà này xuất phát từ Đài Loan và là một phát minh tình cờ. Cứ như phát minh của Viagra vậy. Tại tiệm trà Chun Sui Tang Tea House ở Đài Trung do ông Liu Han Chieh làm chủ có bán loại trà sữa lạnh. Trong một lần họp của tiệm, một bà quản lý vui tay bỏ những hạt *fen yuan,* một món tráng miệng phổ biến tại Đài Loan, vào ly trà sữa. Vừa uống vừa ăn, bà thấy hay hay. Bà mời mọi người thử, ai cũng thấy thích. Vậy là một món khoái khẩu mới được tung ra thị trường. Muốn… húp trà này, người ta cần một ống hút thứ lớn. Hút một hơi, vừa trà vừa hạt trân châu tọt vô miệng, nhai nhai cái thứ sần sật, dai dai, mềm mềm này rất đã cái miệng.

Tôi không phải là thần dân của trà trân châu nhưng cũng đã có vài lần nhúng miệng vào ống hút. Lấy hơi hút lên được vài viên trân châu, vừa uống vừa nhai, thấy đã làm sao. Nhưng từ ngày có tin là mấy anh ba tàu chơi bẩn tung ra thị trường những nguyên liệu giả để làm *bubble tea,* các tiệm chạy theo lợi nhuận, dùng những nguyên liệu này thì tôi hết…hút! Gọi là trà sữa nhưng thực ra chẳng có trà, cũng chẳng có sữa nhưng chỉ toàn các chất hóa học giả mạo hương vị. Còn hạt trân châu, thay vì phải làm bằng tinh bột củ năng hoặc sắn dây lại được các anh chế bằng vỏ lốp xe cũ, đế giầy da và một loại bột hóa học tạo độ giòn thường dùng để chế tã cho con nít. Tôi xin lỗi các đệ tử của *bubble tea* vì tiết lộ sự man trá của trà sữa. Sự man trá khiến cho những người đã từng húp *bubble tea* phải tởm lợm. Nhưng biết thì phải nói, biết sao chừ! Thôi thì trở lại chuyện chính là cái ống hút loại lớn dùng để hút trà bong bóng.

Theo ký giả Douglas Quan, ống hút trà sữa quả có bự hơn các ống hút loại thường. Mà ống hút là thứ không tái chế được vì nó nhỏ nên lọt xuống sàn lọc của các cơ sở tái chế. Nhưng trà sữa đã có "lịch sử" bền chặt với ống hút. Không thể tưởng tượng được uống trà sữa mà không có ống hút nhựa. Chúng dính với nhau như hình với bóng, như ăn đồ ăn Á châu thì phải có đũa vậy! Nhưng thôi thì đành phải tùy theo thời mà cải cách tí chút. Như thay bằng ống hút giấy chẳng hạn. Nhưng ống hút giấy không cứng cáp để có thể hút được trân châu vào miệng. Thưởng thức trà sữa, người ta cần nhẩn nha, ống hút có thể thấm nước xìu xuống. Thay bằng ống dùng nhiều lần lại gặp phiền phức khác. Đâu có phải lúc nào cũng kè kè chiếc ống hút trong người được. Chẳng lẽ dùng muỗng! Cứ nghĩ tới vậy đã thấy lạc điệu rõ ràng! Ông Shaun Leong, chủ nhân một tiệm *bubble tea* trong chuỗi cửa hàng The Alley ở Toronto lắc đầu quầy quậy: "Các thứ thức uống khác người ta có thể không cần ống hút. Nhưng với trà sữa, thiệt khó lòng. Tôi không biết rồi sẽ ra sao khi luật cấm ống hút có hiệu lực!".

Ông chủ tiệm này khư khư giữ…truyền thống. Nhưng các đệ tử của trà sữa có người nghĩ khác. Họ phóng khoáng hơn. "Gặp thời thế, thế thời phải thế", cô Gail Kakino ở Toronto tỉnh rụi cho biết là mang thêm chiếc ống hút trong người có chết con ma nào đâu! Cô Nancy Ho thực tế hơn: "Nếu mỗi người chúng tôi phải mang ống hút riêng theo, nhà hàng phải bớt tiền chứ!". Chuyện cắt bớt túi tiền của các thương gia, sao mà thiên nan vạn nan!

08/2018

NÀNG

Tới giờ tôi mới biết viết văn là dại. Người con gái trong văn thường được miêu tả một cách kỹ càng. Như lấy kính hiển vi soi từ dáng đi dáng đứng, lúc ăn lúc ngủ, khi vui khi buồn, lúc dễ thương lúc khó thương. Nghĩa là một người bình thường, không son phấn, có sao tả vậy. Giai nhân trong thơ khác. Mặt hoa da phấn, mắt phượng mày ngài, luôn điệu đàng cho người ta tôn thờ khen tặng. Tôi bỗng nảy ra một sự so sánh. Người đẹp trong văn là người đẹp trong nhà, chưa son phấn, bình thường như mọi người, có tí xấu xí nào lộ ra hết. Người đẹp trong thơ là người đã son phấn, bước ra khỏi nhà cho thiên hạ chết mê chết mệt với dáng điệu sang cả, đi đứng khoan thai, như một nữ hoàng trên ngai ban phát nụ cười tiếng oanh cho các nhà thơ tôn thờ. Các ông bạn thơ thẩn của tôi Luân Hoán, Hoàng Xuân Sơn, Quan Dương, Hoàng Lộc, Phan Xuân Sinh đua nhau tán tụng. Không có "nàng văn" nhưng "nàng thơ" thì hiện diện có chứng minh thư đàng hoàng. Không thấy nói tới "nàng nhạc" nhưng suya là có vì có cái gọi là "thơ nhạc giao duyên". Vậy thì "nàng nhạc" cũng xêm xêm như "nàng thơ". Mấy ông nhạc sĩ cũng công nhận khi tự thú trước bình minh những người đẹp núp đằng sau những lời ca tiếng hát.

Nhạc sĩ Nguyễn văn Khánh là tác giả hai nhạc phẩm nổi tiếng: *Nỗi Lòng* và *Chiều Vàng*. Hai nhạc phẩm trữ tình này có chung một nàng. Nguyễn văn Khánh không tự ý viết nhưng kể…nỗi lòng với một người bạn, cũng là nhạc sĩ. Đó là nhạc sĩ Lê Hoàng Long. Khi đó Lê Hoàng Long đang viết cho báo Giang Sơn ở Hà Nội. Nhắc tới báo Giang Sơn là tôi khoái. Không phải vì tôi viết cho báo này. Nhỏ nhít vừa tới tuổi *teen* như tôi thì viết lách chi. Nói như vậy là…khiêm nhượng vì thực sự tôi có viết và có bài được đăng trên báo "Cậu Ấm Cô Chiêu" đàng hoàng! Nhưng báo Giang Sơn là báo của người lớn (xin đừng nghĩ chữ "người lớn" theo nghĩa bây giờ) nên tôi kính nhi viễn chi. Tôi nhớ tới báo Giang Sơn là vì hồi đó, trên đường từ Phố Huế, đoạn Chợ Hôm, đi học trường Dũng Lạc, bên hông Nhà Thờ Lớn, tôi phải đi qua phố Hàng Trống, nơi có tòa soạn báo Giang Sơn. Ngày nào tôi cũng chúi mũi vào tấm bảng gỗ có che mắt cáo phía bên ngoài, bên trong có dán tờ báo hàng ngày. Đó là một điểm dừng hàng ngày trên đường tới trường của tôi.

Thời gian của cuộc trò chuyện giữa hai nhạc sĩ là năm 1952. Ông Lê Hoàng Long tả chân dung Nguyễn văn Khánh: *"Lúc ấy Nguyễn văn Khánh là công chức Sở Tài Chính thành phố Hà Nội. Con người Nguyễn văn Khánh, ai mới trông thấy cũng cảm thấy tỏa chất nghệ sĩ, từ mái tóc, lối nói chuyện và nhất là dáng dấp thật phong phú. Nguyễn văn Khánh ít nói, nhưng khi nói thật dí dỏm, có duyên. Nhà Nguyễn văn Khánh ở phố Khâm Thiên, phố toàn nhà các cô đầu, ở trong ngõ, nhưng đất rất rộng. Trong khuôn viên có cả một ao nuôi cá nên vào ngày Chủ Nhật, Nguyễn văn Khánh có cái thú ngồi uống rượu và câu cá. Rượu đối với Nguyễn văn Khánh là cái hũ chìm, uống bao nhiêu cũng không say mà càng uống càng tỉnh táo. Lối uống rượu của Nguyễn văn Khánh đáng gọi là tiên tửu, khác hẳn một số đông tục tửu, rượu vào lời ra, ăn nói thô lỗ đi đến cãi nhau, đánh lộn!".*

Tết năm Quý Tỵ 1953, thành phố có tổ chức một Chợ Phiên (*kermesse*) tại bờ hồ Hoàn Kiếm. Ông Lê Hoàng Long được mời đứng ra phụ trách một cuộc thi hát. Khi thành lập ban giám khảo, người đầu tiên ông nghĩ tới là Nguyễn văn Khánh. Thêm vào là hai nhạc sĩ Hoàng Trọng và Hùng Lân. Trong số thí sinh được thưởng có Duy Trác, người sau này trở thành một ca sĩ tên tuổi. Nhạc sĩ Lê Hoàng Long có ý muốn "moi" ra bóng dáng người con gái là "nàng" của hai nhạc phẩm *Chiều Vàng* và *Nỗi Lòng* nhưng chưa lựa được dịp. Nhân dịp lễ Các Thánh, nhạc sĩ Khánh tới rủ nhạc sĩ Long đi lễ nhà thờ Hàm Long, tuy cả hai đều không phải là người Công Giáo. Nhắc tới nhà thờ Hàm Long khiến lòng tôi xốn xang. Đó là cái…tổ của tôi tại Hà Nội, nơi tôi đã theo học bậc tiểu học, giúp lễ và hát trong ca đoàn. Lễ xong, họ đi uống cà phê. Đang ngồi uống thì nhà hàng mở bài nhạc *Nỗi Lòng*. Ẩm khách ngồi yên lặng lắng nghe. Tác giả bài hát còn chăm chú nghe hơn nữa. Khi bản nhạc dứt, nhạc sĩ Lê Hoàng Long gợi chuyện và được nhạc sĩ Nguyễn văn Khánh bày tỏ…nỗi lòng. Ông Long kể lại: *"Khánh là con người đa sầu đa cảm, biết yêu rất sớm. Mới bước vào năm thứ hai bậc Thành Chung, Nguyễn văn Khánh đã để ý, thầm yêu trộm nhớ cô bé láng giềng. Cô bé này cũng đang cắp sách đến trường, con gái út của một ông thông phán làm việc ở phủ Thống Sứ Bắc Kỳ. Những đêm trăng sáng, Nguyễn văn Khánh ra đằng sau vườn nhà, mang đàn ra hát các bài C'est à Capri, J'ai deux Amours, Madelon… chứ tân nhạc lúc bấy giờ mới có được một vài ba bài của nhạc sĩ Dương Thiệu Tước, Văn Chung, Dzoãn Mẫn và chưa được phổ biến rộng rãi. Tiếng đàn quyện với tiếng hát trong đêm khuya thanh vắng, bay tới tai cô gái nhà bên. Về sau, cứ đúng giờ, Nguyễn văn Khánh ra vườn nghêu ngao. Có lẽ cả hai đều tình trong như đã nên sau buổi học chiều về đến nhà là cả hai cùng ra vườn sau, cách nhau có cái giậu mía thưa để nhìn nhau…Một buổi chiều ra vườn, Nguyễn văn Khánh hái ở cây một quả cà chua chưa chín rồi vứt nhẹ qua hàng rào. Vứt xong Nguyễn văn Khánh lên tiếng nhờ cô nhặt giùm vì với tay không tới. Cô bé ranh mãnh lắm, nhặt xong, đưa cho anh, nói bâng quơ: "Quả còn xanh thế này sao tự nhiên lại rụng được?". Nguyễn văn Khánh cũng thông minh, láu lỉnh đáp lại: "Phải là quả chín mới rụng được sao hả cô? Lá vàng còn ở trên cây, lá xanh còn rụng được nữa là. Cám ơn cô nhiều!". Lúc ấy bốn mắt liếc nhẹ nhìn nhau. Thầm nói với nhau: tình của hai đã rạt rào rồi".*

Mối tình được nuôi lớn hàng ngày bên hàng giậu mía. Và nó bước ra ngoài khuôn viên của hai chiếc sân. Họ hẹn hò nhau ở hồ Hoàn Kiếm, Hồ Tây, Chùa Láng, Quảng Bá, Nghi

Tàm. Ba năm trời hẹn hò khắp những địa danh nổi tiếng của Hà Nội mà cả hai gia đình không một ai biết. Kể ra cặp tình nhân này khá nghề! Khi Nguyễn văn Khánh hoàn tất năm thứ tư Thành Chung, ông phải dự kỳ thi *Diplome*. Say mê với tình cô láng giềng, đầu óc đâu còn nhét được chữ nghĩa vào, ông rớt khóa đầu. Cô láng giềng thấy tình thế không ổn nên nhất định không cho ông gặp mặt trong suốt kỳ hè để người yêu chuyên cần học tập thi khóa hai. Nàng còn hẹn nếu khóa hai chàng vẫn lọt sổ thì cuộc tình coi như tan vỡ. Nguyễn văn Khánh hoảng quá, cắm cúi học và may mắn thay, tên chàng có trên bảng vàng. Cuộc tình không vỡ nhưng hoàn cảnh trớ trêu khiến cuộc tình gián đoạn. Cụ thông phán phải đổi lên làm việc tại Thái Nguyên trên miền thượng du Bắc Việt. Từ Hà Nội tới Thái Nguyên là cả một đoạn đường dài, phương tiện giao thông hiếm hoi và rất nhiêu khê. Phải đáp xe lửa từ Hà Nội lên Lạng Sơn, xuống ga Bắc Giang, đi xe đò ngược lên Thái Nguyên. Mỗi ngày chỉ có một chuyến. Vậy mà anh chàng si tình vẫn có mặt tại Thái Nguyên mỗi thứ bảy hàng tuần. Trong khi đó, nàng đã có người đánh tiếng xin cưới. Đó là một thanh niên học thức, môn đăng hộ đối với gia đình nàng và được gia đình nàng chấp thuận. Nàng chỉ biết hẹn lần hẹn lữa để mua thời gian. Trong hoàn cảnh đó, một lần trên xe lửa từ Thái Nguyên về lại Hà Nội, Nguyễn văn Khánh đã sáng tác được bản "Nỗi Lòng". *Yêu ai yêu cả một đời / Tình những quá khắt khe khiến cho đời ta / Đau tủi cả lòng vì yêu ai mà lòng hằng nhớ*. Ông bận việc nhà nên tuần đó không lên thăm nàng được để hát cho nàng nghe. Tuần tiếp theo ông lên Thái Nguyên nhưng không thấy nàng ra chỗ hẹn. Lòng rối như tơ, ông gặp người hàng xóm của nàng tại một quán nước, hỏi thăm mới hay nàng bị trúng gió và đã ra người thiên cổ. Ông hỏi nơi chôn cất nàng. Ông vội đi bộ lên đồi thông, sụp trước mộ và say sưa hát bài "Nỗi Lòng". Tới khi trời tắt nắng, ông mới buồn bã lê bước về nhà trọ. Trên đường, tâm hồn tan vỡ, ông ghé vào một quán nước, say sưa vừa viết vừa hát những âm điệu đang xối xả đi vào hồn ông.

> *Trên đồi thông chiều đã xuống dần*
> *Mặt trời lấp ló sau đồi chiều vàng*
> *Riêng mình ta ngồi ngắm quanh trời*
> *Lạnh lùng nghe tiếng chim chiều gọi đàn*
> *buồn xa vắng buồn, lòng thầm nhớ tới người*
> *Chiều xưa cũng trên đồi cùng ta*
> *Người đã ước nguyền rằng đời riêng có ta*
> *Lời đó còn đâu?*

Nàng… nhạc của Nguyễn văn Khánh đã khiến ông sáng tác được hai ca khúc bất hủ: *Nỗi Lòng* và *Chiều Vàng*. Hình như các cô hàng xóm thuở xưa là các nàng thơ nàng nhạc khá phổ biến. Nhạc sĩ Hoàng Quý cũng có cô láng giềng. Cô tên Hoàng Oanh, rất xinh đẹp, hoa khôi phố Cảng Hải Phòng thời bấy giờ. Chuyện tình của họ rất kín đáo. Họ thường hẹn hò nhau tại ngoại ô thành phố. Dù có nhiều công tử con nhà giầu, quyền thế theo đuổi, nàng vẫn chỉ quyết trao trọn con tim cho người nhạc sĩ nghèo khổ.

Khi Hoàng Quý quyết định lên đường "tham gia cách mạng" thì hai người ít gặp nhau. Thỉnh thoảng Hoàng Quý về thăm người yêu ít ngày rồi lại lên đường. Bẵng đi một thời gian, thấy Hoàng Quý không về thăm, Hoàng Oanh vừa buồn rầu vừa lo lắng. Một thanh niên hào hoa, sang cả đã xuất hiện, ngỏ ý yêu nàng. Hoàng Oanh đã ngã lòng trước sự săn sóc cuồng nhiệt của người này. Từ xa, Hoàng Quý không biết sự thay lòng đổi dạ của người yêu nơi quê nhà. Khi chàng trở lại vào một ngày năm 1945 mới biết đã mất người tình. Hoàng Oanh lên xe hoa một tháng sau ngày về của Hoàng Quý. Chàng tê tái. Cuộc tình sớm tan vỡ không hề nguôi ngoai trong lòng chàng. Trong một đêm thao thức, Hoàng Quý bật dậy, ghi vội những câu nhạc đang dồn dập tuôn trào.

Cô láng giềng ơi!

Không biết cô còn nhớ đến tôi.

Giây phút êm đềm ngày xưa kia khi còn ngây thơ.

… … …

Năm xưa khi tôi bước chân ra đi.

Đôi ta cùng đứng bên hàng tường vi.

Em nói rằng em sẽ chờ đợi tôi.

Đừng nói đến phân ly.

Cô láng giềng ơi!

Nay bóng hoa bên thềm

đã thắm rồi.

Chân bước vui bên bờ đường quê.

Em có hay chăng giờ tôi về...

Chẳng bao lâu sau, đầu năm 1946, Hoàng Quý mắc bệnh nan y. Chàng nhạc sĩ si tình trút hơi thở cuối cùng vào giữa năm, lúc mới 26 cái xuân xanh. Trước phút ông lâm chung, cô láng giềng Hoàng Oanh có xin tới thăm nhưng chàng từ khước. Dù vậy, trong tang lễ của ông, cô cũng có tới đưa tiễn người yêu cũ.

Đó là phiên bản chuyện "Cô Láng Giềng" của Hoàng Quý do nhiều tờ báo trong nước phổ biến. Nhưng một phiên bản khác thuật lại câu chuyện khác hẳn. Theo đó thì bản nhạc được ra đời khoảng năm 1942-1943. Lúc đó Hoàng Quý rời Hải Phòng lên Sơn Tây làm thư ký cho một trang trại nuôi bò. Ông chia tay với cô láng giềng của ông. Khoảng sáu tháng sau, ông thôi việc ở Sơn Tây, trở về Hải Phòng. Trên đường, ông ghé thăm người em tên Hoàng Phú ở Hà Nội. Hoàng Phú chính là nhạc sĩ Tô Vũ, tác giả bản nhạc nổi tiếng "Em Đến Thăm Anh Một Chiều Mưa". Nhạc sĩ Tô Vũ kể lại: *"Với Cô Láng Giềng, anh tôi chỉ sáng tác lời 1. Đó là những vần thơ đầy lạc quan, phấn khởi khi chia tay người yêu và hy vọng một ngày trở về gặp nhau trong vui mừng. Còn lời 2 là do tôi sáng tác thêm, đó là cảnh chàng trở về, ngày có một đám cưới làng quê tưng bừng rộn rã của chính người yêu, và chàng buồn tình lặng lẽ ra đi... Thật ra lời 2 này không phải là tâm tư của Hoàng Quý mà do tôi hư cấu và Hoàng Quý đã đồng ý, xem như là một tác phẩm nghệ thuật chứ không phải là sự miêu tả một mối tình có thật, vì thực tế Hoàng Quý không có một bi kịch về tình yêu như nội dung của lời 2"*

Lời hai do Tô Vũ đặt hoàn toàn nói tới chuyện phụ bạc của người yêu được ông hư cấu như sau:

> *Trước ngõ vào thôn vang tiếng pháo*
> *Chân bước phân vân lòng ngập ngừng.*

Tai lắng nghe tiếng người nói cười xôn xao
Tôi biết người ta đón em tưng bừng

... ...

Cô láng giềng ơi!
Thôi thế không còn nhớ đến tôi
Đến phút êm đềm ngày xưa kia
Khi còn ngây thơ.

Cô láng giềng của Hoàng Quý, cô láng giềng của Nguyễn văn Khánh, các chàng trai ngày xưa hình như cứ quanh quẩn với những bóng hồng ngay bên cạnh. Tình trạng với tay vớ những mục tiêu gần được các cụ phán: gà què ăn quẩn cối xay! "Trường phái" cô láng giềng chưa hết. Chúng ta còn một cô láng giềng nữa. Đó là "Cô Hàng Xóm" của Nguyễn Bính, được nhạc sĩ Tô Thanh Tùng phổ thành ca khúc. Xin chớ lầm Tô Thanh Tùng với Thanh Tùng, tác giả bài "Giọt Nắng Bên Thềm". Tô Thanh Tùng là một nhạc sĩ của miền Nam. Ông theo học luật nhưng lại thích sáng tác nhạc, tác giả của hơn 200 ca khúc trong đó có các bài *Nhìn Lá Thu Rơi, Sao Nỡ Đành Quên, Giã Từ.* Ông qua đời vào tháng 7 năm 2017, thọ 74 tuổi.

Nếu cái hàng rào ngăn cách Nguyễn văn Khánh với cô láng giềng là giậu mía thì hàng rào ngăn cách Nguyễn Bính với cô hàng xóm là giậu mùng tơi. *Nhà nàng ở cạnh nhà tôi / Cách nhau cái giậu mùng tơi xanh rờn.* Nguyễn Bính coi bộ nhát hơn Nguyễn văn Khánh, ông chẳng bao giờ bước qua cái dậu mùng tơi. Ông chế ra con bướm trắng bay qua bay lại bên hàng dậu. *Bướm ơi bướm hãy vào đây / Cho tôi hỏi nhỏ câu này chút thôi.* Ông chơi với con bướm trắng, tự đánh lừa không yêu nàng, chỉ nhớ con bướm trắng. Cho tới khi bốn ngày không nhìn thấy nàng, ông mới chịu thúc thủ chữ yêu.

Nhớ con bướm trắng lạ lùng
Nhớ tơ vàng nữa nhưng không nhớ nàng
Hỡi ơi bướm trắng tơ vàng
Mau về mà chịu tang nàng đi thôi
Đêm qua nàng chết thật rồi
Nghẹn ngào tôi khóc, quả tôi yêu nàng
Hồn trinh còn ở trần gian
Nhập vào bướm trắng mà sang bên này.

Nàng của Nguyễn văn Khánh tên chi, ông Nguyễn Hoàng Long sơ ý không kể ra, nàng của Hoàng Quý là Hoàng Oanh, nàng của Nguyễn Bính cũng không thấy có tên. Không có tên mà còn không biết nhân dáng ra sao. Tôi đã khổ công tìm tòi tra cứu mà vẫn không thấy bóng dáng thật của cô hàng xóm của nhà văn Nguyễn Bính. Đành chịu, coi như một nàng…giấu mặt!

* * *

Nàng của Nguyễn Ánh 9 có phải là một cô hàng xóm không, không thấy ông nói tới. Ông nhạc sĩ này dính liền với chữ "không" nên chúng ta không biết. "Không" chính là sáng tác đầu tay của người nhạc sĩ chuyên chơi đàn dương cầm này. Khán giả quên đi một Nguyễn Ánh 9 chơi đàn dương cầm rất hay để biết tới một Nguyễn Ánh 9 nhạc sĩ sáng tác cũng nhờ bài này. "Nàng" của bản nhạc nhanh chóng trở nên phổ biến này là một người con gái, chắc chưa tới 18 tuổi. Hãy nghe ông kể: *"18 tuổi, tôi gặp mối tình đầu. Hai người tình thơ trẻ bị cuốn vào niềm đam mê choáng váng và mãnh liệt. Nhưng dường như là số phận, những mối tình quá đẹp, thường khó vẹn toàn. Gia đình cô gái không đồng ý cho con mình yêu anh nhạc sĩ nghèo, sống lang bạt kỳ hồ. Ngăn không được lòng đôi trẻ, cha mẹ cô dùng kế ly gián, gây nghi ngờ hờn giận cho hai người. Để cách ly, cô ấy bị bố mẹ bắt sang Pháp sống, hòng ngăn cản mối tình "rồ dại" với chàng nhạc sĩ".* Chàng nhạc sĩ này học rất giỏi, cái bằng bác sĩ, kỹ sư như cha mẹ nàng muốn không phải là khó đối với ông, nhưng nhạc đã chiếm hết cuộc đời ông. Chính cha mẹ ông cũng đã muốn ông thành bác sĩ hay kỹ sư. Họ cho ông tối hậu thư: hoặc học theo ngành họ chọn hoặc ra khỏi nhà. Ông chọn cách thứ hai! Sự lựa chọn cho ông tiếp tục theo niềm đam mê riêng nhưng cũng khiến ông mất tất cả, trừ tài năng giỡn với cây đàn dương cầm. Phải công nhận cây đàn, dưới tay ông, có một ngôn ngữ riêng rất Nguyễn Ánh 9. Tôi đã say mê tiếng đàn có một không hai này. Tài năng độc đáo đã đưa ông đi khá xa trong làng nhạc. Ông đã cùng đi Nhật với Khánh Ly để đệm đàn cho cô tại hội chợ Osaka vào tháng 8 năm 1970. Sau buổi diễn, khi hai người đứng chờ thang máy tại khách sạn, thấy ông có vẻ buồn bã, Khánh Ly hỏi: "Còn thương nó không bạn?". Câu hỏi như nhát dao chạm tới tận đáy tâm tư ông. Chỉ trong vài tiếng đồng hồ sau đó, ông hoàn tất bản nhạc *"Không"*, như một câu trả lời thẳng thừng. Bài *"Không"* bỗng nổi tiếng như cồn sau đó, biến Nguyễn Ánh 9 thành một nhạc sĩ sáng tác với một loạt bài hát theo sau: *"Ai Đưa Em Về"*, *"Lời Cuối Cho Em"*, *"Chia Phôi"*…Và tuy dứt khoát không, Nguyễn Ánh 9 lại nhùng nhằng để có bài

"Không 2". *Người ơi cho tôi chi lời ân ái / Người ơi cho tôi chi phút mê say / Để giờ đây ai cho tôi lời cay đắng / Để giờ đây ai cho tôi lắm phũ phàng.*

Thực ra cuộc tình không bao giờ dứt trong lòng Nguyễn Ánh 9 tuy hai người xa nhau vạn dặm. Năm 1965, ông lập gia đình. Ông là một người chồng, người cha hết mực thương vợ thương con. Nhưng ông cũng không giấu giếm tình yêu đầu đời chưa hết vị ngọt của ông. Ông biết như vậy là không phải nhưng con tim ông không bao giờ chịu khuất phục. *"Vợ tôi là một người phụ nữ dịu hiền nhân hậu, có lẽ chẳng người phụ nữ nào đủ vị tha và hy sinh cho chồng mình như cô ấy. Tôi mắc nợ trọn kiếp với người bạn đời, bởi tình yêu đã vĩnh viễn câm lặng, trái tim tôi không còn cảm giác sau hình ảnh của mối tình đầu".*

Năm 1974, ông gặp lại "nàng nhạc" của bài *"Không"*. Nàng vẫn cu ky một mình, vẫn yêu ông, vẫn chẳng oán trách gì ông. Rồi họ lại chia tay. Ông không giấu vợ chuyện gì. Bà không có tình yêu của ông vì tình của ông chỉ trao một lần cho một người. Người đó không phải là bà. Ông biết ơn bà vì tấm lòng vị tha bà dành cho chồng. Ông rất trọng bà. Gần bốn chục năm chung sống, bà không một lần dằn vặt chồng, luôn câm lặng chịu đựng và vẫn nén lòng khi nghe những ca khúc ông không viết cho bà. *"Càng về già, tôi càng thương bà ấy hơn. Tôi "gác kiếm" còn vì muốn có thời gian chăm sóc và bù đắp cho vợ. Tôi coi việc ấy là hệ trọng với những năm còn lại của đời mình".*

Lam Phương và Hoàng Thi Thơ là hai nhạc sĩ nổi tiếng, có nhiều ca khúc vào bậc nhất Việt Nam. Cả hai đều đào hoa. Nhưng Hoàng Thi Thơ mất điểm hơn với các giai nhân vì có vợ rất sớm. Đó là ca sĩ Tân Nhân. Chuyện tình của họ khá gian nan. Cả hai đều là dân Quảng Trị, học cùng trường và cùng đi theo kháng chiến. Khi đó Tân Nhân mới 16 tuổi. Năm 1949, trong một lần bị quân Pháp càn, đơn vị của Tân Nhân tan tác, mọi người chạy thục mạng vào rừng và mất liên lạc. Hoàng Thi Thơ ở Nghệ An, nghe tin người yêu bị thảm sát, được trường cũ là trường Huỳnh Thúc Kháng làm lễ tưởng niệm, anh buồn rầu, cõi lòng tan nát. Và "nàng nhạc" Tân Xuân đã được Hoàng Thi Thơ tưởng nhớ trong bản nhạc *"Xuân Chết Trong Lòng Tôi"*. Nhưng Tân Nhân đã trở về từ cõi chết, nghe được bản nhạc, quá cảm động nên ra Nghệ An để gặp lại người thương. Họ đã có với nhau một cuộc tình thơ mộng. Trong một lần Hoàng Thi Thơ về thăm nhà, đã bị Pháp bắt, và ở luôn trong miền Nam khi hiệp định Genève chia cắt đất nước. Tân Nhân khi đó đang có mang, nén đau thương khi phải xa cách người yêu, chưa biết bao giờ gặp lại. Nàng trở thành một ca sĩ khá nổi tiếng. Và cuộc đời bẽ bàng của nàng đã là đề tài cho bài *"Xa Khơi"* của nhạc sĩ Nguyễn Tài Tuệ. *"Xa Khơi"* nói về nỗi nhớ thương của người con gái đất Bắc gửi cho người trai miền Nam. Chính Tân Nhân là người trình bày bản nhạc này. *Nắng tỏa chiều nay / Thuyền về mái động chiều nay / Nhìn phương Nam con nước vơi đầy thương nhớ / Nhớ thương anh ơi.* Nàng sanh con trai, lấy họ mẹ là Trương Nguyên Việt, sau đó đổi tên và lấy họ của người cha dượng thành Lê Khánh Hoài. Khi nghe tin Hoàng Thi Thơ thành hôn với Thúy Nga trong Nam, Tân Nhân đã xỉu lên xỉu xuống, bỏ ăn ngủ mất mấy ngày và đã có lần nhảy xuống sông tự tử.

Chẳng phải chỉ có Tân Nhân xỉu lên xỉu xuống khi Thúy Nga và Hoàng thi Thơ nên duyên mà Lam Phương cũng chết lên chết xuống theo. Thúy Nga, dân Sơn Tây, đã xuất hiện trong cuộc thi tuyển lựa tài tử được tổ chức tại rạp Thống Nhất. Cô ca sĩ nhỏ tuổi, thả tóc thề, ôm đàn phong cầm hát dự thi bài "Đường Lên Sơn Cước", không cần ban nhạc đệm đàn, khiến những người trẻ tuổi ngày đó chết mê chết mệt. Tôi cũng là một trong những người hàng tuần tới nghe hát thi và say mê ngay cô ca sĩ có giọng thổ rất riêng biệt này. Hồi đó, Thúy Nga có được giải chi không, tôi không nhớ. Nhưng cô bé dễ thương đã nghiễm nhiên trở thành ca sĩ hớp hồn giới học sinh sinh viên thời đó.

Năm 1955, Lam Phương, khi đó mới 17 tuổi, đã là một tác giả nổi tiếng với những bài *"Kiếp Nghèo"*, *"Chuyến Đò Vĩ Tuyến"*, *"Trăng Thanh Bình"*. Thúy Nga, 18 tuổi, đã trở thành một ca sĩ được mến mộ sau khi được Hoàng Thi Thơ dìu dắt trên con đường nghệ thuật. Và cả trên con đường tình. Năm 1957, hai người nên duyên chồng vợ. Lam Phương đang hành quân, đau khổ vì người mình thầm yêu trộm nhớ đã lên xe hoa về nhà người khác, giãi bày tâm sự trong bản *"Chiều Hành Quân"*. *Một chiều hành quân qua thôn xưa lúc nắng xuân chưa nhạt màu / Chạnh lòng tìm người em gái cũ: em tôi đã đi phương nao / Nghẹn ngào nhìn qua hàng tre xanh ngắm bóng chim đua trên cành / Giờ tìm đâu hình bóng cũ: em ơi em về đâu?*

Hoàng Thi Thơ, kẻ ẵm được người đẹp, đáp lễ Lam Phương bằng bài *"Yêu Mãi Còn Yêu"*. *Ai cấm được tình yêu*

/ Ai ép lòng cô liêu / Khi lòng còn say nước non tình tứ... / Tha thiết tình người ơi / Ao ước tình tình vơi / Mong tình còn mãi / Đến hơi tàn cuối / Tha thiết tình người ơi / Ao ước tình tình vơi / Mong tình còn mãi thiết tha trong đời.

Lam Phương sau đó lập gia đình với ca kịch sĩ Túy Hồng. Lại thêm một nàng nhạc. Nàng nhạc này đã cho Lam Phương đủ hỷ nộ ái ố! Ngày cưới, ông cho ra đời một loạt bài ca hạnh phúc: *"Ngày Hạnh Phúc"*, *"Em Là Tất Cả"*. Nhưng khi hai người chia tay sau khi vượt biên, ông lại có thêm nhiều bài cay đắng dành cho người vợ cũ mà nổi tiếng nhất là bài *"Lầm"*.

Chính ông cũng đã lầm khi cưới vợ lần thứ hai với một loạt sáng tác như *"Bài Tango Cho Em"*, *"Tình Đẹp Như Mơ"*, *"Mùa Thu Yêu Đương"*. Tới ngày bệnh tật đã cướp mất cuộc sống bình thường của ông, vứt ông lên chiếc xe lăn và người đầu gối tay ấp cũng vứt ông sang bên lề cuộc đời, ông lại *"Một Mình"*.

> *Sớm mai thức giấc, nhìn quanh một mình*
> *Ngoài hiên nắng lóe, đàn chim giật mình*
> *Biết lời tỏ tình, đã có người nghe.*
>
> *... ... ...*
>
> *Sáng trưa khuya tối, nhìn quanh một mình,*
> *Đường quen không tới, tìm nhau ngại ngùng,*
> *Chỉ vì đời mình, chưa có bình minh!*

Nàng nhạc Thúy Nga hát giọng trầm, Thanh Thúy cũng rứa. Nhưng hai giọng hoàn toàn khác nhau. Nàng Thanh Thúy cũng khác. Không chỉ là nàng nhạc, nàng còn là nàng thơ. Tôi rất khoái bốn câu thơ của Hoàng Trúc Ly làm cho nàng thơ Thanh Thúy.

>*Từ em tiếng hát lên trời*
>*Tay xao dòng tóc, tay vời âm thanh*
>*Sợi buồn chẻ xuống lòng anh*
>*Lắng nghe da thịt tan thành hư vô*

Cùng cảm hứng từ nàng thơ Thanh Thúy, một người rất ít làm thơ, họa sĩ Vũ Hối, cũng vài câu xưng tụng:

>*Liêu trai tiếng hát khói sương*
>*Nghẹn ngào nhung nhớ dòng Hương quê mình*
>*Nghiên sầu từng nét lung linh*
>*Giọng vàng xứ Huế ấm tình quê hương*

Người ca sĩ từng được các văn nhân thi sĩ nổi danh xưng tụng là "tiếng hát lúc không giờ" (Mai Thảo), "tiếng hát liêu trai" (Nguyễn văn Trung), "tiếng sầu ru khuya" (Tuấn Huy), còn khiến cho làng nhạc tung ra biết bao nhiêu bài ngợi ca. Rõ ràng nhất là bài *"Thúy Đã Đi Rồi"* của Y Vân. Gọi đích danh nàng nhạc nhưng Y Vân không ăn nhậu chi vào chuyện tình này. Ông vướng chân vướng cẳng vào chỉ vì tình bạn. Trong bài viết "Những Bóng Hồng Trong Thơ Nhạc "Thúy Đã Đi Rồi" của Hà Đình Nguyên, có đoạn phỏng vấn Y Vũ, em ruột của nhạc sĩ Y Vân: *Do nhạc sĩ Y Vân đã mất (năm 1992), nên tôi đem điều này hỏi người em ruột của ông là nhạc sĩ Y Vũ. Ông tiết lộ: "Tôi nói rõ sự thật nhé, anh Y Vân đã viết ca khúc này thay cho tâm sự của một người bạn rất thân, đó là tài tử điện ảnh kiêm kịch sĩ Nguyễn Long (còn gọi là Long Đất). Vào đầu thập niên 60 thế kỷ trước, Nguyễn Long yêu say đắm ca sĩ Thanh Thúy nhưng cô ca sĩ tài danh này không chút mảy may động lòng. Nguyễn Long âm thầm* sống trong đau khổ, cay đắng một mình. Rồi một hôm, nhạc sĩ Y Vân bắt gặp anh chàng thất tình này trong quán cà phê với bộ dạng "ngó phát chán", Y Vân hỏi han và Long Đất đã thổ lộ mối tình sâu kín. Thương cảm mối tình đơn phương của người bạn thân, Y Vân viết bài "Thúy Đã Đi Rồi". Bài này trở thành một trong những ca khúc nổi tiếng của dòng nhạc blue thời bấy giờ. Bài hát được khá nhiều ca sĩ trình bày, trong đó có cả ca sĩ Thanh Thúy. Hát thì cứ hát, nhưng con tim của nàng chẳng chút lay động, cho dù hằng đêm anh chàng Nguyễn Long vẫn bám theo nàng "trên từng cây số", qua những phòng trà mà cô đến biểu diễn. Người đẹp vẫn đó, vẫn đùa vui trước đôi mắt ngây dại của gã si tình mà chẳng hề quan tâm". Ông Long Đất đã si mê thì ông có thể bán cả trời. Dù mối tình si không được đáp lại, ông vẫn bỏ tiền ra làm cuốn phim cùng tên với bản nhạc: *"Thúy Đã Đi Rồi"!* Bản nhạc của Y Vân được ca sĩ Hùng Cường hát trong phim. Nữ ca sĩ Minh Hiếu đóng vai Thanh Thúy.

Hình ảnh Thanh Thúy không chỉ xuất hiện trong phim mà còn trong kịch nữa. Cả kịch trên sân khấu lẫn kịch trên truyền hình. Các nghệ sĩ Kim Cương, Bích Thúy, Xuân Dung đều đã vào vai cô ca sĩ liêu trai này.

Bị cho ra rìa, Nguyễn Long vẫn chưa dứt mộng với Thanh Thúy được. Có lẽ chàng tuổi con…đỉa! Chàng bèn mần thơ. Đó là bài *"Thôi"*. Bài này cũng đã được ông bạn Y Vân phổ nhạc và cũng nổi tiếng một thời. *Thôi em đừng khóc nữa làm gì / Kỷ niệm sầu ân tình cũ xa xưa / Thôi em đừng khóc, em đừng khóc, đừng khóc nữa giọt lệ sầu làm sao xóa hết tâm tư…/ Ôi cuộc đời đầy phong ba giữa lòng người /*

Lệ sầu chia ly buồn tê tái / Ly rượu này đầy đau thương tấm hính hài / Thu man mác buồn, mùa thu ơi!

Trong cuốn *"Về Một Quãng Đời Của Trịnh Công Sơn"*, tác giả Nguyễn Thanh Ty, một người bạn chung phòng của nhạc sĩ họ Trịnh từ trường Sư Phạm Quy Nhơn tới những ngày đầu nhận nhiệm sở dạy học tại Bảo Lộc, đã ghi lại tâm sự của Trịnh Công Sơn, khi đó chưa có tên tuổi chi. *"Năm đó tôi 17 tuổi, trọ học ở Sài Gòn, đêm nào tôi cũng lò dò đến các phòng trà để nghe Thanh Thúy hát. Dần dần hình bóng Thanh Thúy đã ăn sâu vào trong tôi lúc nào không biết. Nói yêu Thanh Thúy thì cũng chưa hẳn bởi tôi mặc cảm nghèo và vô danh, trong khi Thanh Thúy là một ca sĩ đang lên, kẻ đón người đưa tấp nập. Biết vậy, nhưng tôi không thể không đêm nào thiếu hình ảnh và tiếng hát của nàng. Có đêm tôi chỉ đủ tiền để mua một ly nước chanh. Đêm đêm tôi thao thức với những khát khao, mơ ước phải làm một cái gì đó để tỏ cho Thanh Thúy biết là tôi đang rất ngưỡng mộ nàng. Cái khát vọng đó đã giúp tôi viết nên bản nhạc "Ướt Mi" đầu tiên trong đời...".* Đêm đêm, Trịnh Công Sơn tới nghe Thanh Thúy hát tại phòng trà với ý định đưa bản nhạc cho Thanh Thúy. Nhưng cô ca sĩ đang nổi tiếng như cồn này hát xong là có người rước đi ngay nên ông không có dịp đưa. Cuối cùng ông cũng chộp được cơ hội. *"Khi cầm bản nhạc trong tay, nghe mấy lời lí nhí của tôi, nàng chỉ thoáng nhìn tôi một chút rồi quay vào hậu trường. Đêm đó, tôi nôn nao không ngủ được... Mãi đến hai tuần sau, khi tôi sắp tuyệt vọng vì mỏi mòn chờ đợi thì một đêm kia, khi bước lên bục diễn, dàn nhạc dạo khúc mở đầu thì nàng ra dấu cho dàn *nhạc tạm im tiếng để nàng nói vài lời: "Thưa quý vị ! Đêm nay Thúy sẽ trình bày một tác phẩm rất mới của một nhạc sĩ rất lạ tặng cho Thúy. Đó là nhạc phẩm "Ướt Mi" của tác giả Trịnh Công Sơn. Hy vọng đêm nay sẽ có sự hiện diện của tác giả để Thúy được nói vài lời cám ơn". Nói xong, nàng quay sang ban nhạc, đưa bản nhạc của tôi cho họ dạo nhạc bắt đầu. Nàng cất tiếng hát: "Ngoài hiên mưa rơi rơi, lòng ai như chơi vơi. Người ơi nước mắt hoen mi rồi. Đừng khóc trong đêm mưa, đừng than trong câu ca... Buồn ơi trong đêm thâu, ôm ấp giùm ta nhé: người em thương mưa ngâu, hay khóc sầu nhân thế...Trời sao chưa thôi mưa, ôi mắt người em ấy. Từ đây thôi mờ, nước mắt buồn mi em thơ ngây...".* Tôi run lên trong lòng vì sung sướng và xúc động...Khi dứt tiếng hát, nàng dừng lại khá lâu, có ý chờ người tặng nhạc. Tôi thu hết can đảm, bước lên và nói: "Xin cám ơn Thanh Thúy đã hát bài nhạc của tôi". Nàng "A" lên một tiếng ra vẻ bất ngờ rồi nói tiếp: "Thúy rất cám ơn anh đã tặng cho bản nhạc. Thúy muốn nói chuyện riêng với anh được không?". Tôi luống cuống gật đầu...Tôi cùng nàng đón taxi về nhà nàng. Nhà nàng ở sâu trong một ngõ hẻm". Và, từ ngõ hẻm này, bản nhạc "Thương Một Người" ra đời. *"Thương ai về ngõ tối, sương rơi ướt đôi môi / Thương nụ cười và mái tóc buông lơi / Mùa thu úa trên môi, từng đêm qua ngõ tối, bàn chân âm thầm nói / Lặng nghe gió đêm nay, ngại buốt quá đôi vai / Bờ vai như giấy mới, sợ nghiêng hết tình tôi... ".* Hai bản nhạc sau này đã góp phần đưa tên tuổi của Trịnh Công Sơn đến tuyệt đỉnh danh vọng.

Các nàng thơ, nàng nhạc như những đóa hoa. Họ tươi

mát trong thơ, trong nhạc. Các cô hàng xóm, cô láng giềng như những đóa hoa được trồng trong vườn, chỉ có các anh nhà thơ, nhà nhạc ở kề cận biết tới. Các cô ca sĩ, kịch sĩ, người của công chúng, như những đóa hoa được trồng trong vườn…bách thảo. Phô trương hết vẻ đẹp trước dập dìu tài tử ong bướm nên trở thành các "nàng" công cộng, ngự trong nhiều thơ, nhiều nhạc của nhiều nhân vật tài hoa. Lộng lẫy thì có lộng lẫy, nhưng sao tôi vẫn yêu vẻ đẹp của những đóa hoa e ấp trong vườn hơn. Yêu là yêu vậy thôi, chứ thân phận chỉ viết văn, không viết nổi một câu thơ, một nốt nhạc như tôi, tìm đâu ra "nàng"! Trên đời này làm chi có cái gọi là… nàng văn!

09/2018

NGỦM

Chó chết hết chuyện, các cụ phán như vậy. Nhưng chó sắp ngủm củ tỏi thì lại vô số chuyện. Chuyện từ đông sang tây, từ tây sang đông. Nói chuyện gần trước. Giữa tháng 10/2018 vừa qua, dân Montreal chúng tôi có…quốc khách. Đó là 200 chú và cô chó tới từ Đại Hàn. Đây là những cục cưng được Hội Nhân Đạo Quốc Tế *(Humane Society International)* giải thoát khỏi các trại giết chó ở Đại Hàn. Dĩ nhiên không phải hội này khơi khơi ôm chó lên máy bay. Phải chuộc lại. Tiền hoạt động của hội do bá tánh đóng góp. Người vừa đóng góp tới 42 ngàn đô là Giám Khảo của American Idol, chàng Simon Cowell.

Trong buổi đón tiếp 70 cô cậu chó tới nơi tạm trú tại khu Côte-des-Neiges, bà Rebecca Aldworth, Giám Đốc Humane Society International / Canada, nói với phóng viên báo The Montreal Gazette: "Tiến trình phục hồi sẽ bắt đầu từ đây. Những con chó này vừa trải qua cuộc hành trình dài và vất vả, nhưng khi tới đây, chúng sẽ được ăn uống đàng hoàng, chữa trị thuốc men, và dĩ nhiên là tình yêu và sự quan tâm sẽ giúp chúng sẵn sàng khi tới nơi ở lâu dài". Chính bà Rebecca này đã tới một trại giết chó ở Namyangju để mua lại những con chó này. Theo bà, chúng đã bị hành hạ, cho ăn thức ăn thừa của các nhà hàng và nuôi nấng trong một môi trường "tệ hại hơn sự tưởng tượng của mọi người". Nhiều con chó còn có vòng đeo ở cổ chứng tỏ chúng là chó nuôi trong nhà, không biết bị bắt trộm hay bị chủ bỏ bê ngoài đường phố. Nhiều chó thuộc giống gốc gác như giống Mastiffs Mông Cổ, Maltese, Great Danes, hoặc Golden Retrievers, Jindos. Sau thời gian huấn luyện, chó sẽ được giao cho các nhà hảo tâm nhận nuôi. Số các nhà hảo tâm tại Montreal hiện nay nhiều hơn số chó mà hội có. Vậy nên không sợ chó không có nơi nương tựa.

Tính tới nay, Hội Nhân Đạo Quốc Tế đã giải cứu được khoảng 1.500 chó từ các trại giết chó ở Đại Hàn. Ngoài ra hội đã hợp tác với chính quyền địa phương để tiêu hủy các trại giết chó bằng cách chuyển những cơ sở này thành các nhà máy sản xuất kỹ nghệ. Người ta ước tính hiện nay ở Đại Hàn có tới 17 ngàn cơ sở nuôi hai triệu rưởi chó để sực phàn!

Hai năm trước, vào cuối năm 2016, Montreal chúng tôi cũng đã tiếp nhận một trăm cô chú cún được giải thoát từ lễ hội thịt chó Yulin ở Trung quốc. Tác giả của cuộc giải cứu này cũng là Hội Nhân Đạo Quốc Tế. Dân Montreal rất ái chó. Nghe tin chó được giải cứu từ Trung Quốc tới thành phố, họ đã túa tới các cơ sở tạm trú của Hiệp Hội Phòng

Chống Tàn Ác với Thú Vật (SPCA) để tỏ lòng ái mộ. Như bà Danielle McLellan không quản công khó, tới một tiệm Walmart vào đêm Giáng Sinh, chờ xếp hàng dài để mua một bao thực phẩm dành cho chó. Bà vui vẻ kể: "Tôi dậy thật sớm, nghĩ mình phải làm một cái gì cho lũ chó tội nghiệp. Tôi nhào vào tiệm Walmart, chen chúc để mua được một bao thực phẩm 12 ký cho chó, 50 hộp đồ ăn cho mèo, một số đồ chơi. Tôi đã chi tất cả 180 đô cho vụ này".

Dân Hàn và Trung có tiếng là hẩu thịt chó. Dân ta cũng rứa. Nhậu thịt cầy đã là một thứ văn hóa nhiều người không muốn bỏ. Phần vì dân các nước này còn nghèo không với tới được các thứ thịt "hợp pháp" như thịt bò, heo, gà. Phần vì cầy tơ quả là một thứ thịt rất có mùi vị. Chẳng biết dân Hàn và Trung có phân biệt vùng miền trong việc mần thịt chó không nhưng dân ta thì chỉ có dân Bắc mới biết thưởng thức thứ thịt "dắt răng ba ngày vẫn còn thơm này". Năm 1954, cùng với cuộc di cư của một triệu người Bắc vào Nam, miền Nam mới biết tới thịt cầy. Đại bản doanh của món quốc hồn quốc túy này tại Sài Gòn là khu Ngã Ba Ông Tạ, nơi tụ tập của một số đông đồng bào di cư. Tác giả Nguyễn Vy Túy ở Úc, trong hồi ức "Quán Cây Còn", đã ghi lại một quán thịt cầy nổi tiếng trong vùng là quán Cây Còn. Chắc nhiều người đã biết "Cây Còn" là nói lái của "con cầy", "con cầy" là cái chi chi thì mọi người đều đã tường. *Tôi không rõ mỗi ngày quán Cây Còn tiêu thụ đến mấy con cầy, nhưng mỗi tuần có chuyến xe lam từ Hố Nai lên, đã khuân vào cả chục con chó nằm xuội lơ trong rọ, đó là chưa kể những con chó được mua từ các mối bán lẻ trong vùng, và những tay bắt trộm chó chuyên nghiệp, thế mà cũng không đủ để ông chủ quán bịt mõm, trói chân, đập đầu, chọc tiết, đem thui. Bất cứ loại chó nào, từ già đến trẻ, từ ghẻ đến sắp chết đem đến đây đều có giá, chó già thì băm làm chả chìa (khìa), rựa (nhựa) mận, chó tơ thì luộc thì xào... tra vào đủ thứ gia vị nấu thành đủ món thơm ngon thì còn bố ai biết được "nhất bạch hay nhì vàng, tam khoang hay tứ đốm", chó Hố Nai hay chó Phan Thiết!".*

Một trong những khách hàng thường xuyên của quán Cây Còn là Linh Mục Nguyễn Quang Lãm, bút danh Thiên Hổ, Chủ Nhiệm báo Xây Dựng. Chuyện thịt chó của cha Lãm là chuyện giới làm báo ngày xưa đều biết rõ. Ký giả Hồ Ông kể lại: *"Sau năm 1975, Hồ Ông và Nguyễn Thụy Long chạy xe honda đến "rủ" cha Lãm đi nhậu. Lâu ngày gặp lại nhau, Cha đồng ý liền, thế là cả ba đến một quán gần Ngã Tư Bảy Hiền. Nhậu gần tàn, thì mới té ngửa, chả ai có tiền để thanh toán những món đã gọi! Thế là cha Lãm phải ngồi "vali" (ngồi chết đống) để chờ Hồ Ông đi vay nợ! Vì đi hơi lâu nên Cha Lãm và Nguyễn Thụy Long lại phải gọi thêm một hai món, khiến Hồ Ông lại phải chạy thêm lần nữa mới đủ tiền trả cho bữa nhậu! Chuyện ấy "chỉ là tai nạn", bởi lần sau cha Lãm đã phải lục túi xem có tiền chưa mới dám đi. Mà cha cũng không dám đi với "hai thằng con trời đánh" nữa, mà chỉ dám dúi: "Thôi cầm đỡ, chỉ đủ cho hai đứa mày thôi!".*

Không phải là dân nhậu cầy tơ, nhiều người chỉ biết thịt chó qua câu: 'Sống trên đời ăn miếng dồi chó / Chết xuống âm phủ hỏi có hay không". Dồi chó là một món ngon độc đáo nhưng thịt cầy không chỉ có dồi. Còn nhiều món ngon ác ôn khác. Hãy nghe tác giả Nguyễn Vy Túy điểm danh các món thịt cầy: *"Hồi ấy quán Cây Còn chỉ có 7 món chính là rựa (nhựa) mận, dồi, chả chìa (khìa), luộc, xào lăn, nướng, tiết canh và sau này có thêm món lẩu và sáo măng để ăn với bún. Hai món được nhiều người gọi nhất là rựa mận và dồi, rựa mận nấu với mẻ, nghệ, riềng, dồi thì được trộn từ thịt vụn với đậu xanh, nhiều nơi còn trộn thêm các thứ phụ tùng khác từ thịt heo nếu gặp lúc thịt chó khan hiếm. Dù không biết khách vào quán sẽ gọi món gì, nhưng người hầu bàn bao giờ cũng dọn ra trước một dĩa lớn đựng các loại lá mơ, lá húng, lá ngò gai, ớt, chanh và một chén mắm tôm đã pha chế, nếu khách gọi món lẩu thì được dọn thêm bún với rau sống. Khách đến nhậu thịt cầy thường thì gọi một hai xị đế loại ngon, hoặc một xị rượu thuốc, rượu rắn, hoặc rượu nếp than, rất ít ai đến quán thời ấy mà nhậu với bia hoặc xách theo chai Martin vì nó không đúng điệu. Trong khi chờ, khách có thể lai rai trước với dĩa đậu phộng da cá và hít hà đỡ với hương thơm đang tỏa ra từ lò than nướng chả chìa quấn lá lốt"*.

Tôi vốn cũng đã từng chén thù chén tạc với anh em quanh bàn nhậu thịt cầy nên nghe anh Nguyễn Vy Túy điểm danh đã thấy một niềm nhớ, không biết có tên hay không. Hồi tết năm nay, tôi qua Cali ăn tết cho có hương vị Việt Nam. Anh bạn Lê Hân ở San Jose dẫn tôi tới tiệm Phố Cổ, thấy thực đơn có món giả cầy, niềm nhớ trong tôi bỗng trỗi dậy, tôi *order* liền. Từ ngày qua Canada, tôi đã từng…giả cầy, thường là do nhà tôi làm, không đủ phụ tùng nấu nướng nên mất đi phần nào "chính danh". Kỳ này mới có dịp ăn ở quán cho có khí thế. Giả cầy ở đây đúng điệu thiệt, riềng mẻ đàng hoàng, đặt trên bếp hâm, lúc nào cũng nóng, thời với bún hết chỗ chê! Xin nói cho quý vị nào không biết giả cầy là cái chi chi tường. Giả cầy là thứ…giả. Thay vì thịt cầy, người ta dùng giò heo, cũng nướng như thui cầy thiệt. Phải nói cho rõ ràng như vậy kẻo có vị nhanh chân đi kêu phú lít thì khốn! Thứ giả đã…đã như vậy, thứ thiệt ra sao, khỏi cần ngôn!

Đức…cầy của dân ta đã lên tới mức thượng thừa, vậy mà thành phố Hà Nội vừa ra thông báo ngày 11/9/2018, kêu gọi dân chúng bỏ thói quen nhậu thịt cầy vì "tạo ra những phản cảm" đối với người ngoại quốc đến du lịch hay sống trong thành phố. Thông báo cũng yêu cầu các cấp quận, huyện, thị xã "tăng cường công tác quản lý nuôi, giết mổ, kinh doanh và sử dụng thịt chó, mèo". Sở Thông Tin Truyền Thông của thành phố được lệnh "tuyên truyền về nguy cơ mắc các bệnh truyền nhiễm khi sử dụng thịt chó làm thực phẩm; ý nghĩa nhân văn của việc đối sử nhân đạo với súc vật để dần thay đổi thói quen và nhận thức khi sử dụng thịt chó làm thực phẩm, đảm bảo văn minh đô thị". Theo ước tính của thành phố Hà Nội, hiện có khoảng một ngàn địa điểm kinh doanh, giết mổ thịt chó mèo trên địa bàn thành phố.

Liệu với một thông báo, chuyện nhậu thịt cầy sẽ bế mạc chăng? Không ai mơ tưởng như vậy. Dân…cầy vẫn cứ đường ta ta đi. Bằng chứng là các quán thịt chó vẫn đông vui. Chó nuôi để thịt không đủ, người ta còn phải bắt trộm chó để cung cấp cho dân nhậu. Chuyện trộm chó ngày nay là chuyện dài nhân dân tự vệ. Đây là loại chuyện thê lương vì đã có người bị đánh chết vì trộm chó. Kể ra thì rất nhiều. Thôi thì chỉ nhắc lại vài vụ mới tinh. Ngày 10/1/2018, hai người bắt trộm chó tại xã Lương Nội, huyện Bá Thước, tỉnh Thanh Hóa, bị dân làng bắt được, đánh hội đồng khiến một người bị trọng thương và một người tử vong. Trước đó, ngày 12/10/2017, ngay tại Hà Nội, một người bắt trộm chó tại xã Hồng Thái, huyện ngoại thành Phú Xuyên cũng đã bị dân làng vây đánh chết. Chó ngủm thì inh ỏi, người ngủm coi bộ âm thầm!

Các đệ tử của cầy vẫn cứ cầy. Xá chi những xôn xao phố chợ! Họ có lý của họ. Tại sao chuyện ngàn năm bỗng bị đâm ngang vì những lý do đối với họ là vớ vẩn. Kể cũng vớ vẩn thật! Tại sao con bò, con heo to lớn hơn con chó, hay con tôm con cá nhỏ hơn con chó, người ta vẫn cứ giết mổ và ăn uống khơi khơi chẳng bị ai phản đối. Vậy mà đụng tới con chó là có chuyện. Thực ra đây là chuyện của tây phương ảnh hưởng vào đông phương. Với dân chúng tây phương, chó là…bạn. Họ coi chúng như một phần tử trong gia đình, chơi đùa hôn hít như với người, thậm chí còn cho chó ngủ chung trên giường. Tôi đã nhiều lần phàn nàn về việc các em đầm thơm phức ôm chó trên ngực đi nhung nhăng ngoài đường phố. Phận chó sao nhiều phước phận như vậy? Một anh bạn trẻ của tôi ở Montreal đã kịch liệt phản đối việc "yêu" chó của tây đầm. Chó là chó, sao coi như người được! Anh lý luận: này nhé, có ai thấy chó đánh răng sớm tối không? Có ai thấy chó chùi rửa sau khi thải chất thừa trong bụng hôn? Vậy mà cứ tỉnh bơ hôn hít, ôm ấp trên giường, thật mất vệ sinh! Chó là chó, người là người, không bạn bè chi cả!

Chẳng biết từ bao giờ, thế giới này phân ra hai phương trời cách biệt: phương tây và phương đông. Phương tây có sức mạnh quân sự hơn phương đông nên mang quân đi chinh phục các nước phương đông làm thuộc địa. Họ truyền bá thứ gọi là văn minh của họ cho những người dân bị trị phương đông. Hai thứ văn hóa đụng nhau bao giờ cũng nảy sinh ra những mâu thuẫn khác biệt. Chuyện ăn thịt chó là một sự khác biệt ồn ào kéo dài tới ngày nay. Tôi vừa lượm được một bài viết của tác giả Bac Van Vuong trên mạng. Ông viết: *"Đã lâu lắm rồi tôi không ăn thịt chó, và tương lai chắc sẽ không bao giờ ăn nữa. tôi không ăn thịt chó không phải vì tôi tập làm "người văn minh", mà đơn giản hơn thế nhiều, tôi bị gút. Nghĩa là tôi thích ăn thịt chó, nhưng phải kiêng vì có bệnh. Vậy thôi. Ăn uống là một thói quen, khi thói quen ấy tồn tại ở qui mô một cộng đồng, thì nó là văn hóa. Vì thế mới có cụm từ văn-hóa-ẩm thực. Một trong những thuộc tính nổi bật của con người là sự áp đặt. Áp đặt ý chí của mình lên tự nhiên, lên chủng loài khác, dân tộc khác, người khác. Mà tất cả ý chí của con người ta đều có xuất phát điểm là nền tảng văn hóa. Xung đột văn hóa là xung đột lớn nhất ở loài người. Người ta luôn tự cho mình cao hơn người khác, do đó nảy sinh áp đặt. Áp đặt, chính là tinh thần chủ đạo của chủ nghĩa thực dân"*.

Chuyện ăn thịt cầy tưởng chỉ là chuyện của bao tử hóa ra là chuyện văn hóa, chính trị lớn lao. Khi chó đã leo lên tới chính trị thì quả là một chuyện bất thường! Chó ngủm vẫn chưa hết chuyện. Chuyện chó chết còn làm nảy sinh ra những suy nghĩ to lớn. Tác giả Bac Vuong Van mở rộng vấn đề. *"Việc rất nhiều văn nghệ sĩ, trí thức lên tiếng dè bỉu, kì thị việc ăn thịt chó (mà hoàn toàn không có lí do chính đáng) là minh chứng rõ nhất cho việc chẳng những không có một chút gì "hậu hiện đại" mà vẫn còn mang nặng tâm thức nô lệ, thế kỉ 16. Khi một người phương tây da trắng nói: "Bọn Annam là lũ mọi rợ, chúng ăn thịt chó", đó là tinh thần thực dân. Khi một người Annam nói: "Chúng ta thật mọi rợ khi ăn thịt chó, người phương tây họ không ăn thịt chó", đó là tinh thần nô lệ. Tại sao ăn thịt chó là mọi rợ? Để trả lời câu hỏi này, hãy lấy chính tinh thần của người phương tây để suy xét, xem liệu việc ăn thịt chó có phải là mọi rợ hay không. Các triết gia duy lợi nói: "Mọi ham muốn không làm ảnh hưởng tới người khác đều được coi là lương thiện". Còn các nhà bảo vệ môi trường nói: "Con người chỉ được phép ăn những gì họ có thể làm ra (bao gồm chăn nuôi, trồng trọt)". Như vậy, ham thích ăn thịt chó phải được coi là lương thiện, và chúng ta được phép ăn thịt chó, bởi chó là vật nuôi. Không phủ nhận rằng dân tộc ta mọi rợ, lạc hậu, nhưng trong phạm trù văn hóa, không thể học tập một cách máy móc, kiểu "tây họ thế". Văn hóa sẽ thay đổi bởi nhận thức một cách từ từ. Có thể trong tương lai, dân Annam sẽ không còn ăn thịt chó, nhưng sự thay đổi ấy nó sẽ tới một cách tự nhiên, phù hợp thực tế, hoàn cảnh, chứ không tới từ sự xác quyết có tính áp đặt... Tóm lại, ăn thịt chó đang bị mang tiếng xấu. Nó xấu trên những cơ sở, lí do rất mơ hồ. Sự khác nhau giữa mỗi chúng ta chỉ giản đơn là, dễ dàng hùa theo lên án, hay dừng lại một giây để nhăn trán, rằng nó có xấu thật không, nó có đáng lên án thật không".*

Có lên án việc nhậu thịt cầy hay không thì bàn nhậu vẫn sẽ đông đảo. Từ ngàn xưa đã vậy thì ngàn sau cũng vẫn vậy! Có lạm bàn chơi cho vui thì xin cứ việc. Việc ai nấy làm. Hy vọng có…đồng thuận coi bộ còn xa vời vợi.

11/2018

NGUY

Ngày 17 tháng 10 năm 2018 là một ngày lịch sử: Canada trở thành nước thứ hai trên thế giới hợp pháp hóa việc dùng cần sa giải trí. Uruguay là nước đi trước Canada gần 5 năm. Cần sa được Uruguay hợp pháp hóa từ tháng 12 năm 2013.

Tôi đón ngày lịch sử này bằng sự cảnh giác: từ nay vác chiếc xe ra đường nên cẩn thận kẻo bị cần sa đụng nát xe! Lo xa như vậy không phải là không có lý do. Chỉ hai ngày sau khi khói cần sa được phun thả giàn trên đất nước mang cờ lá phong này, đã có một tai nạn xảy ra vì cần sa tại Markham, tỉnh bang Ontario. Mới 3 giờ rưỡi sáng ngày 19/10, một chiếc SUV đụng vào hông một chiếc xe tải và lộn nhiều vòng tại khu vực xa lộ 7 và đường Commerce Valley Drive, gần xa lộ 404. Tài xế xe SUV là một thanh niên 23 tuổi mới chơi cần sa xong. Cảnh sát viên Andy Pattenden nói: "Chúng tôi có thể nói chắc chắn là tài xế xe này đã dùng cần sa và có thể những thứ khác nữa. Hiện nay đó là một trong những chất độc hại có thể đã là nguyên nhân vụ đụng xe này". Cảnh sát trưởng Eric Jolliffe phát biểu: "Chúng tôi lo ngại việc hợp pháp hóa cần sa giải trí sẽ dẫn tới nhiều tai nạn . Chúng tôi kêu gọi bất cứ ai đã sử dụng cần sa hoặc bất kỳ loại ma túy nào khác, hoặc đã uống rượu, không nên cầm lái".

Cần sa là cái chi chi và ảnh hưởng sao tới việc cầm tay lái? Cần sa còn được gọi là bồ đà, tài mà, gai dầu, gai mèo. Đã từ lâu người ta sử dụng cần sa để lấy sợi hoặc làm thuốc giảm đau. Trong lãnh vực y tế, cần sa được dùng để trị bệnh tăng nhãn áp và bệnh quên Alzheimer, nhưng chủ yếu được dùng để làm giảm đau. Trong cần sa có chất *THC (tétrahydro-cannabinol)*. Chất này khi đi vào phổi sẽ theo máu đến não rất nhanh chóng và có tác dụng chỉ sau 10 giây. Khi đó người hút sẽ đi vào ảo giác, cảm thấy cơ thể nhẹ nhàng, bay bổng, vui vẻ cười đùa, thèm ăn và quên hết mọi ưu phiền. Vì những đặc tính này nên, chẳng trị bệnh chi, giới trẻ ghiền phê cần sa để…thoát tục. Người ta gọi loại phê này là hút cần sa giải trí, thứ trước đây bị cấm nhưng vừa được Canada cởi trói, cho xài tự do. Chất THC khi bị đưa quá nhiều vào cơ thể sẽ khiến người hút gặp tình trạng tim đập nhanh, lo sợ, hồi hộp, trầm cảm, hoang tưởng, suy nghĩ tiêu cực, thụ động, ít cảm xúc, lười biếng, cáu giận, khó tập trung và làm giảm hệ miễn dịch của cơ thể.

Cần sa ảnh hưởng vào tay lái xe như thế nào? Đại học McGill ở Montreal vừa phổ biến một nghiên cứu trên chuyên san của Hiệp Hội Y Khoa Canada bữa thứ hai 15/10, hai ngày trước khi Canada "giải phóng" cho những tay phê cần sa. Thí nghiệm được thực hiện với 45 người từ 18 tới 24 tuổi. Họ được kiểm tra trên một máy mô phỏng lái xe qua bốn giai đoạn: trước khi dùng một liều lượng thông thường cần sa, 1 giờ sau khi dùng, 3 giờ và 5 giờ sau khi phê. Trước máy, họ làm những thao tác căn bản khi lái xe như xoay tay lái, đạp thắng, đạp ga. Phần lớn họ không gặp khó khăn chi. Nhưng khi gặp các tình huống hơi phức tạp như đậu xe giữa hai xe, gặp ngã tư hoặc tránh người đi bộ hoặc đi xe đạp, họ có lúng túng. Nhiều người không qua được những loại *test* này. Đa số các người được trắc nghiệm cho biết, 5 tiếng sau khi hút 100 *milligram* cần sa, họ vẫn không đủ khả năng lái xe đàng hoàng. Số lượng 100 *milligram* này ít hơn số lượng có trong một điếu cần sa thông thường. Bà Isabelle Gelinas, Giáo sư khoa Vật Lý Trị Liệu của Đại học McGill kết luận là năng lực của tài xế không được cải thiện sau 5 giờ phê. Bà nói: "Ở tất cả mọi cấp độ, chúng tôi không thấy có sự khác biệt rõ rệt sau 5 giờ hút cần sa. Năng lực của họ bị suy giảm khá nhiều, điều đó cho thấy họ không thể cầm tay lái". Cuộc nghiên cứu không kéo dài sau 5 giờ hít cần sa nên không biết thời gian nhả thuốc là bao nhiêu. Bà khuyên các tay chơi cần sa không nên đụng vào tay lái trong vòng 6 giờ sau khi phê cần sa.

Vậy là sự cảnh giác của tôi không phải vô ích. Mấy ngày nay, lái xe trên xa lộ vòng đai thành phố Montreal, tôi quả có thấy nhiều xe chạy rất bon bon. Tôi bị đuổi sau đít xe hoài. Biết tình thế mới, tôi luôn ngoan ngoãn lui vào lằn đường trong cho các anh hùng khỏi vướng víu. Nhưng cái tôi thấy có vẻ nở rộ trong mấy ngày nay là nạn lia chia đổi lằn chạy. Mấy cha nội này đổi vun vút từ lằn này qua lằn khác như làm xiệc. Hình như cần sa đã nhung nhăng ra đường.

Như một sự trùng hợp, ngày 20/10, Hội Đồng Quốc Gia về An Toàn Giao Thông (*The National Transportation Safety Board*) tiết lộ là tai nạn một chiếc xe tải đụng vào một chiếc xe buýt làm 12 người thiệt mạng gần Concan, tiểu bang Texas vào tháng 3 năm 2017 có hơi hướng cần sa. Viên tài xế xe tải 20 tuổi đã chơi cần sa.

Bản tin của đài truyền hình CNN ngày 18/10 cho biết tại Hội Nghị Chống Say Rượu và Say Cần Sa Lái Xe *(Combating Alcohol- and Drug- Impaired Driving)* đã có hai bản truyết trình về lái xe dưới ảnh hưởng của cần sa. Bản thứ nhất cho biết tại ba tiểu bang cho hút cần sa là Washington, Oregon và Colorado, số tai nạn xe đã tăng 6% so với các tiểu bang lân cận. Bản thuyết trình thứ hai cho biết số tai nạn xe đã tăng 5,2% sau khi hợp pháp hóa cần sa. Tại Mỹ hiện có 9 tiểu bang cho hút cần sa giải trí. Bên phía đông có Vermont, Maine và Massachusetts, nằm một mình ở giữa là Colorado, vắt vẻo trên miền Bắc là Alaska, bên phía tây có Washington, Oregon, Nevada và California.

California là đất đậu của số đông dân Việt chúng ta. Tại miền Bắc tiểu bang này, nơi thành phố San Jose rất quen thuộc với người Việt, đã có một ông Việt Nam chơi cần sa gây tai nạn. Theo nhật báo Mercury thì vào ngày 16/5/2018 vừa qua, anh Dang Nguyen Hai Tran, 21 tuổi, cư dân San Jose, lái chiếc Toyota Camry, đã đụng 5 chiếc xe trên xa lộ I-880, khiến 3 người thiệt mạng. Các nạn nhân tử vong là bà Noelle Johnson, 39 tuổi và hai chị em Brooke Limas, 8 tuổi và Christy Limas, 14 tuổi. Anh Trần bị cáo buộc ba tội: ngộ sát bằng xe trong khi say, lái xe dưới ảnh hưởng cần sa và sở hữu một chiếc dùi cui. Theo hồ sơ của cơ quan Tuần Tra Xa Lộ California *(California Highway Patrol),* vào khoảng 9 giờ rưỡi tối thứ tư 16/5, anh Trần đang lái xe theo hướng Bắc xa lộ I-880, khúc phía nam đường Stevenson, thì chiếc xe Camry của anh lạng sang phía trái, đụng vào một chiếc *cadillac Escalade 2015.* Chiếc *cadillac* bị lật và lao tiếp vào một chiếc Toyota Corolla khiến chiếc xe này lạng sang phải và đụng tiếp vào một chiếc Huyndai. Cảnh sát viên Manuel Leal cho biết, trước khi tai nạn xảy ra, nhiều người lái xe trên xa lộ đã gọi báo cho cảnh sát về một chiếc xe đang chạy với tốc độ liều lĩnh. Từ khi tiểu bang cho hút cần sa tự do, số tai nạn xe tại vùng vịnh San Francisco đã gia tăng mạnh mẽ. Cơ quan Tuần Tra Xa Lộ tiểu bang ước tính tỷ lệ gia tăng là 70% so với năm trước!

Tôi không hít cần sa tuy Canada đã hợp pháp hóa việc dùng chất ma túy này, vậy nên tôi mù tịt. Chúng có ảnh hưởng tới tay lái của chúng ta không? Tôi không có kinh nghiệm nhưng có điều tôi biết qua sách vở là hít cần sa làm cho chúng ta có ảo giác. Ảo giác đó như thế nào, lại phải mở sách ra coi. Theo sách vở thì ảo giác do cần sa mang lại trên mỗi người mỗi khác tùy theo lượng sử dụng, độ mạnh, cách dùng, vóc dáng, trọng lượng, sức khỏe, tâm trạng, kinh nghiệm sử dụng. Nếu dùng với liều lượng nhẹ, chúng ta sẽ cảm thấy vui vẻ, thoải mái, thư giãn, tăng nhịp tim, mắt đỏ, mất tập trung và kiềm chế. Nếu dùng với liều lượng mạnh, nhận thức có thể bị lệch lạc về thời gian, âm thanh, màu sắc và những cảm giác khác. Ngoài ra, dân hít cần sa thường bị bối rối, bồn chồn, áy náy, xa rời thực tế, ảo giác, lo âu hoặc sợ hãi.

Chúng ta đang nói chuyện liên quan giữa ảnh hưởng của cần sa và việc cầm tay lái xe hơi. Cần sa chắc chắn làm suy yếu khả năng điều khiển tay chân. Vậy nên chuyện cần sa dính dáng tới tai nạn xe là chuyện dĩ nhiên. Hãng xe Ford hợp tác với các nhà khoa học của Viện *Meyer-Hentschel* của Đức đã có một dự án mô phỏng chính xác về cảm giác của người lái xe trong quá trình điều khiển tay lái dưới ảnh hưởng của các chất kích thích như cần sa, *cocaine, heroin* và *ecstasy*. Sản phẩm này được gọi là *Driving Suit*, mô phỏng các hiệu ứng có thể có của người lái xe như: chậm phản ứng, hạn chế tầm nhìn, run tay, mất kiểm soát. Khi được mặc bộ *Driving Suit* này, người ta sẽ có cơ hội để trải qua những ảo giác do việc sử dụng các chất kích thích mang lại và những hiểm nguy mà họ phải đối mặt. Những chiếc kính ba chiều 3D sẽ tạo ra các hình ảnh bị bóp méo, tai nghe các âm thanh làm thay đổi cảm xúc về môi trường chung quanh. Tất cả những yếu tố này kết hợp lại làm cho người mặc áo cảm thấy như thực sự sử dụng ma túy khi lái xe. Hãng Ford kết luận bằng một khẩu hiệu: "Lái xe trong khi sử dụng các chất kích thích có thể gây nguy hiểm cho chính bạn, người thân và những người trên đường".

Điều này đã được chứng minh bằng thực tế. Thông báo của *Governors Highway Safety Association (GHSA)* xác nhận lái xe dưới ảnh hưởng của ma túy là nguyên nhân của nhiều vụ thiệt mạng hơn cả lái xe khi say rượu. Thông báo được hãng tin UPI trích dẫn cho biết, trong năm 2016, 44%

số người lái xe bị thiệt mạng có chất ma túy trong người, tăng 28% so với 10 năm trước. Trong số những người lái xe bị thiệt mạng mà cơ thể có chất ma túy thì 38% có chất cần sa, 16% có chất thuốc giảm đau *(opioids)* và khoảng 4% có cả hai loại. Vậy là tội của anh cần sa lớn nhất! Ông Jonathan Adkins, Giám Đốc Điều Hành GHSA, nhận xét: "Quá nhiều tay lái xe cho rằng cần sa hay ma túy từ thuốc giảm đau không ảnh hưởng gì tới khả năng lái xe, và có khi họ còn nghĩ rằng các chất này giúp họ lái xe an toàn hơn. Việc loại bỏ sự suy nghĩ sai lầm này đòi hỏi các tiểu bang phải mở rộng chương trình chống lái xe khi bị ảnh hưởng ma túy để cho các tài xế hiểu rằng không tỉnh táo là không tỉnh táo, dù là dùng thứ gì!".

Làm thế nào để cảnh sát biết một người phê cần sa lái xe trong tình trạng không tỉnh táo? Dễ ợt! Cũng như kiểm tra người say rượu lái xe thôi. Nhưng khi cảnh sát nghi một tài xế chơi cần sa, họ cũng cho đo nồng độ rượu ngay. Để làm chi? Để loại bỏ yếu tố rượu ra trước. Sau đó họ mới hỏi vài câu và đo nhịp máu. Tiếp theo là ba món ăn chơi: kiểm soát mắt, đứng một chân và bước về phía trước và quay ngoắt lại. Cảnh sát cũng có thể thử nghiệm nước miếng.

Sau những cú thử sơ bộ trên, nếu bị nghi ngờ, cảnh sát sẽ đưa về bót. Tại đây, tài xế sẽ được thử nghiệm y khoa để loại bỏ nguyên do bệnh tật. Thử nghiệm này gồm đo áp lực máu, lấy nhiệt độ và đo nhịp tim. Họ cũng có thể khám bắp thịt coi có cứng hoặc tê không. Sau đó là một loạt thử nghiệm khác được gọi là "thử khả năng chú ý tới nhiều chuyện cùng một lúc". Tài xế sẽ phải làm các trò sau: nghiêng đầu về phía sau, nhắm mắt, đặt một ngón tay vào mũi, nhấc chân lên, nhìn vào chân và đếm lớn tiếng, thử mắt dưới ánh sáng và trong bóng tối. Nếu bị nghi là lái xe dưới ảnh hưởng cần sa ma túy, tài xế sẽ bị thử nước tiểu và máu. Tất cả các thử nghiệm này mất khoảng từ nửa giờ tới một giờ.

Cần sa hay thuốc lá đều là thứ đốt khói, hít vào phổi. Vậy thì tại sao chúng ta đang nỗ lực bài trừ nạn hút thuốc lá, tốn biết bao nhiêu tiền vì thứ khói được coi là thơm này, nay lại đèo bòng thêm cần sa cho sinh chuyện? Không chơi với khói, dù là khói thuốc lá hay khói cần sa như tôi, mới đặt ra câu hỏi ngây ngô như vậy. Vì thực ra, tuy cùng hít khói, nhưng hai thứ khói này khác nhau.

Thuốc lá là kẻ giết người nhưng chúng gần như được hợp pháp và công nhận rộng rãi trên khắp thế giới. Không ai bị phú lít thăm hỏi vì hút thuốc lá. Có thắt chặt lắm, nhà nước cũng chỉ có biện pháp nho nhỏ là cấm trẻ em dưới 18 tuổi hút thuốc lá. Thuốc lá rất tai hại vì chất *nicotine* trong khói thuốc là chất gây ra bệnh ung thư phổi, miệng và vòm họng. Các hãng sản xuất thuốc lá ngày nay đều bị bắt buộc in lời cảnh báo và hình ảnh ghê rợn về tai hại của thuốc lá trên mỗi bao thuốc. Đây có lẽ là sản phẩm duy nhất vừa bán vừa dọa khách hàng như vậy. Dọa thì dọa nhưng các đệ tử của thứ khói thơm vẫn coi như pha, vẫn bỏ tiền ra mua thứ tai hại này về đốt chơi. Nhà nước đành bó tay. Có lẽ nhà nước trông mong vào uy quyền của…nhà tôi! Nhiều bà vợ dùng chiêu cằn nhằn hoặc…cấm vận để làm áp lực các ông chồng nghỉ chơi với khói thuốc. Nhưng nhiều ông bạn tôi vẫn kiên cường một lòng ngậm em mảnh mai, xinh xắn, trắng trẻo biết thở ra khói này.

Cần sa lại khác. Nó được xưng tụng như "thuốc chữa bệnh", "thảo dược của hạnh phúc" và gần đây nhất còn có một từ rất gợi hình: *God's Vagina*! Cần sa không gây ra bệnh tật nguy hại như ung thư mà, trái lại, các hợp chất *cannabinoid* phá hủy được các tế bào ung thư. Nhưng tác dụng y khoa lớn nhất của cần sa là giảm đau. Trước đây, khi cần sa còn là thứ "quốc cấm", rất nhiều bệnh nhân được phép trồng một số lượng cần sa trong nhà để làm thuốc. Có thể ngày nay dân hít cần sa để giải trí ít bị tổn hại hơn dân hút thuốc lá với điều kiện là họ đừng cầm tay lái xe chạy nhung nhăng ngoài đường phố.

Tôi vốn chân chỉ hạt bột, chẳng ưa một thứ khói nào nên vẫn còn con mắt ngại ngùng. Từ nay, lái xe trên đường phố, nhất là trên xa lộ, tôi vẫn cứ phải mắt trước mắt sau coi chừng những chiếc xe được lái bằng cần sa. Phiền phức thì có nhưng xã hội "tiến tới" thì mình cũng phải chấp nhận. Cuộc đời này đâu có phải chỉ dành riêng cho mình!

11/2018

NHỚ

Ngày 5 tháng 11 năm 2018, Tòa Tổng Giám Mục Hà Nội đã gửi "Đơn Kiến Nghị Khẩn Cấp" do Hồng Y Nguyễn văn Nhơn và Giám Mục Chu văn Minh ký, yêu cầu thành phố Hà Nội đình chỉ việc ngang nhiên xây dựng trên đất của tòa Tổng Giám mục. Khu đất này chính là khu trường Dũng Lạc trước kia.

Tin xấu này làm nhiều người bất bình. Tôi là học sinh trường Dũng Lạc trong bốn niên khóa từ năm 1950 đến 1954, từ Đệ Thất đến Đệ Tứ, nên xót xa cho mái trường xưa, mái trường mà ít ngày trước đây tôi thẫn thờ nhớ khi cô cháu tôi từ Việt Nam qua chơi, đã mang qua cho tôi cuốn học bạ bốn năm tại trường Dũng Lạc. Cuốn sổ mỏng, vàng ố, chỉ có 16 trang, ghi lại thành tích học tập của tôi trong bốn năm học Trung Học Đệ Nhất Cấp này. Học bạ được in tại nhà in Tiến Long, 25 phố Nhà Chung, Hà Nội. Phố Nhà Chung, con phố ngắn nhưng rất thân thuộc với học trò Dũng Lạc. Từ cổng trường ra, quẹo phải, là đã nhập vào bóng mát của phố, nơi có một trường của các sơ, có ca sĩ Tâm Vấn theo học, con gái túa ra từng đàn trong giờ ra về trùng với giờ tan trường của chúng tôi. Chúng tôi thường dùng con đường này để tới đường Tràng Tiền, quẹo trái ra Bờ Hồ đón tàu điện về nhà. Nhưng trước khi ra tới phố Nhà Chung, chúng tôi còn phải vấn vương với vỉa hè rộng lớn trước cửa trường. Nơi đây là thiên đàng nhỏ của học sinh Dũng Lạc. Có thịt bò khô, bánh tôm, kem cây. Lại có ngôi quán nhỏ của anh chàng Đại Quấy, bán đủ thứ hầm bà lằng, thứ nào trông cũng quyến rũ. Có bánh mì chả ngon ơi là ngon của chàng Lý Toét. Đại Quấy và Lý Toét là những xước danh chúng tôi đặt cho hai anh chàng vui tính bán hàng trước cửa trường.

Có lẽ ít người biết trường Dũng Lạc ở Hà Nội. Đây là một trường tư thục công giáo, nằm sát bên hông nhà thờ Lớn Hà Nội, nhưng học sinh không hẳn toàn là công giáo. Rất nhiều bạn học của tôi không phải là dân Chúa. Họ theo học vì đây là một tư thục có rất nhiều giáo sư danh tiếng giảng dậy. Tôi đã được học các giáo sư Lê văn Hòe, Nguyễn Uyển Diễm môn Việt văn, giáo sư Bùi Phượng Chì, Nguyễn Đôn Dương môn lý hóa, giáo sư Nguyễn Gia Tường môn vạn vật, hai anh em giáo sư Lê Bá Kông và Lê Bá Khanh môn Anh văn, giáo sư Lê Xuân Bản môn Pháp văn, giáo sư Chung Quân môn Âm Nhạc.

Trong cuốn học bạ vừa tìm thấy lại của tôi, chữ ký của Hiệu Trưởng là cha Nguyễn Huy Mai. Cha là một khuôn mặt trí thức khả kính của Hà Nội. Tốt nghiệp Cử Nhân Văn Chương và Cử Nhân Thần Học tại Đại học Sorbonne, Paris,

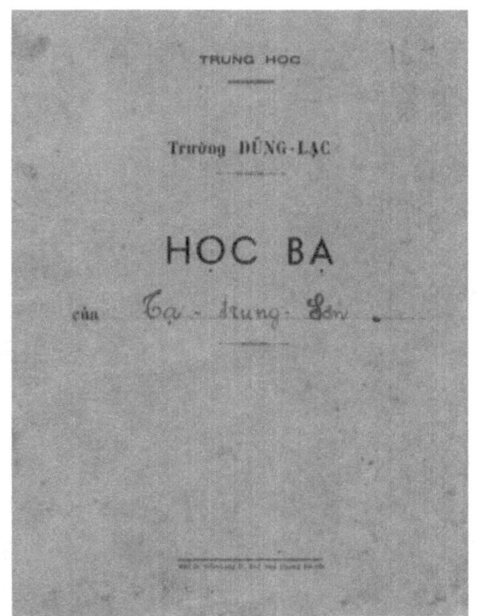

Học bạ trường Dũng Lạc.

Chữ ký cha Hiệu Trưởng Nguyễn Huy Mai trên học bạ.

cha hồi hương về Hà nội vào năm 1947, lúc 34 tuổi. Được bổ nhiệm Phó Xứ nhà thờ chính tòa Hà Nội, cha hoạt động hăng say trong giới thanh niên học sinh và trong lãnh vực giáo dục. Cha thành lập trường Dũng Lạc và giữ chức Hiệu Trưởng đầu tiên. Năm 1952, cha được bổ nhiệm Chánh Xứ nhà thờ Chính Tòa Hà Nội, Giám Đốc tiểu chủng viện Pio XII, và Tuyên Úy phong trào Thanh Sinh Công. Năm 1954, cha cùng bổn đạo di cư vào Nam, gia nhập giáo phận Kontum. Năm 1967, Vatican thiết lập tân giáo phận Buôn Mê Thuột và cha được vinh thăng Giám Mục tiên khởi của giáo xứ này. Cha qua đời vào ngày 4/8/1990, thọ 77 tuổi.

Trong bài *"Hà Nội, 1948-1954, Những Năm Tháng Cũ"*, tác giả Đỗ văn Minh có viết về trường Dũng Lạc: *"Tọa lạc bên hông trái Nhà Thờ Lớn, đứng từ ngoài nhìn vào, trường Dũng Lạc do cha Phạm Huy Mai làm hiệu trưởng và cha Nam làm giám học. Trường có cơ sở khang trang nhất với hai tầng: các lớp học rộng rãi, thoáng đãng, hai mặt nhìn ra một sân chơi có chỗ tập bóng chuyền, bóng rổ, phía bên kia là nhà chơi (préau) bên trong có bàn ping pong (bóng bàn). Trong mấy năm liên tiếp, học sinh Dũng Lạc đã đoạt chức vô địch bóng bàn đơn, anh Phạm Ngọc Hải, và vô địch đánh đôi, hai anh Phan Hữu Chương và Trần Đình Đại. Tre chưa già mà măng đã mọc, hai anh Chương và Đại tài nghệ còn đang lên thì đã có hai mầm non sẵn sàng thay thế: hai anh Phan Hữu Cảnh, em anh Chương, và Trần Đình Thu, em anh Đại. Trường Dũng Lạc còn mở lớp nhất và lớp nhì bậc tiểu học. Ngoài các môn học chính, trường còn dạy nhạc phụ trách bởi các nhạc sĩ Hùng Lân, tác giả các bài Khoẻ Vì*

Cổng trường Dũng Lạc đã bị đổi tên.

Nước, Việt Nam Minh Châu Trời Đông, Hè Về ... và nhạc sĩ Chung Quân, tác giả bài Làng Tôi''. Khi tôi bắt đầu học tại Dũng Lạc vào năm 1950 thì không còn thấy các lớp tiểu học. Tác giả Đỗ văn Minh nhắc tới chuyện bóng bàn của trường Dũng Lạc, đây là hoạt động thể thao nhộn nhịp nhất của trường. Phần lớn học sinh Dũng Lạc thời đó đều có chiếc vợt bóng bàn trong cặp khi tới trường. Bàn chỉ có khoảng chục chiếc, người chơi thì nhiều nên ngày nào cũng có sự giành giật trong giờ ra chơi. Chuông vừa đổ là chúng tôi chạy bán sống bán chết ra giành bàn. Sự giành giật đó làm nảy sinh ra mánh mung. Trước vài phút chuông đổ giờ ra chơi, chúng tôi làm bộ xin phép thầy cho đi tiểu. Ra được ngoài, chúng tôi nấp vào một chỗ gần nơi để bàn bóng, vừa nghe chuông là chạy ra giành bàn ngay. Đúng như tác giả Đỗ văn Minh ghi lại, trong các cuộc thi đấu bóng bàn học sinh Hà Nội ngày đó, học sinh Dũng Lạc luôn được các giải cao. Có một chi tiết: tác giả ghi cha Hiệu Trưởng là Phạm Huy Mai, không biết có phải lộn tên cha Nguyễn Huy Mai không?

Trong thời gian làm Hiệu trưởng trường Dũng Lạc, cha Nguyễn Huy Mai còn kiêm nhiệm nhiều chức khác nên cha rất bận, ít có mặt tại trường. Công việc tại trường được giao cho cha Hiệu Phó Trịnh văn Căn. Cha Căn là "bạn" tôi nên tôi hay vào chơi với cha trong văn phòng nhà trường. Nói là bạn cho oai chứ thực ra tôi là đầu sai của cha khi cha còn làm Phó Xứ nhà thờ Hàm Long. Trong khuôn viên nhà thờ Hàm Long có trường tiểu học Trần văn Thưởng mà tôi theo học. Thầy giáo dạy lớp Nhất của tôi là thầy Phạm Việt Tuyền, lúc đó còn là sinh viên Văn Khoa. Tôi vừa là học sinh của trường nhà thờ, vừa giúp lễ, vừa hát trong ca đoàn. Ngày đó giờ của tôi ở nhà thờ nhiều hơn ở nhà, tôi không đi tu kể cũng lạ. Thực ra ngày đó tôi chẳng bao giờ có tư tưởng đi tu trong đầu. Có tên bạn cùng lớp đi tu, tôi còn cản không cho. Ngoài đời vui vậy, sao lại tự nhốt mình trong chủng viện cho phí đời trai! Cha Trịnh văn Căn là con trai duy nhất trong gia đình, tưởng là ở đời, lấy vợ, giữ việc nối dõi tông đường, vậy mà lại đi tu.

Hồi đó học sinh được nghỉ học ngày thứ năm. Đó là ngày tôi cùng vài tên bạn được cha Căn chọn tới phòng cha ngồi chép sách cha viết ra thành nhiều bản. Cha là người thích dịch và viết sách. Tình thân giữa cha con của cha và tôi chỉ kéo dài được một năm. Năm 1951, cha chính xứ Hàm Long là linh mục Trịnh Như Khuê được thụ phong Giám Mục, cai quản địa phận Hà Nội. Cha Phó xứ Hàm Long Trịnh văn Căn đi theo cha xứ Trịnh Như Khuê để làm thư ký của tòa Giám Mục, kiêm nhiệm Phó xứ Nhà thờ Lớn, Hiệu Phó trường Dũng Lạc. Vậy là cha con tôi "đoàn tụ" tại trường Dũng Lạc.

Năm 1952, cha Căn làm chánh xứ nhà thờ Chính Tòa Hà Nội thay thế cha Nguyễn Huy Mai khi cha Mai được bổ nhiệm chức Giám Đốc tiểu chủng viện Pio XII. Năm 1959, cha Căn còn kiêm nhiệm Chánh Xứ Kẻ Sét. Xứ Kẻ Sét, tên chữ là Thịnh Liệt, là đất tổ của gia đình tôi. Sao đất tổ tiên của tôi lại lắm tên đến thế! Ngoài Kẻ Sét, Thịnh Liệt, còn có tên Giáp Bát hay nôm na là Làng Tám. Làng tổ của tôi trước kia thuộc tỉnh Hà Đông, sau thuộc ngoại thành Hà Nội, nay là thuộc Hà Nội. Cái tên Kẻ Sét đã đi vào dân gian. Chắc dân Bắc kỳ đều biết câu: "Dưa La, cà Láng, nem Báng, tương Bần, nước mắm Vạn Vân, cá rô Đầm Sét". Đầm Sét nằm ở Kẻ Sét làng tôi. Vậy là "tình thân" giữa tôi và cha Căn được thắt thêm một nút, tuy tôi đã di cư vào Nam từ năm 1954.

Năm 1954, hiệp định Geneve được ký kết, giáo dân ùn ùn di cư vào Nam. Khoảng 100 linh mục trong tổng số 180 linh mục của địa phận Hà nội theo giáo dân vào Nam. Cha Căn ở lại. Và cha trở thành một khuôn mặt lớn trong tình

Nhà thờ xứ Kẻ Sét.

thế mới khi quan hệ giữa Vatican và nhà cầm quyền mới ở miền Bắc bị rạn nứt trầm trọng. Năm 1959, cha Căn được bổ nhiệm giữ chức Chánh Xứ nhà thờ Chánh Tòa Hà Nội. Giáo dân ngày đó coi cha như một người dẫn dắt giáo hội công giáo ở miền Bắc Việt Nam và giúp giáo dân vượt qua những khó khăn trong những ngày miền Bắc đổi chủ.

Tháng 2 năm 1963, cha Căn được thụ phong Giám Mục, làm phó cho cha Khuê, với quyền kế vị. Năm đó cha mới 42 tuổi. Năm 1975, Giám Mục Trịnh Như Khuê được Vatican phong tước hiệu Hồng Y, vị Hồng Y đầu tiên của Việt Nam. Năm 1978, Hồng Y Trịnh Như Khuê qua Roma bầu tân Giáo Hoàng kế vị Giáo Hoàng Paul VI mới qua đời. Chuyến đi phải kéo dài vì vị tân Giáo Hoàng được bầu là Giáo Hoàng Jean Paul I đã bất ngờ từ trần chỉ 33 ngày sau khi lên ngôi. Hồng Y Khuê phải ở lại Roma để bầu lần thứ hai. Đó là Giáo Hoàng Jean Paul II. Bầu xong, Hồng Y Khuê về nước. Sáng hôm sau Ngài vẫn dâng lễ bình thường, nhưng đến tối bị nhồi máu cơ tim và đột ngột qua đời. Giám Mục Căn lên kế vị. Chỉ một năm sau, Giám Mục Căn được vinh thăng Hồng Y và trở thành vị Hồng Y thứ hai của Việt Nam khi ông chỉ mới 58 tuổi. Nhân đây, có lẽ tôi phải nhắc tới vị Hồng Y thứ ba. Đó là Hồng Y Phạm Đình Tụng được phong tước Hồng Y năm 1994. Khi Cha chính xứ Hàm Long Trịnh Như Khuê được thăng Giám Mục thì linh mục kế vị ông trong chức Chánh Xứ Hàm Long chính là cha Phạm Đình Tụng. Vậy là ba Hồng y đầu tiên của Việt Nam đều trải qua những ngày phục vụ tại nhà thờ Hàm Long. Có lẽ ba vị chỉ giống nhau có vậy. Về vóc dáng họ hoàn toàn khác nhau. Cha Khuê trắng

Lễ nhận mũ Hồng y của Tổng giám mục Trịnh Văn Căn tại Rôma.

trẻo, mập mạp, trông rất uy nghi bệ vệ. Ngày đó, thấy cha là tôi kính nhi viễn chi. Chúng tôi không gần cha như gần cha phó Trịnh văn Căn. Cha Căn cao lớn, da ngăm ngăm đen, luôn có nụ cười hiền hậu trên môi và đặc biệt rất yêu thích lũ con nít chúng tôi. Phòng cha lúc nào cũng có bánh kẹo. Lũ nhóc chúng tôi bám theo cha, chẳng phải chỉ vì bánh kẹo, mà còn vì cha dễ chơi. Khi cha bỏ xứ Hàm Long, theo cha Khuê, chúng tôi như hụt hẫng. Cha Phạm Đình Tụng có chiều cao khiêm nhường, bộ vó rất tỉnh lẻ, da đen hơn cha Căn. Cha rất đạo mạo và khá biệt lập với chúng tôi. Ngồi nhớ lại, tôi không thấy có kỷ niệm đáng nhớ nào với cha Tụng. Tuy Hồng Y Phạm Đình Tụng không ăn nhậu chi tới trường Dũng Lạc nhưng tôi vẫn mời Ngài vô đây vì tôi muốn khoe là tôi là chỗ thân tình với cả ba vị Hồng y tiên khởi của Việt Nam từ khi các Ngài còn…hàn vi! Hồng y Phạm Đình Tụng trao quyền cai quản giáo phận Hà Nội cho Tổng Giám Mục Ngô Quang Kiệt vào ngày 7/5/2003 vì già yếu. Ông lâm bệnh nặng từ năm 2006 và từ trần vào ngày 2/2/2009.

Trong ba vị Hồng Y quen biết, tôi khoái nhất Hồng Y Trịnh văn Căn. Tuy tính tình khả ái nhưng ngài rất cương quyết. Những ngày lãnh trách nhiệm dẫn dắt giáo hội miền Bắc trong hoàn cảnh khó khăn, ngài đã nhiều lần cứng rắn đối đầu với chế độ. Lớn nhất có lẽ là vụ phong thánh cho 117 vị tử đạo tại Việt Nam.

Đầu năm 1985, trong một chuyến tới Roma, Hồng Y Trịnh văn Căn hỏi ý Đức Ông Trần văn Thụ, yêu cầu Đức Ông nhận trách nhiệm làm cáo thỉnh viên trong việc xin phong thánh cho 117 vị chân phước tử đạo ở Việt Nam. Đức Ông nhận lời. Hồng Y Căn trao ngay cho Đức Ông Thụ giấy ủy nhiệm. Về lại Việt Nam, Ngài báo cáo với chính quyền. Chính quyền yêu cầu nộp hồ sơ cá nhân của 117 vị này. Trong khi đó, một số tu sĩ và giáo dân cho rằng Hồng Y Căn không khôn ngoan và thận trọng trong việc xin phong thánh. Ngài bị chính anh em cô lập. Chính quyền yêu cầu Hồng Y Căn lập ra một hội đồng để chính quyền tiện tiếp xúc trong việc xin phong thánh này. Trong một cuộc thuyết trình của nhà nước trước hội đồng, thuyết trình viên đã bôi nhọ các chân phước tử đạo Việt Nam là những người bán nước, đầu trộm đuôi cướp, gian thương. Nghe các chân phước tử đạo bị hạ nhục, Hồng Y Căn quỳ xuống ôm mặt khóc và van nài: "Xin thôi, xin thôi! Ông không có quyền thóa mạ, bôi nhọ cha ông chúng tôi là những người chúng tôi yêu mến và kính trọng". Hồng Y Căn tiếp tục khóc. Các giám mục lặng lặng rút lui. Cuộc họp kết thúc. Sau này, Giám Mục Nguyễn văn Sang, khi đã về hưu, kể lại: vị đại diện chính quyền bữa đó bị trách cứ là "suýt nữa cụ Căn ngã xuống thì lúc đó con số phong hiển thánh sẽ là 118 vị chứ không phải 117 vị!". Theo Giám mục Chu văn Minh thì vị đó chính là Mai Chí Thọ! Ngoài ra, các ông Trần Bạch Đằng, Nguyễn Khắc Viện và nhiều thành viên của Ủy Ban Đoàn Kết Công Giáo Việt Nam, một phong trào do chính quyền thành lập, viết nhiều bài báo chống đối việc phong thánh. Ông Viện cho việc phong thánh là một đòn hiểm cho sự đoàn kết dân tộc của Việt Nam. Báo "Công Giáo và Dân Tộc" của các cha thân với nhà cầm quyền cộng sản định phổ biến một thỉnh nguyện thư xin hoãn việc phong thánh để xin chữ ký của giáo dân nhưng Hồng Y Căn và hàng giáo phẩm chân chính đã phản đối.

Ngày 22 tháng 6 năm 1987, Tòa Thánh thông báo tới Hội Đồng Giám Mục Việt Nam chấp thuận việc phong thánh. Lễ phong thánh sẽ được tổ chức vào ngày 19/6/1988. Chính phủ Việt Nam phản đối quyết định này vì, theo họ, chính sử Việt Nam ghi lại các vị tử đạo Việt Nam là tay sai cho chủ nghĩa thực dân. Họ lo ngại nhân dịp này, giáo dân sẽ biểu tình lớn. Hồng Y Căn phản bác lại, cho rằng việc phong thánh không có ý nghĩa chính trị. Ông viết tiếp: "Đây không chỉ là một vinh dự cho Giáo hội Việt Nam, đó là một vinh dự cho tất cả người dân Việt Nam".

Vì bị giam lỏng tại tòa Tòa Tổng Giám Mục từ năm 1987, Hồng y Căn không hy vọng chính phủ Việt Nam cho ông qua Roma tham dự lễ phong thánh. Tuy nhiên Ngài cũng thành lập một phái đoàn và xin chính phủ cho phép xuất ngoại. Ngài cũng cảnh báo là không chấp nhận phái đoàn do chính phủ Việt Nam thành lập và cử đi. Cuối cùng không có phái đoàn Việt Nam nào được chính phủ cho phép qua Roma tham dự. Đây là lễ phong thánh lớn nhất trong lịch sử giáo hội công giáo La Mã với 117 vị được thụ phong, vượt con số 103 vị ở Hàn quốc được phong vào năm 1984. Cha Andre Trần An Dũng Lạc mà ngôi trường chúng tôi học mang tên Ngài, là một trong các vị thánh tử đạo được phong vào dịp này. Cha sanh ra trong một gia đình ngoại giáo ở Bắc Ninh vào năm 1795, theo cha mẹ vào Kẻ Chợ, nay là Hà Nội. Cha Dũng Lạc chịu chức linh mục năm 1823, bị xử trảm tại Ô Cầu Giấy ngày 21/12/1839, dưới thời vua Minh Mạng.

Với công đầu trong việc vận động phong thánh cho 117 vị tử đạo tại Việt Nam, Hồng Y Căn cho gia đình tôi được một niềm vui khôn cùng. Trong số 117 vị này có thánh Martino Tạ Đức Thịnh, tiền bối của dòng họ tôi.

Thánh Martino Tạ Đức Thịnh sanh năm 1760 tại làng Kẻ Sét, lúc đó thuộc huyện Thanh Trì, Hà Đông. Năm ngài 18 tuổi, gia đình đi hỏi cho ngài một thiếu nữ thùy mị, duyên dáng và đạo hạnh, nhưng ngài xin hoãn lại. Cuối cùng, sau khi suy nghĩ kỹ càng, ngài quyết định đi tu. Ngài được thụ phong linh mục trong thời vua Cảnh Thịnh cấm đạo, được bổ nhiệm làm bí thư cho Đức Cha Jacob Longer, đã từng tháp tùng Đức Cha tới yết kiến vua Gia Long khi nhà vua về Thăng Long vào năm 1803. Năm 1840, có Tổng đốc Trịnh Quang Khanh là một cộng tác viên đắc lực của vua Minh Mạng trong việc bách hại đạo công giáo. Nghe tin tại Kẻ Báng có ba vị linh mục, ông mang một ngàn quân tới vây bắt. Hai cha trốn trong vách nhà là các cha Nguyễn Đình Nghi và Nguyễn Ngân bị vây bắt trong khi cha Thịnh già

Tượng thánh Martino Tạ Đức Thịnh.

cả, nằm trên võng giả dạng là một ông già tai điếc đặc, lại không bị lộ diện. Nghe tin hai cha bạn bị bắt, cha Thịnh hiên ngang ra trình diện. Tổng Đốc Khanh bắt các ngài bước qua thánh giá nhưng không ai chịu bước. Họ bị đánh roi, giam cầm khổ cực, cuối cùng bị hành hình bằng cách chém đầu vào ngày 8/11/1840 tại pháp trường Bảy Mẫu. Khi đó linh mục Martino Tạ Đức Thịnh vừa chẵn 80 tuổi. Thi thể của Ngài được mai táng tại xứ Vũ Điện, sau được đưa về quê quán là Kẻ Sét. Giáo Hoàng Leo XIII suy tôn ba linh mục Giuse Nguyễn Đình Nghi, Phaolô Nguyễn Ngân và Martino Tạ Đức Thịnh lên bậc Chân Phước vào ngày 27/5/1900, trước khi ba vị hiển thánh vào năm 1988.

Trước khi gia đình tôi tản cư khỏi Hà Nội vào năm 1948, tại nhà vẫn có bàn thờ rất lộng lẫy với xương cụ thánh Thịnh. Vài tháng sau, khi hồi cư về, bàn thờ bị phá, xương thánh bị mất. Năm 2003, tôi có về lại làng Giáp Bát, tới nhà thờ làng, thấy có bàn thờ cụ thánh Thịnh bên cung thánh.

Cũng trong lần duy nhất trở về Hà Nội sau 49 năm rời xa này, tôi trở lại trường xưa. Tôi chỉ đứng bên ngoài nhìn vào trường Dũng Lạc. Cánh cửa sắt lớn, nơi ngày xưa chúng tôi đứng bên trong chìa tiền ra mua kem trong giờ ra chơi, vẫn còn đó. Tấm bảng lớn bên trên nay mang dòng chữ: "Trường PTCS Hoàn Kiếm – Tân Trào". Trường đã mất tên. Cuộc bể dâu nào đã giết chết ngôi trường xưa của chúng tôi sau khi chúng tôi di cư vào Nam?

* * *

Cha Hiệu Trưởng Nguyễn Huy Mai theo giáo dân di cư vào Nam, cha Gioan Lasan Nguyễn văn Vinh thế cha Mai cai quản trường Dũng Lạc. Cha Vinh cũng du học từ Pháp về như cha Mai. Cha du học với tư cách một tu sĩ vào năm 1928, khi mới 16 tuổi. Cha thụ phong linh mục tại Limoges,

Giám Mục Nguyễn Huy Mai.

Cha Gioan Lasan Nguyễn văn Vinh.

Pháp, vào năm 1940, khi chiến tranh thế giới thứ hai đang tới hồi quyết liệt. Cha ở lại Pháp tiếp tục học và đậu Cử Nhân Triết Học tại Đại Học Sorbonne và học sáng tác và hòa âm tại Nhạc viện Quốc Gia Pháp. Cha chơi *violon* rất hay. Có lần tham dự cuộc thi kéo *violon* toàn nước Pháp, cha đã đoạt giải nhì. Đáng lẽ với tài nghệ của cha, cha phải đoạt giải nhất, nhưng vì thể diện quốc gia, ai lại để một anh da vàng mũi tẹt ẵm giải nhất của toàn nước Pháp nên họ phải trao giải nhất cho một cô đầm!

Năm 1947, linh mục Nguyễn văn Vinh hồi hương sau 17 năm xa quê và được Giám Mục Francois Chaize, tên Việt là Thịnh, bổ nhiệm làm Chánh Xứ nhà thờ Lớn Hà Nội. Cha Vinh là một linh mục yêu nước và cứng rắn. Năm 1951, Trung Úy Bernard, con trai của tướng De Lattre de Tassigny, Tư Lệnh quân Đội Pháp tại Việt Nam, tử trận trên chiến trường Việt Nam. Lễ an táng được tổ chức ở nhà thờ Lớn Hà Nội. Tướng De Lattre đòi ngồi trên cung thánh và bắt chuyển ghế của Thủ Tướng Trần văn Hữu xuống phía dưới lòng nhà thờ. Vì lòng tự trọng dân tộc và danh dự quốc gia, linh mục Nguyễn văn Vinh không nhượng bộ. Hai bên tranh cãi rất gay gắt. Chỉ tới khi Thủ Tướng Trần văn Hữu tự nguyện rút lui, sự việc mới xong. Bữa sau, tướng De Lattre vời cha Vinh tới dinh của ông ta, tức giận đập bàn đe dọa, cha Vinh không chịu kém, cũng đập bàn to tiếng lại. Giám mục Trịnh Như Khuê chịu áp lực phải cất chức chánh xứ của linh mục Vinh, thuyên chuyển ông qua giảng dậy Anh văn, Pháp văn, Triết và Nhạc tại Tiểu Chủng Viện Pio XII, đồng thời dạy Việt Văn và Triết Học tại trường Chu văn An Hà Nội.

Tính cương quyết của cha Vinh được lập lại lần nữa sau năm 1954, khi cộng sản thống trị miền Bắc. Nhà cầm quyền mới chỉ thị trường Dũng Lạc phải treo hình Hồ Chí Minh thay cho thánh giá trong các lớp học của trường, cha Vinh cương quyết không thi hành. Vì vậy trường bị đóng cửa vào năm 1957. Trước sau trường chỉ có hai Hiệu Trưởng là cha Mai và cha Vinh!

Nhà cầm quyền sau đó không tìm ra được người dạy tiếng La tinh cho trường Đại Học Y Khoa Hà Nội nên đề nghị Đức Cha Khuê cử linh mục Vinh qua dậy. Trong một lần Thủ Tướng Trung Cộng Chu Ân Lai tới viếng thăm trường, ông thấy trong ban giảng huấn có chiếc áo chùng thâm, nói kháy:

Cha Vinh điều khiển ca đoàn.

"Đến giờ này mà còn có linh mục dậy ở Đại Học quốc gia sao?". Linh mục Vinh nghỉ dậy sau đó.

Năm 1957, vào dịp lễ Giáng Sinh, nhà cầm quyền Hà Nội muốn tỏ cho dân chúng trong nước và thế giới thấy là đạo công giáo vẫn được tự do hành đạo, họ tự động cho người tới treo dây, kết đèn quanh nhà thờ Lớn. Sau đó họ đòi nhà thờ một khoản tiền lớn gồm tiền công và vật liệu. Hành động ngang nhiên của họ khiến giáo dân bất bình. Năm sau, 1958, họ tái diễn mửng làm tiền đó. Hai linh mục Trịnh văn Căn và Nguyễn văn Vinh phản ứng dữ dội. Họ cho kéo chuông nhà thờ để báo động cho giáo dân. Giáo dân ùn ùn kéo tới. Linh mục Vinh leo lên chiếc thang cao, bắt chéo tay thành hình chiếc còng, lớn tiếng la: "Tự do thế này này!". Sau đó, họ đưa hai linh mục quả cảm ra tòa với tội danh "vô cớ tập họp quần chúng trái phép, phá rối trị an, cố tình vu khống, xuyên tạc chế độ, gây chia rẽ trong nhân dân". Tòa kết án linh mục Căn 12 tháng tù treo, linh mục Vinh 18 tháng tù giam.

Án là 18 tháng nhưng cuộc đời tù tội của linh mục Vinh kéo dài lê thê. Ông bị giam tại Hỏa Lò và lần lượt di chuyển qua các trại giam Chợ Ngọc rồi Yên Bái. Khi mới tới trại Yên Bái, linh mục Vinh còn được ở chung với các tù nhân khác. Nhiều người đến xin và được ông giải tội. Vì vậy ông bị kỷ luật phải biệt giam, bị cùm chân trong xà lim tối thui. Mấy tháng sau, ông được ra sống chung lại với các tù nhân khác. Ông lại làm phép giải tội. Cán bộ trại tức bực hỏi: "Tại sao đã bị cùm, bị kỷ luật, được ra, anh lại tiếp tục phạm nội quy?". Cha đáp: "Cấm là việc của các ông, giải tội là việc của tôi, còn sống ngày nào, tôi phải làm bổn phận của mình!". Cha đã làm quá bổn phận của mình khi sống với anh em bạn tù. Một lần, nhận được gói quà gồm lương khô và vài đồ dùng cá nhân, do cha Nguyễn Tùng Cương, quản lý nhà chung Hà Nội, gửi vào, cha mang ra chia hết cho mọi người không phân biệt lương giáo. Bạn tù rất quý mến cha. Họ gọi cha bằng bố! Có lần một bạn tù bị đánh, cha lên tiếng bênh vực, liền bị cán bộ xông tới giơ tay đánh. Cha đưa tay lên gạt, lập tức anh chàng cán bội ngã khuỵu xuống. Vậy là cả trại đồn cha có võ!

Sau đó, cha bị đầy đi trại Cổng Trời, ngôi trại tàn khốc nhất trong các trại tù của cộng sản. Một chánh giám thị trại tên Nguyễn Quang Sáng đã dằn mặt tù: *"Hôm nay, tôi, Nguyễn quang Sáng, chánh giám thị mới của trại, thông báo để các anh rõ: Trại Cổng Trời, công trường 25A Hanoi này là một trại đặc biệt. Trại đã sàng lọc cẩn thận lũ các anh, bọn đầu trâu trán khỉ, bọn phản động chống phá cách mạng một cách điên cuồng. Ở các trại dưới các anh không chịu cải tạo, lại còn ra sức truyền đạo và kích động người khác. Chúng tôi đây, chúng tôi cũng được chọn lọc, những phần tử ưu tú nhất, dầy dạn nhất, kinh nghiệm nhất để lên đây trừng trị, trấn áp lũ các anh. Tôi thay mặt ban giám thị báo cho các anh biết: Ban Giám Thị trại trực tiếp được Bộ chính trị và Ủy ban thường vụ quốc hội trao cho quyền hành đặc biệt là trừng trị thẳng tay những kẻ nào còn dám chống lại đảng và nhà nước".*

Một bữa, một cán bộ cao cấp ở Hà Nội tới gặp tù nhân Vinh dụ dỗ: "Đảng và chính phủ muốn anh được tha về, nhưng với điều kiện phải cộng tác với linh mục Nguyễn Thế

Vịnh. Nếu anh đồng ý, anh có thể về Hà Nội ngay bây giờ với tôi". Linh mục Nguyễn Thế Vịnh lúc đó là Chủ Tịch Ủy Ban Liên Lạc Công Giáo, một tổ chức của nhà nước. Linh mục Vinh khẳng khái trả lời: "Ông Vịnh có đường lối của ông Vịnh, tôi có đường lối của tôi!". Vậy là mút mùa lệ thủy.

Bạn tù với cha Vinh là Tuân Nguyễn nhớ lại những ngày cùng bị giam cầm với linh mục Vinh. Ông kể lại với nhà thơ Phùng Quán: thời gian trong tù, linh mục Vinh được hầu như tất cả các trại viên, kể cả những tay hung dữ sừng sỏ nhất, quý mến. Ông được giao nhiệm vụ khâm liệm những tù nhân chết. Ông là con người nhân ái, trí thức.

Con người nhân ái đó được các tù nhân trong trại Cổng Trời đặt cho hỗn danh là "thằng khùng"! Trong bài viết "Cái Thanh Ngang Trên Cây Thập Tự Đóng Đinh Chúa", nhà thơ Phùng Quán kể lại lời của Tuân Nguyễn. *Anh ta vào trại trước mình khá lâu, bị trừng phạt vì tội gì, mình không rõ. Người thì bảo anh ta phạm tội hình sự, người lại bảo mắc tội chính trị. Nhưng cả hai tội mình đều thấy khó tin. Anh ta không có dáng dấp của kẻ cướp bóc, sát nhân, và cũng không có phong độ của người làm chính trị. Bộ dạng anh ta ngu ngơ, dở dại dở khùng. Mình có cảm giác anh ta là một khúc củi rều, do một trận lũ cuốn từ một xó rừng nào về, trôi ngang qua trại, bị vướng vào hàng rào của trại rồi mắc kẹt luôn ở đó. Nhìn anh ta, rất khó đoán tuổi, có thể ba mươi, mà cũng có thể năm mươi. Gương mặt anh ta gầy choắt, rúm ró, tàn tạ, như một cái bị cói rách, lăn lóc ở các đống rác. Người anh ta cao lòng khòng, tay chân thẳng đuồn đuỗn, đen cháy, chỉ toàn da, gân với xương. Trên người, tứ thời một mớ giẻ rách thay cho quần áo. Lúc đầu mình cứ tưởng anh ta bị câm vì suốt ngày ít khi thấy anh ta mở miệng dù là chỉ để nhếch mép cười. Thật ra anh ta chỉ là người quá ít lời. Gặp ai trong trại, cả cán bộ quản giáo lẫn phạm nhân, anh ta đều cúi chào cung kính, nhưng không chuyện trò với bất cứ ai. Nhưng không hiểu sao, ở con người anh ta có một cái gì đó làm mình đặc biệt chú ý, cứ muốn làm quen... Nhiều lần mình định bắt chuyện, nhưng anh ta nhìn mình với ánh mắt rất lạ, rồi lảng tránh sau khi đã cúi chào cung kính".*

Hầu như không ai trong trại biết "thằng khùng" chính là một vị linh mục trí thức đã từng du học bên Pháp. Công việc khâm liệm xác chết là công việc không ai muốn làm, vậy mà "thằng khùng" xung phong nhận làm. Và làm với cả tấm lòng. Phùng Quán viết lại lời của Tuân Nguyễn: *"Lúc tắm rửa, kỳ cọ, miệng anh ta cứ mấp máy nói cái gì đó không ai nghe rõ. Anh ta rút trong túi áo một mẩu lược gãy, chải tóc cho người chết, nếu người chết có tóc. Anh ta chọn bộ áo quần lành lặn nhất của người tù, mặc vào rồi nhẹ nhàng nâng xác đặt vào áo quan được đóng bằng gỗ tạp sơ sài. Anh ta cuộn những bộ áo quần khác thành cái gói vuông vắn, đặt làm gối cho người chết. Nếu người tù không có áo xống gì, anh ta đẽo gọt một khúc cây làm gối. Khi đã hoàn tất những việc trên, anh ta quỳ xuống bên áo quan, cúi hôn lên trán người tù chết, và bật khóc. Anh ta khóc đau đớn và thống thiết đến nỗi mọi người đều có cảm giác người nằm trong áo quan là anh em máu mủ ruột thịt của anh ta. Với bất cứ người tù nào anh ta cũng khóc như vậy".*

Tuân Nguyễn.

Ai chứ Tuân Nguyễn thì tôi biết. Anh là một giáo viên của miền Bắc, sau này vào Nam tiếp tục dạy học tại trường Cấp Ba Thanh Đa, tọa lạc trong cư xá Thanh Đa. Thời gian này, tôi cũng dạy học tại đây nên biết khá rõ Tuân Nguyễn. Anh là một người chân chất, thật thà như đếm, được mọi người quý mến. Thường thì các giáo viên trong trường chơi với nhau thành từng nhóm. Nhóm giáo viên Sài Gòn chúng tôi ít khi thân mật với nhóm giáo viên ngoài Bắc vô, nhưng với Tuân Nguyễn thì khác hẳn. Chúng tôi chấp nhận anh vì tự anh chứng tỏ anh là một người ngoài kia vào nhưng không giống người ngoài kia. Anh hầu như chỉ chơi với các giáo viên Sài Gòn, thiếu thân mật với các giáo viên ngoài Bắc vào dạy. Tới khi tin cậy được nhau thì tôi nghỉ dậy để đi định cư tại Canada. Anh thường kể cho tôi nghe những chuyện thâm cung bí sử của giới lãnh đạo miền Bắc. Lúc đó tôi không biết anh đã từng bị tù tội ngoài Bắc nhưng chính cách tiếp xử của anh đã chiếm được lòng tin của tôi. Anh mất vào năm 1983 vì một tai nạn xe tại Sài Gòn.

Khi chôn kẻ chết, miệng cha Vinh mấp máy cái gì đó, Tuân Nguyễn không hiểu nhưng tôi hiểu. Cha Vinh đã cầu nguyện hoặc làm phép xác cho các bạn tù. Công việc không ai muốn làm, cha Vinh nhận làm vì nhiệm vụ linh mục của cha. "Chôn xác kẻ chết" là một trong 14 điều răn của đạo mà một người công giáo cần thực hành. Không ai hiểu được công việc tông đồ của vị linh mục này. Có lần giám thị thấy cha Vinh khóc thắm thiết khi chôn tù nhân, đã hỏi: "Thằng tù chết ấy là cái gì với mày mà mày khóc như cha chết vậy?". Cha khúm núm thưa: "Thưa cán bộ, tôi khóc vờ ấy mà. Người chết mà không có tiếng khóc tống tiễn thì vong hồn cứ luẩn quẩn trong trại. Có thể nó tìm cách làm hại cán bộ. Lúc hắn còn sống, cán bộ có thể trừng trị hắn, nhưng đây là vong hồn hắn, cán bộ muốn xích cổ cũng không xích được!". Phùng Quán kể tiếp lời Tuân Nguyễn: *Thằng khùng nói có lý. Giám thị trại mặc, cho nó muốn khóc bao nhiêu thì khóc. Nhưng mình không tin là anh ta khóc vờ. Lúc khóc, cả gương mặt vàng úa, nhăn nhúm của anh ta chan hòa nước mắt. Cả thân hình gầy guộc của anh ta run rẩy. Mình có cảm giác cả cái mớ giẻ rách khoác trên người anh ta cũng khóc... Trong tiếng khóc và nước mắt của anh ta chan chứa một niềm thương xót khôn tả. Nghe anh ta khóc, cả những trại viên khét tiếng lỳ lợm, chai sạn, "đầu chày, đít thớt, mặt bù loong" cũng phải rơm rớm nước mắt. Chỉ có nỗi đau đớn chân thật mới có khả năng xuyên thẳng vào trái tim người. Mình thường nghĩ ngợi rất nhiều về anh ta. Con người này là ai vậy? Một thằng khùng hay người có mối từ tâm lớn lao của bậc đại hiền?".*

Tuân Nguyễn chỉ biết "thằng khùng" là ai trong một dịp hai người đi chăn trâu của trại. Trời nóng như lửa đốt, bãi sông lại chỉ có độc nhất một cây mủng èo uột, hai người phải ngồi sát vào nhau cho có bóng mát. Bỗng "thằng khùng", vốn ít nói, lại lên tiếng hỏi trước: "Anh Tuân này, sống ở đây anh thèm cái gì nhất?". Tuân Nguyễn buột miệng trả lời ngay: "Thèm đọc sách!". Nói xong anh mới thấy mình… khùng. Nói chuyện sách vở với tên này chắc cũng giống nói với mấy con trâu đang đầm nước dưới sông. Chắc cả đời tên này chưa bao giờ cầm tới cuốn sách. Nhưng "thằng khùng" lại hỏi tới: "Nếu bây giờ có sách thì anh thích đọc ai?". Như không kềm nổi ước muốn trong lòng, anh lại buột miệng trả lời: "Voltaire!". "Thằng khùng" nhìn mặt sông lóa nắng hỏi: "Trong các tác phẩm của Voltaire anh thích nhất tác phẩm nào?". Tuân Nguyễn ngạc nhiên, trong đầu nảy ra một ý nghĩ kỳ lạ: hay là một người nào khác đã ngồi thế vào chỗ tên này chăng? Anh ngập ngừng trả lời: "Tôi thích nhất là *Candide*". Vẫn với giọng bơ bơ, một câu hỏi khác được đặt ra: "Anh có thích đọc *Candide* ngay bây giờ không?". Tuân Nguyễn còn bận ngây người ra nhìn, chưa kịp trả lời thì "tên khùng" nói tiếp: "Không phải đọc mà là nghe. Tôi sẽ đọc cho anh nghe ngay bây giờ!". Phùng Quán viết tiếp: *"Rồi anh ta cất* giọng đều đều đọc nguyên bản Candide. Anh đọc chậm rãi, phát âm chuẩn và hay như mấy cha cố người Pháp, thầy dạy mình ở trường Providence. Mình trân trân nhìn cái miệng rúm ró, răng vàng khè đầy bựa của anh ta như nhìn phép lạ. Còn anh ta, mắt vẫn không rời dòng sông loá nắng, tưởng chừng như anh ta đang đọc thiên truyện Candide nguyên bản được chép lên mặt sông…Anh đọc đến câu cuối cùng thì kẻng ở trại cũng vang lên từng hồi, báo đến giờ lùa trâu về trại. Người lính gác trên bờ cao nói vọng xuống: "Hai đứa xuống lùa trâu, nhanh lên!". Anh nói: "Chúng mình lùa trâu lên bờ đi!". Lội ra đến giữa sông, mình hỏi anh ta: "Anh là ai vậy?". Anh ta cõi lên lưng một con trâu, vừa vung roi xua những con trâu khác, trả lời: "Tôi là cái thanh ngang trên cây thập tự đóng đinh Chúa". Rồi anh ta tiếp: " Đừng nói với bất cứ ai chuyện vừa rồi". Giáp mặt người lính canh, bộ mặt anh ta thay đổi hẳn, ngu ngu đần độn như thường ngày".

Mùa đông năm 1971, cha Vinh ngã bệnh. Tuân Nguyễn xin cán bộ cho tới thăm. "Anh ta nằm cách ly trong gian lán dành cho người ốm nặng. Anh ta nằm như dán người xuống sạp nằm, hai hốc mắt sâu trũng, nhắm nghiền, chốc chốc lại lên cơn co giật. Mình cúi xuống sát người anh ta, gọi hai ba lần, anh ta mới mở mắt, chăm chăm nhìn mình. Trên khoé môi rúm ró như thoáng một nét cười. Nước mắt mình tự nhiên trào ra rơi lã chã xuống mặt anh ta. Anh ta thè lưỡi liếm mấy giọt nước mắt rớt trúng vành môi. Anh ta thều thào nói: "Tuân ở lại, mình đi đây… Đưa bàn tay đây cho mình". Anh ta nắm chặt bàn tay mình hồi lâu. Một tay anh ta rờ rẫm *mớ giẻ rách khoác trên người, lấy ra một viên than củi, được mài tròn nhẵn như viên phấn viết. Với một sức cố gắng phi thường, anh ta dùng viên than viết vào lòng bàn tay mình một chữ nho. Chữ NHẪN. Viết xong, anh ta hoàn toàn kiệt sức, đánh rớt viên than, và lên cơn co giật. Người lính canh dẫn mình lên giám thị trại với bàn tay có viết chữ "Nhẫn" ngửa ra. Người lính canh ngờ rằng đó là một ám hiệu. Giám thị hỏi: "Cái hình nguệch ngoạc này có ý nghĩa gì? Anh mà không thành khẩn khai báo, tôi tống cổ anh ngay lập tức vào biệt giam". Mình nói: "Thưa cán bộ, thật tình tôi không rõ. Anh ta chỉ nói: tôi vẽ tặng cậu một đạo bùa để xua đuổi bệnh tật và tà khí". Nghe ra cũng có lý, giám thị trại tha cho mình về lán".* Cha Vinh về với Chúa ngày 8 tháng 2 năm 1971. Bản án 18 tháng đã thành 12 năm và người tù linh mục Nguyễn văn Vinh không bao giờ ra khỏi nhà tù!

Một năm sau, cái chết của cha mới được nhà nước xác nhận sau nhiều lần chất vấn của cha Quản Lý Nhà Chung Nguyễn Tùng Cương. Nhưng họ không cho phép tổ chức tang lễ!

Trước sau trường Dũng Lạc hoạt động được mười một năm, tám năm dưới chế độ tự do và ba năm dưới chế độ cộng sản. Với những vị Hiệu Trưởng như cha Vinh, cha Mai, với giàn giáo sư loại xịn nhất Hà Nội thời bấy giờ, học sinh Dũng Lạc chúng tôi đã tự hào được hun đúc thành những con người biết suy nghĩ và sống phải đạo làm người. Những ngày Dũng Lạc là những ngày rất đáng nhớ. Bọn chúng tôi nay nhiều người đã đi theo các cha, các thầy. Những người còn lại tứ tán khắp phương trời. Vài năm trước đây, trong dịp qua California chơi, tôi có tìm lại được một số bạn Dũng Lạc thời đó. Một bạn đã tổ chức một bữa ăn tại nhà. Trước khi mọi người cầm đũa, anh chủ nhà đã nói là bữa nay chúng ta trở về Dũng Lạc. Bàn ăn chỉ có hai món: thịt bò khô và bánh tôm, những thứ bán trước cửa trường khiến chúng tôi ăn quen đến thành nghiện. Quả thật bữa đó, với những món ăn gợi nhớ, hình ảnh của ngôi trường xưa đã thấp thoáng khi ẩn khi hiện trong tâm khảm tôi. Có lẽ các bạn bè đang cùng ngồi chung quanh cũng thấy vậy. Chúng tôi nhớ tới trường xưa qua hai món ăn đã mòn răng trước cửa trường Dũng Lạc. Xưa lắm rồi. Từ 64 năm trước. Nhưng nỗi nhớ hình như vẫn còn mưng mủ, nhức nhối!

11/2018

NÓNG

Chúng ta đang ở mùa hè, trừ bên Úc. Tôi có vài ông bạn ở bên nớ. Phôn qua phôn lại lúc nào cũng bất đồng ý kiến. Mình than nóng thì ông ấy than lạnh và ngược lại. Cái xứ chi mà ngược ngạo! Nóng hay lạnh, đó là chuyện của ông trời. Ổng ở tít trên cao, mình chẳng với tới cái lông chân của ổng, mặc ổng muốn làm chi thì làm. Mình nói chuyện cái nóng của con người.

Bé Justin Huỳnh ở Houston, Texas, là nạn nhân của cái nóng. Ngày 24 tháng 6 năm 2017, bé được cha đưa đi nhà trẻ như thường lệ. Người cha, 36 tuổi, không thấy tên trên bản tin, đưa ba con tới nhà trẻ trước khi tới sở làm. Hai bé lớn đã được đưa tới một nhà trẻ. Bé Justin Huỳnh, 8 tháng tuổi, được gửi tại một nhà trẻ khác. Sáng đó, sau khi giao hai bé lớn cho nhà trẻ, người cha quên khuấy còn bé Justin trên xe. Anh tới sở làm vào lúc 9 giờ rưỡi sáng. Nhiệt độ ngày đó là 35 độ C. Theo biên bản của cảnh sát thì vào lúc 7 giờ rưỡi chiều, người mẹ phôn hỏi chồng bé Justin đang ở đâu. Lúc đó anh mới nhớ tới đứa con để quên trong xe. Đứa bé được tìm thấy vào lúc 8 giờ tối, sau khi đã bị chết vì nóng trong chiếc xe đậu trên đường Northcourt Road. Tính ra bé đã bị bỏ trong xe khoảng 10 tiếng đồng hồ!

Bỏ quên con trong xe trong tiết trời nóng của mùa hè là chuyện thường xảy ra. Tôi nhắc tới chuyện của bé Justin Huỳnh là vì nó dây mớ rễ má với chúng ta. Như một nhắc nhớ tới các bậc cha mẹ Việt Nam. Làm sao cha mẹ, dù là những người cẩn thận nhất, cũng vẫn có thể bỏ quên con trong xe? Câu hỏi thật nhức nhối, hầu như không thể hiểu nổi. Nhưng theo Giáo Sư David Diamond của Đại Học South Florida thì đây là một hội chứng có thực. Ông cho biết: "Cha mẹ hoàn toàn mất nhận thức rằng đứa trẻ đang ở trong xe. Đó là do hệ thống thói quen trong não bộ chúng ta. Nó cho phép người ta làm một việc mà không cần phải suy nghĩ". Giáo Sư Diamond đã nghiên cứu về hội chứng này từ năm 2004 và đưa ra giả thuyết có sự cạnh tranh trong não bộ giữa "hệ thống bộ nhớ thói quen" và "hệ thống bộ nhớ tiềm năng". Nếu "hệ thống bộ nhớ thói quen" chiếm thế thượng phong thì có thể dẫn tới việc bỏ quên con trong xe. Theo Giáo sư Diamond thì việc này có thể xảy ra vì việc đưa con tới nhà trẻ không phải là một phần trong thói quen hàng ngày của họ. Ông nói: *"Nó ảnh hưởng đến hệ thống bộ nhớ tiềm năng của chúng ta và nó khiến chúng ta ít có khả năng làm điều gì đó ngoài thói quen. Không phải là tôi coi nhẹ sinh mạng của một đứa trẻ nhưng quả thực có những bậc cha mẹ rất chu đáo với con, đôi khi vẫn mất nhận thức là con họ vẫn còn ở trong xe. Là một nhà khoa học, tôi đang cố gắng tìm hiểu điều này xảy ra như thế nào*".

Ngày bé Justin bị bỏ quên trong xe, nhiệt độ là 35 độ C. Đó là nhiệt độ ngoài trời, trong xe đóng kín cửa, nhiệt độ sẽ phải là 65 độ C. Làm sao một đứa trẻ mới 8 tháng tuổi có thể chịu đựng được suốt 10 tiếng. Bởi vì khi thân nhiệt vượt quá 40 độ C, tình trạng đột quỵ có thể xảy ra. Cũng cần phải ghi nhớ là cơ chế điều nhiệt cơ thể của trẻ em nhanh gấp từ ba đến năm lần so với người lớn. Vậy nên nguy cơ tử vong nơi trẻ là 99%!

Cũng tại tiểu bang Texas, nơi mùa hè nóng đổ lửa, cô bé Sophia Cavaliero, tên gọi ở nhà là "Ray Ray", mới đầy năm, bị mất mạng trong xe của ông bố Brett Cavaliero. Đó là ngày 25/5/2011. Thường thì người mẹ là bà Kristie Reeves đưa bé Ray Ray tới nhà trẻ. Bữa đó, bà phải sửa soạn đi công tác xa nên ông bố thay thế. Buổi sáng bà Kristie cho con ăn sáng và chuẩn bị mọi thứ cho Ray Ray. *"Tôi bế Ray Ray đặt ở băng ghế sau như mọi lần và hôn vào má bé. Tôi đã nói với cả hai tôi yêu họ"*. Bà trở vào nhà sửa soạn va-ly. Trước khi ra phi trường, bà hẹn đón chồng tới một nhà hàng để cùng ăn trưa. Vừa tới nhà hàng, bà nghe anh hốt hoảng la lên: "Em đừng tắt máy xe! Quay trở lại văn phòng của anh ngay! Lẹ lên!". Bà nghĩ là chồng quên thứ gì quan trọng tại phòng làm việc nhưng khi thấy anh mất bình tĩnh, giục bà vượt cả đèn đỏ, bà vội hỏi: "Có chuyện chi vậy?". Brett ấp úng: "Anh không nhớ là Ray Ray ở trong xe với anh nên đã lái thẳng xe tới văn phòng làm việc". Hoảng loạn, Bà Kristie lái xe như điên, vượt cả đèn đỏ, lao lên cả vỉa hè. Brett vội phôn về sở nhờ người xuống hầm xe coi có bé trong xe anh không. Rồi họ phôn ngay số 911. Lúc đó bé Ray Ray đã bị bỏ quên trong xe khoảng bốn tiếng với nhiệt độ bên ngoài là 35 độ C. Khi nhân viên cấp cứu tới, bé Ray Ray đã bất tỉnh, mặt đã tái tím. Họ vội làm hô hấp nhân tạo khoảng 40 phút trước khi chuyển tới bệnh viện Texas. Các bác sĩ tại bệnh viện lập tức giải phẫu mở khí quản nhưng mọi sự đã quá trễ. Ông bố Brett Cavaliero bị cảnh sát thẩm vấn ngay tức khắc. Tại bệnh viện, bà Reeves, tuy vô can nhưng cũng bị hạch hỏi sự tình. Bà khai với cảnh sát bà tin đó là một tai nạn. Bà nói thêm: "Chúng tôi chưa bao giờ nghe nói về việc trẻ em bị bỏ quên ở băng ghế sau. Tôi đã nghe nói về trường hợp cha mẹ bị lạc mất con hoặc quên khi con cái họ mải chơi trốn ở một nơi nào đó, nhưng chưa bao giờ hình dung trường hợp để quên con trong xe hơi. Khi chuẩn bị sinh bé, chúng tôi cũng tham gia các lớp nuôi dạy con. Họ dạy chúng tôi cách trông giữ em bé cẩn thận, cách cho bé ăn và ngủ an toàn, nhưng chưa bao giờ có ai nói với chúng tôi về "hội chứng trẻ bị bỏ quên". Sự mất mát tột cùng của đời bà đã khiến bà không thể ngồi yên. Qua chiến dịch *"Cam Kết Với Ray Ray"*, bà vận động để mọi người nhận chân được sự việc có thể xảy ra bất cứ lúc nào cho các em bé. Kết quả là ngày 1/9/2015, tiểu bang Texas đã thông qua luật bắt buộc các bệnh viện trên toàn tiểu bang phải giảng giải cho các bậc cha mẹ về sự nguy hiểm của tai nạn bỏ quên con trong xe hơi. Họ cũng soạn một cẩm nang phát cho các bậc cha mẹ và phát thêm cho mỗi người một chú gấu bông.

Tại sao lại phát gấu bông? Đó là một trong những cách

giúp cha mẹ nhớ tới con nhỏ ngồi ở ghế sau. Chú gấu bông sẽ luôn luôn được để trên ghế ngồi của trẻ em khi chiếc ghế bị bỏ trống. Khi ghế có em bé ngồi, chú gấu bông sẽ được để trên ghế trước, cạnh tài xế. Khi xuống xe, nhìn thấy chú gấu bông bên cạnh, cha mẹ sẽ biết là ghế sau có em bé. Một mẹo khác là khi đặt em bé vào ghế, cha mẹ sẽ đặt ví xách hoặc cặp làm việc ngay bên cạnh. Khi lấy những thứ cần thiết này sẽ không thể quên em bé trên ghế ngồi.

Chuyện quên con trên xe là chuyện không chỉ xảy ra ở Texas mà khắp thế giới. Úc, Thái Lan, Trung Quốc, Đại Hàn...Chỉ nguyên tại Mỹ, theo thống kê của tổ chức *"No Heat Stroke"*, đã xảy ra 760 trường hợp. Con số tăng thêm theo thời gian. Năm 2017 có 42 vụ. Năm 2018, mới mấy tháng đầu năm, đã có 18 vụ. Theo thống kê từ năm 1998 tới nay, trung bình mỗi năm có 38 trường hợp đau buồn này. Tại tỉnh bang Quebec chúng tôi, may mắn thay, chỉ có ba vụ trong 15 năm qua. Vụ mới nhất xảy ra tại Montreal vào cuối tháng 6/2018, khi người cha tới nhà trẻ đón con mới biết là con vẫn còn ở trong xe! Trước đó, vào tháng 8/2016, tại St-Jérome, người cha quên gửi đứa bé 11 tháng tuổi vào nhà trẻ sau khi đưa hai con lớn tới trại hè. Vụ cũ nhất là vào năm 2003, người cha thay thế vợ đưa cháu bé 23 tháng đi nhà trẻ nhưng bỏ quên bé trong xe trên bãi đậu xe của *métro* LaSalle.

Ba vụ xảy ra tại Quebec chúng tôi, cùng hai vụ tại Texas, thủ phạm đều là các ông bố! Thật mất mặt bầu cua cho giới mày râu nhưng, tình thật mà nói, đàn ông vô ý hơn đàn bà. Một thăm dò của tổ chức bất vụ lợi *Safe Kids Worldwide* cho biết các ông bỏ quên con trong xe gấp ba lần các bà! Vậy nên các ông không cần thanh minh thanh nga chi cho tốn nước miếng. Chắc trời sanh ra như vậy. Nhưng ông bạn tôi, đau xót cho đồng…giống, đã gân cổ *parceque*. Đàn ông thường lo nhiều công chuyện lớn nên dễ bị *stress*, dễ quên những chuyện vặt, để các bà lo. Cuộc sống vội vã ngày nay quả có nhiều chuyện phải lo toan khiến chúng ta dễ quên. Việc mang con tới nhà trẻ lại là công việc không thường xuyên, tiện vợ vợ đưa, tiện chồng chồng đưa. Trước mặt nhà tôi là một nhà trẻ, quan sát mỗi buổi sáng, tôi thấy đưa con tới nhà trẻ có cả các ông bố và các bà mẹ. Ngày nay, nam nữ bình quyền trên mọi chuyện, kể cả chuyện đưa con nhỏ tới nhà trẻ. Tôi cũng thấy có những đứa trẻ con của những cặp vợ chồng ly dị. Lúc ở với cha thì cha đưa tới, lúc ở với mẹ thì mẹ mang đi. Thường nhất là những đứa trẻ bị chia phần cư ngụ giữa cha và mẹ. Ngày thường ở với mẹ, cuối tuần về với cha, hoặc ngược lại. Ngày thứ hai đầu tuần và ngày thứ sáu cuối tuần, con chuyển chỗ ở, mẹ đưa tới, cha đón về hoặc ngược lại, chuyện quên rất có thể xảy ra. Cuộc sống bây giờ muôn vẻ như vậy nên các ông liệu mà thích hợp kẻo có ngày phải ra tòa vì tội giết con.

Nói vậy tuy hơi quá nhưng đã có những người bị kết tội khi bỏ quên con trên xe khiến đứa trẻ tử vong. Bà Ruby Stephens ngụ tại tiểu bang Florida cùng chồng và ba đứa con lái xe tới thăm người thân. Các con của họ đều còn nhỏ. Đứa lớn nhất mới 2 tuổi, đứa kế 1 tuổi và bé Betsey Kee Stephens mới ra đời được 22 ngày. Gặp người thân, họ vô nhà hàng Golden Coral trên xa lộ 98, thuộc thành phố Lakeland, ăn *buffet*. Họ để ba đứa con ở trong xe. Tới sáu giờ chiều, ăn uống no say, họ mới ra xe. Bé Betsey đã lạnh ngắt. Họ kêu cấp cứu nhưng đã quá muộn. Cảnh sát điều tra mới lòi ra chuyện bà mẹ đã thường xuyên bỏ con trong xe. Truy ra nguyên nhân, cảnh sát mới biết bé Betsey là kết quả của mối tình vụng trộm của bà mẹ nên ông bố dượng chẳng thèm nhìn nhõi đến. Cả hai vợ chồng đã bị kết tội giết người! Một chuyện xảy ra ở Nghĩa Ô, Trung Quốc, còn bi thảm hơn. Đứa con trai 3 tuổi bị mắc kẹt trong xe đang lả dần vì nóng. Lính cứu hỏa muốn phá cửa xe để cứu đứa bé nhưng bà mẹ nhất định không chịu vì sợ làm hư chiếc xe!

Phần lớn trường hợp các em bé bị bỏ quên và chết vì nóng trong xe là do sự bất cẩn nhưng cũng có những trường hợp có dấu hiệu cố ý. Tòa án tùy theo từng ca mà xét xử. Tại Mỹ, có 21 tiểu bang và đảo Guam có luật bảo vệ trẻ em bị bỏ quên trong xe. Trong 21 tiểu bang này có 8 tiểu bang quy kết tới tội đại hình hành động bất cẩn của bố mẹ.

Chuyện luận tội là chuyện của tòa án, nhưng với mỗi người chúng ta, chuyện quan trọng hơn là làm sao giải quyết được tình trạng quên con trong xe. Những "thủ thuật" đã nói ở trên chỉ là những phương cách đối phó một cách tùy tiện, thiếu…kỹ thuật. Người ta đã đưa ra nhiều giải pháp tích cực hơn dựa vào kỹ thuật. Ông David Friedman, Quản Trị Viên của *National Highway Traffic Safety Administration,* cơ quan phụ trách về an toàn xa lộ, nói với đài NBC: "Mỗi cái chết vì nóng, mỗi sinh mạng của trẻ em bị mất vì sức nóng trong xe là một thảm kịch chắc chắn có thể tránh được". Một chuyên gia về kỹ nghệ chế tạo xe hơi cho biết chỉ tốn thêm mỗi xe vài đô, dựa vào kỹ thuật điện toán đã có sẵn, là an toàn cho con trẻ. Nói nghe dễ dàng như vậy nhưng kỹ nghệ xe hơi đã dày công nghiên cứu các phương cách phòng ngừa từ nhiều năm nay mà chưa có kết quả. Trong cuộc triển lãm xe hơi vào năm 2002 tại New York, Phó Chủ Tịch công ty General Motors lúc bấy giờ là ông Harry Pearce đã cho biết là họ đã hoàn thành một hệ thống có thể khám phá ra nhịp tim đập của một đứa trẻ bị bỏ quên trong xe và đo nhiệt độ của xe. Nếu độ nóng tới mức nguy hiểm thì xe sẽ phát ra tiếng còi báo động cho cha mẹ hoặc các người đi ngang qua gần chỗ đậu xe biết. Ông nói thêm: "Chúng tôi đang tính tới việc lắp dặt hệ thống báo động này cho các xe GM loại SUV và *minivan* vào năm 2004". Nhưng sau đó phát ngôn viên của GM, ông Alan Adler, cho biết dự tính này đã bị bãi bỏ vì thiết bị này "chưa đủ độ tin cậy để đưa vào sản xuất". Hãng xe Ford cũng đã có những nghiên cứu nhưng cả chục năm sau vẫn chưa hoàn tất được vì họ xét thấy chưa đủ tiêu chuẩn. Trên thị trường ngày nay cũng đã có thiết bị như *"Childminder Smart Clip System"* báo động cho cha mẹ biết khi bỏ quên con trên xe hơi hoặc trên xe đẩy trong chợ nhưng giới hữu trách vẫn còn nghi ngờ sự hữu hiệu của thiết bị này. Ông David Strickland của *National Highway Traffic Safety Administration,* đã phát biểu trong một hội nghị vào năm 2012: "Chúng tôi ghi nhận thiện chí của nhà chế tạo ra thiết bị này nhưng chúng tôi không nghĩ rằng các thiết bị này có thể được dùng như một phương cách độc lập để biết chắc chắn là cha mẹ không bỏ quên con trong xe".

Theo trang mạng *Kids and Cars,* trên thị trường hiện có

bốn thiết bị báo động. Thiết bị *Sensorsafe* báo cho tài xế biết là còn có trẻ em ngồi trên xe khi tắt máy xe. Hãng GM đã có hệ thống *Rear Seat Reminder* hoạt động khi cửa xe được mở hoặc đóng, nhắc nhở người lái xe coi lại ghế sau trước khi rời xe. Thiết bị *Driver's Little Helper* nối với *smartphone* thông báo tình trạng của trẻ em trên ghế sau xe, nhắc nhở trẻ em bị quá nóng hay quá lạnh, đồng thời lưu ý tài xế đưa trẻ em ra khỏi xe trước khi rời xe. Thiết bị *Waze*, nguyên là một loại GPS chỉ đường đi, nay có thêm câu nhắc nhở khi xe tới đích để người lái xe kiểm tra ghế sau.

Bishop Curry là một cái tên lạ hoắc. Cũng phải thôi vì cậu bé có cái tên này mới 10 tuổi, học sinh lớp 5 trường tiểu học McKinney ở Texas. Khi chứng kiến vụ một em bé bị chết nóng trong xe, cậu bé da đen này đã nảy ra sáng kiến. Từ trước tới nay, người ta chỉ nghĩ tới chuyện báo động có trẻ bị bỏ quên ở trong xe chứ chưa ai nghĩ tới chuyện cứu cấp ngay khi báo động. Vậy là "nhà khoa học" hạt tiêu này loay hoay với ý tưởng đó. Năm 2017, với số tiền 20 ngàn đô có được nhờ *GoFundMe,* cậu hoàn thành chiếc máy nho nhỏ đặt tên là *Oasis.* Đó là một thiết bị hình vuông có những lỗ nho nhỏ như một tổ ong. Khi nhiệt độ trong xe tăng lên tới một mức nào đó, một bộ cảm biến sẽ kích động máy thổi khí mát ra. Đồng thời máy thông báo khẩn cấp tới cha mẹ và nhà chức trách địa phương tới cứu đứa trẻ bị bỏ quên trong xe. Theo hãng tin NBC 5, sáng chế của em Bishop Curry đã được cấp bằng sáng chế trong năm nay và hiện đã có nhiều hãng chế tạo xe hơi chú ý tới thiết bị này. Gia đình đã đưa bé Curry tới thủ phủ xe hơi của Mỹ tại Michigan để giới thiệu thiết bị mới này trong một hội nghị về an toàn xe hơi. Hãng Toyota rất kết phát minh của cậu bé 10 tuổi này.

Chẳng lẽ lại nói chú bé "tài không đợi tuổi" này đã làm các nhà phát minh già đầu phải đỏ mặt!

07/2018

PHỞ

Tôi nhịn viết về phở đã lâu. Số là sau khoảng năm bảy bài phiếm về phở, một độc giả gửi thư về phàn nàn. Thôi thì trong trăm, ngàn người đọc có người không bằng lòng, lại cất công viết và gửi cho mình, tạm nhịn cũng phải thôi. Nhịn nhưng vẫn canh me, chờ có dịp là lại phơi phới tụng phở tiếp một cách chính đáng. Dịp đó vừa tới. Tôi đọc được trên báo Người Việt *online* ngày 15/6/2018 tin cốt phở bò của Quốc Việt đã đi vào các chợ Mỹ cùng với 16 loại cốt súp khác. Vậy là phở vừa ghi thêm một bàn thắng: từ nay người Mỹ và các sắc dân khác có thể nấu phở tại nhà ngoài việc ăn phở tại tiệm. Cứ thử nghĩ coi, tiệm phở chỉ có ở những thành phố lớn, nơi có nhiều người Việt cư ngụ, cư dân ở các nơi xa tiệm phở muốn thưởng thức món ăn nổi tiếng của Việt Nam phải khó khăn lắm mới có dịp với được tô phở thơm lừng. Nay họ chỉ cần vào Costco hay Sysco, rước một hộp nước cốt phở về là có quyền thơm ngát mùi phở trong nhà.

Nói vậy không phải là nước cốt phở bò của Quốc Việt chỉ có hương vị của phở mà còn hơn thế nữa. Chủ nhân của Quốc Việt Foods, ông Tuấn Nguyễn, tốt nghiệp Cao Học ngành Khoa Học Thực Phẩm (*Food Science*), cho biết: "Chúng tôi dùng kỹ nghệ nồi áp suất để hầm xương, thay vì làm theo cách truyền thống. Nhờ đó, tiết kiệm thời gian và chi phí. Khi có được nước lèo nguyên chất, chúng tôi dùng phương pháp tách nước, để nước lèo trở thành bột khô. Bột khô này được trộn với muối, đường, gia vị và mỡ cho đúng khẩu vị để thành "cốt". Chỉ cần nấu nồi nước lạnh sôi lên, cho "cốt" vào thì có nồi nước lèo như ý". Nấu phở như vậy dễ ẹc, Mỹ cũng làm được!

Với người Việt chúng ta muốn có một nồi phở *home made* thích hợp với khẩu vị riêng của mình, chúng ta có thể thêm các thứ gia vị, gia giảm thêm vào cốt phở bò của Quốc Việt. Nấu phở không còn lích kích hầm xương tốn điện tốn công. Điều đó ông Tuấn Nguyễn đã làm dùm chúng ta rồi. "Cốt phở bò" và các thứ cốt khác (tôi không muốn kể ra đây, vừa mang tiếng quảng cáo, vừa loãng mất nồi nước phở) đã đi vào từng gia đình người ngoại quốc, phở lại thêm phổ biến, dân ta lại thêm dịp ngẩng mặt hãnh diện vì một món ăn của chúng ta đã len lỏi vào từng ngóc ngách các gia đình Mỹ và các sắc dân khác. Đó mới là điều mà tôi gọi là tin vui!

Phở là thứ rất…chia rẽ. Chúng ta ít đồng ý với nhau thế nào là một tô phở ngon. Nhân tâm tùy…mạng mỡ, trăm người trăm ý. Người thích vị của tiệm phở này, người mê hương của tô phở ở tiệm khác. Hầu như không có tiệm phở nào giống nhau. Mỗi tiệm một trường phái.

Muốn thưởng thức hương vị của phở phải ăn phở. Nhưng phở là một món ăn…chảnh nên không phải ai cũng có thể nhúng đũa vào tô phở. Cô ký giả Ngọc Lan của báo Người Việt ở Cali, chẳng cần e dè, cho biết: *"Lần đầu tiên tôi biết đến cái món gọi là "phở" là khi tôi học lớp 6. Tôi chơi thân với một nhỏ bạn tên MK. Má nó mất sớm, hai chị em nó ở với ông bà ngoại và hai dì, cũng là hai cô giáo dạy trong trường. Còn ba MK thì sống một mình ở khu chợ thuốc lá Học Lạc, ngay nhà thờ Cha Tam. Hằng ngày ba MK cứ ghé thăm chị em nó. Cuối tuần thì chị em nó về nhà ba chơi. Tôi nhớ lần đó là một ngày Chủ Nhật, ba MK chở nó xuống nhà tôi, xin ba má tôi cho đi ăn với họ. Đó là lần đầu tôi biết phở. Nhưng thực sự mùi vị nó như thế nào, giờ này tôi quên rồi, chỉ nhớ được là tôi biết trên đời này có một món gọi là Phở, trong đó có một đống thứ kêu là nạm, gàu, gân, sách".*

Muốn biết phở là cái chi chi, phải có tiền rủng rỉnh trong túi. Phở không đồng hạng với củ khoai, gói sôi, củ sắn. Nó… quý phái hơn. Cỡ như bà Nguyễn Thị Pho thì tới chết cũng chưa biết phở ra sao. Bà cụ nay đã 80 tuổi, phải nuôi hai con tật nguyền bằng nghề ăn xin, có cơm ăn là phúc, đâu có mộng trèo cao tới phở. Nhưng cụ cũng đã được biết cái mùi phở nó lâm ly bi đát ra sao. Nhờ anh Khánh, một người con của một gia đình có truyền thống làm việc thiện, bắc thang cho cụ leo vào tô phở. Mỗi sáng Chủ Nhật, anh biếu một trăm tô phở gà cho người nghèo trong khu vực phường Khương Trung ở Hà Nội. Những người tới nhận tô phở miễn phí này là các người giúp việc, đánh giầy, các cụ già và trẻ mồ côi. Họ chỉ cần tới lấy vé trước. Phần lớn những người này lần đầu tiên biết tới vị của tô phở. Cụ Nguyễn Thị Pho, 80 tuổi mới được cận kề với phở, tâm sự: "Chú cho ăn miễn phí tôi mới biết đến mùi vị phở. Tuần trước được phát phiếu, tôi đến ăn rồi và thấy rất ngon".

Phở của anh Khánh là những tô phở tình thương. Cái tình của phở lạ lắm. Tác giả Khôi An kể lại một mối tình với phở. *"Bố tôi thích văn chương, và thích ăn phở. Tôi thừa hưởng của Bố cả hai điểm này. Tôi nghe nói có nhiều người ghiền phở, có thể ăn phở thay cơm cả tuần lễ. Bố và tôi thì không tới "đẳng cấp" đó, nhưng nếu phải ăn phở liên tiếp mấy ngày chắc tôi sẽ không thấy khổ sở, khó khăn gì lắm. Mẹ tôi thì lại không thích phở. Thời tôi bắt đầu biết nghĩ, cũng là lúc cả nước chìm trong cơn họa đói kém, tôi thường tự hỏi có phải mẹ tôi nói vậy để nhường miếng ăn cho chồng con không (thuở đó, hầu hết các bà mẹ Việt Nam đều chẳng thích ăn gì cả.) Chứ - theo tôi, ai mà không thích ăn phở!"*. Thời xã hội chủ nghĩa, cả nước phải bóp bụng, bưng được tô phở lên miệng là một mơ ước. Vậy mà một bữa, bố của cô Khôi An dắt cô đi ăn phở. Nói là hai bố con đi ăn nhưng chỉ có con ăn, bố ngồi chờ con ăn. Ông không đủ tiền chi cho hai tô phở. Nhưng nếu có đủ tiền, chắc ông cũng sẽ dắt thêm một đứa con khác đi cùng. Ông vẫn là…khán giả! Khi đã sống ở ngoại quốc, muốn ăn bao nhiêu tô phở chẳng được, vậy mà cũng tới lúc ông bố không ăn được phở. Bệnh Alzheimer dần dần lấy đi trí nhớ của ông. *"Chúng tôi chỉ biết theo dõi những thay đổi trong đầu óc của bố, đến từng bước, từ từ, lạnh lùng"*. Tô phở không còn là tô phở thân ái giữa hai bố con mà là thước đo bệnh trạng của ông bố. *"Lúc đầu, hai* bố con mỗi người một tô. Dần dần, bố ăn uống không được gọn gàng như trước cho nên tôi không ăn, chỉ ngồi canh bố. Những lúc đó tôi thường nhớ lại tô phở duy nhất đi ăn riêng với bố. Ngày xưa, bố ngồi bên cạnh, vui vẻ chờ tôi ăn. Ngày nay, tôi cũng ngồi chờ bố ăn nhưng trong lòng man mác nghẹn ngào. Tôi nghĩ đến chu kỳ của đời người. Bệnh tật làm cho người già trở thành trẻ thơ, nhưng chăm sóc người già khó hơn rất nhiều. Bởi vì, khi ở bên trẻ thơ, nhìn chúng lớn như một cây non tươi đẹp, lòng mình hăng hái với những dự tính tương lai. Ngược lại, sự lụi tàn của cha mẹ già luôn đem lại nhiều xót xa, tiếc nuối. Tuy vậy, mỗi lần đi ăn với bố, tôi đều tự nhắc rằng ngày hôm nay là một món quà của thời gian, và tôi nên trân trọng từng giây phút. Bởi vì, ở tình trạng của bố, có thể tuần sau món quà đó không đến nữa".

Hình như thước đo của tình nghĩa thường là tô phở. Tác giả An Đỗ nhắc lại những tô phở tình nghĩa đó. "Tôi nhớ phải hơn hai chục năm trước, khi còn là anh sinh viên với chiếc xe đạp hay tuột sên thì đã ngồi xì xụp tô phở tái chín với nước béo vàng óng (lúc đó chưa có... kiêng "gút", sợ mỡ trong máu) tại quán phở này. Thời đó còn nghèo khó lắm, tô phở với tôi là một bữa tiệc thịnh soạn chỉ có thể thực hiện được với tiền "viện trợ" của thằng bạn thân từ Pháp, và tất nhiên không phải thường xuyên. Hồi đó, vài tháng, nó mới chắt mót từ tiền học bổng và làm thêm gửi về cho nhóm bạn vài hộp thuốc ho, thuốc cảm để bán lấy tiền ăn phở, uống cà phê. Một hộp thuốc ho bán tại chợ trời thuốc tây giúp tôi được bốn tô phở. Cái "tỉ giá" ấy kéo dài suốt mấy năm đại học. Đến giờ tôi vẫn còn nhớ cái "cảm xúc" của buổi sáng có món tiền bán *thuốc lận lưng, tự tin bước vào quán phở gọi một tô đặc biệt có nhiều nước béo và thêm một quả trứng gà. Nước phở béo ngậy, ngọt lịm, miếng thịt bò mềm, cọng bánh phở trắng mịn, cộng với vài miếng ớt đỏ, và tô phở như thế đã được gã sinh viên nghèo chén sạch sẽ! Gần chục năm sau, gặp lại nhau trên đất Pháp, nhắc lại những hộp thuốc ho và tô phở, hai thằng đầu chớm bạc cười mà mắt đỏ hoe. Thì ra tô phở ngon để mà nhớ mãi đâu chỉ vì phở, mà còn vì nó mang theo biết bao kỷ niệm, hồi ức, chứa đựng bao nhiêu tình cảm".*

Phở của tác giả Khôi An là phở nghẹn ngào. Phở của tác giả An Đỗ là phở tình bạn. Nó gợi nhớ tới những ngày đã hun hút xa thẳm. Cô Khôi An nhớ tới ông bố bệnh hoạn không còn ăn được phở. Ông An Đỗ nhớ tới cái tình của người bạn ở Pháp đã giúp ông có được những tô phở hiếm hoi trong đời. Hai ông bạn thi sĩ của tôi, ông Bắc Phong và ông Hoàng Xuân Sơn, có nỗi nhớ lớn lao hơn nằm trong tô phở. Một ông nhớ bằng tiếng Anh, một ông nhớ bằng tiếng Việt. Hai nỗi nhớ thực ra chỉ là một. Thấy ông Bắc Phong nhớ, ông Hoàng Xuân Sơn nhớ theo:

> *living abroad, I*
> *see in the tonkinoise soup*
> *my long lost country*
> (Bắc Phong)

> *từ khi bứng khỏi cội nguồn*
> *thấy trong tô phở*
> *nỗi buồn lưu vong*
> (Hoàng Xuân Sơn)

Cái nhớ của hai nhà thơ lớn lao quá. Có những cái nhớ… *mini* hơn nhiều. Như nhớ một chỗ ngồi của những ngày xưa cũ. Cũng trong bài "Phở Nhớ", của tác giả An Đỗ, ông kể chuyện một bà cụ 75 tuổi, từ Mỹ về Việt Nam, vừa xuống máy bay, bà hỏi ngay tới phở "Bà Năm". *"Ra khỏi sân bay, đường phố về khuya cửa hàng đều đã đóng cửa, bà cụ hỏi con trai: "Tiệm phở "bà Năm" còn không anh? Còn hả, vậy thì tốt quá, sáng sớm mai cho mẹ ra đó ăn phở nhé". Con trai cụ, anh bạn tôi, trong một lần "cà phê đàm" về đề tài phở kể lại câu chuyện này và giải thích: "Hồi tôi bé tí, nhà nghèo đông con, cả tháng ba mẹ tôi mới dắt con ra tiệm ăn phở một lần. Đó là một ngày đi chơi rất vui. Tiệm phở "bà Năm" là tiệm phở quen, ngon và ăn no. Tô phở đó đi vào kỷ niệm gia đình tôi, mẹ tôi nhớ nó là thế!".* À, tiệm phở quen. *Có lẽ nhiều người trong chúng ta khi đã ghiền món phở thì đều có vài tiệm phở quen. Quen từ chỗ ngồi đến… người bán phở, quen đến độ chỉ cần gặp mặt người bán đã biết rồi: "tái chín, nước trong"…Tô phở như thế có thể gọi là… tô phở nhớ. Đã có quán phở quen thì hẳn sẽ có tô phở nhớ… Tôi nghiệm ra những kỷ niệm thời khốn khó luôn làm ta nhớ lâu, nhớ hoài, và khi nhớ lại với chút bùi ngùi rưng rưng, ta luôn cảm thấy lòng mình chợt nhẹ nhàng hạnh phúc. Những tô phở nhớ hình như thường gắn với những quán phở nghèo, với một đoạn đời lam lũ. Tôi đồ rằng có lẽ những tô phở bò Kobe bạc triệu sẽ khó thể làm ta nhớ lâu nhớ mãi như thế! Nhớ phở. Nỗi nhớ cồn cào. Nỗi nhớ da diết. Nỗi nhớ hạnh phúc. Đâu chỉ là nỗi nhớ về một món ăn ngon, hay ăn, thường ăn. Đâu chỉ là nỗi nhớ chốn quán xá thân quen, nơi thường đến, quen chân đến. Đó còn là nỗi nhớ về những kỷ niệm, là hồi ức về những gương mặt, câu chuyện đời người... Câu chuyện về phở, nỗi nhớ phở, có lẽ các bạn cũng có, với độ đậm nhạt, sắc màu, hình tướng cũng khác nhau. Đây chỉ là câu chuyện tản mạn, nỗi nhớ lan man của riêng tôi, khi cuối năm trời trở gió, ngồi đong đếm buồn vui. Mong là nỗi nhớ phở này sẽ gợi cho các bạn những nỗi nhớ khác, nhớ từ bún bò cho đến cơm tấm, xôi đậu phộng...Cứ nhớ đi, mà nhớ được, để rồi rưng rưng, bùi ngùi là hạnh phúc thôi!".*

Nỗi nhớ đó được nhà thơ Quan Dương...dịch thành thơ:

Sáng nay bỗng thấy bâng khuâng
Trở điên trốn một ngày làm đi chơi
Rủ em ra quán phở ngồi
Để cùng nhớ lại quãng đời hoa niên

Tôi cũng có nỗi nhớ. Phở bà Dậu ở cư xá Công Lý, có từ năm 1958, chắc nhiều người cũng còn nhớ. Bà Dậu, dân Nam Định, không biết có phải tên là bà Dậu không nữa. Nhưng dân sành ăn phở thường xuyên lui tới tiệm phở nhỏ bằng mắt muỗi này vẫn gọi bà với cái tên này. Đó là một người đàn bà điềm đạm, lịch sự, nhỏ nhẹ và không làm mất lòng ai cả. Khách nào cũng là khách. Có những khách nhà binh mang sao trên cổ, có những văn nghệ sĩ tên tuổi nhưng cũng có những người thường thường bậc trung tới tiệm phở này, bà đối đãi như nhau. Tôi thường đưa cả gia đình tới ăn phở vào những ngày cuối tuần. Riết rồi cũng được bà liệt vào hàng khách quen. Sau 1975, quán phở của bà vẫn mở đều. Thực khách của bà có lẽ đã thay đổi nhưng phở nơi đây vẫn giữ được...tư cách phở Dậu. Thời buổi khốn khó, nhiều người đã phải treo miệng với phở. Sau khi ở tù "cải tạo" về, làm lung tung nhiều chuyện vặt vãnh để mưu sinh, tôi ngày ngày vẫn đi qua khu cư xá Công Lý nhưng chẳng bao giờ quẹo được chiếc xe đạp vào cổng. Nhưng rồi cũng tới lúc… thái lai. Nhờ…liên doanh với ông bạn ở bên Pháp gửi thuốc tây về bán và chuyển tiền nên cũng có đồng ra đồng vào, tôi lại mang gia đình tới phở Dậu. Tình thân với những người cũ hình như khắng khít hơn trong thời buổi khách của bà là những người bị tước hết mọi thứ trong cuộc sống. Gia đình tôi và bà Dậu còn khắng khít hơn khi chúng tôi có chung một hoàn cảnh: chờ đi bảo lãnh qua Canada. Có những ngày quán hết bàn, bà đã cho gia đình tôi vào bếp, ngồi nơi chiếc bàn xập xệ, để ăn phở. Rồi tôi được đi trước. Ngày tới từ giã, bà hẹn sẽ gặp ở Canada. Tôi có ý chờ nhưng không thấy. Một bữa tình cờ tôi đọc được cái quảng cáo phở Dậu tại San Jose, lòng hỏi lòng có đúng là tiệm phở của bà không hay có người nhập nhằng cái tên. Theo một người thân ở San Jose cho tôi biết thì đúng là bà Dậu có mở lại tiệm phở ở San Jose. Đúng hơn là các con bà mở, bà chỉ đứng nấu. Được một thời gian tiệm đã đóng cửa. Và bà Dậu nay cũng không còn ở cõi trần nữa.

Tôi không có dịp qua San Jose khi phở Dậu còn mở nhưng lại có việc phải về Việt Nam. Tôi tìm lại phở Dậu. Quán vẫn còn đó nhưng đã vươn mình thành tiệm bề thế hơn trước nhiều. Hỏi thăm bà Dậu chỉ nhận được những câu trả lời mơ hồ. Tô phở Dậu không có bà Dậu hình như thiếu đậm đà. Thực khách vẫn đông đảo nhưng đó là một đám người xô bồ. Như bất cứ tiệm phở đắt khách nào khác. Không còn là quán phở bà Dậu của tôi. Và của nhiều người xưa cũ.

Những ngày tình nghĩa đó đã mất hút. Những thân tình xưa đã đứt. *Những người muôn năm cũ / Hồn ở đâu bây giờ!*

07/2018

RÁY

Ông Trần Thế là ai, có độc giả nào biết không? Chắc không! Tôi cũng không biết! Vậy mà ông là thứ hiếm rất nhiều người biết. Tôi chỉ biết ông khi đọc bài báo của ký giả Đằng Giao trên báo Người Việt Online. Ông hành nghề mà người ta thường nói giỡn là "đè đầu đè cổ thiên hạ". Diễn nôm ra là nghề hớt tóc. Thiếu chi người hớt tóc nhưng sao ông lại được chạy nhật trình? Vì ông có ngón nghề ăn đứt thiên hạ: lấy ráy tai. Lấy ráy tai? Nghe như chuyện cổ tích. Tôi nhớ ở Việt Nam ta trước kia, hớt tóc phải đủ ba món ăn chơi: hớt tóc, cạo mặt và lấy ráy tai. Lấy ráy tai là một *option,* phải trả thêm tiền. Thêm tiền nên thêm…sướng! Nếu không muốn thêm tiền thì cũng được ông thợ *bonus,* chọt cái que có cục bông tròn xoe xoa xoa trong tai cho vui. Qua tới bên đây, chuyện lấy ráy tai chấm dứt. Đi hớt tóc bi chừ đúng là đi hớt tóc. Chỉ có hớt tóc, không cạo mặt, không ráy tai chi cả.

Nhưng tại Little Saigon ở Quận Cam, cái chi cũng có, kể cả lấy ráy tai. Ông Trần Thế là một trong ba người còn móc tai thiên hạ nơi xứ Mỹ này. Ngoài ông Trần Thế còn có hai ông Hùng Nguyễn và Sáu Linh. Kể cũng đáng thắc mắc. Tại Bắc Mỹ người ta có được đụng vào bên trong tai thiên hạ không? Ông Trần Thế, chủ nhân tiệm *"Tran The Barber & Salon"* trên đường Euclid, Garden Grove, cười cho biết: "Họ không chính thức khuyến khích tui lấy ráy tai nhưng họ không hề cấm. Anh biết đó, ở Mỹ này, làm cái gì mà *"State-board"* không đồng ý thì không thể làm lâu được. Mà tui mở tiệm này đã hai chục năm rồi!". Vậy là nhà nước không chính thức cho phép nhưng làm lơ chuyện lấy ráy tai.

Lấy ráy tai là chuyện các bác sĩ không tán thành. Tại sao phải móc chúng ra khi chúng là một thành phần bảo vệ tai? Theo khoa học, ráy tai là hỗn hợp hòa tan trong nước của da chết, lông và chất tiết từ các tuyến nhầy ở ống tai. Ráy tai chỉ được hình thành ở 1/3 phía ngoài của ống tai. Phần sâu bên trong gần với màng nhĩ không sản sinh chất này. Ráy tai giúp điều hòa *pH,* diệt vi khuẩn, diệt nấm và bảo vệ lớp lót nhạy cảm của ống tai khỏi tác động của nước. Đây là một phần cơ chế tự bảo vệ của tai, giúp làm sạch, ngăn không cho bụi và vi khuẩn từ môi trường đi sâu vào bên trong tai, gây tổn thương hoặc nhiễm trùng màng nhĩ.

Người ta không cần bận tâm chi tới ráy tai. Chúng sẽ tự tiêu diệt. Nhờ động tác nhai và chuyển động của hàm, ráy tai cũ và các tế bào da chết liên tục di chuyển từ phía màng nhĩ tới lỗ tai ngoài. Chúng khô dần và rơi ra ngoài. Vậy nên thỉnh thoảng chúng ta thấy ráy tai khô của chúng ta rớt ra mà không cần phải móc hay chọc chi.

Ai cũng có ráy tai nhưng không phải có số lượng giống nhau. Người có ít, người có nhiều. Ráy tai cũng…di truyền. Nếu ông bà cha mẹ có nhiều ráy tai thì con cháu cũng…giàu chất vàng vàng nâu nâu này như vậy. Khác nhau về số lượng, ráy tai mỗi người còn khác nhau về phẩm chất. Có người có ráy tai mềm, có người có ráy tai cứng. Nhiều khi tai chúng ta tích tụ quá nhiều ráy tai khiến việc thăm khám tai bị trở ngại hoặc ráy tai bít ống thính giác ảnh hưởng tới thính lực thì bác sĩ phải lấy ráy tai ra. Dĩ nhiên bác sĩ không dùng các loại que để chọc, móc như ông Trần Thế. Họ sẽ khuyên chúng ta nhỏ một hoặc hai giọt oxy già *(hydrogen peroxide)* vào tai khoảng 10 phút trước khi tắm. Oxy già có công dụng làm lỏng các chất nhờn và giúp chúng thải ra ngoài. Đó là cách lấy ráy tai bình thường. Nếu tai bị thủng màng nhĩ hay đã từng bị phẫu thuật thì không nên nhỏ oxy già vì chất này có thể gây nhiễm trùng tai. Tuyệt đối không nên dùng tăm bông chọc vào tai vì điều này sẽ làm quá trình thay da tai tự nhiên bị phá vỡ và làm xuất hiện thêm nhiều ráy tai. Chọc tăm bông vào tai còn giúp đẩy ráy tai vào bên trong khiến tai bị tắc nghẽn. Đó là chưa kể tới nguy cơ màng nhĩ có thể bị chọc thủng khiến tai mất khả năng nghe. Nếu có nhiều ráy tai làm cản trở việc nghe, bác sĩ sẽ lấy ráy tai ra bằng những dụng cụ y tế chuyên nghiệp.

Ở đoạn trên tôi có chọc quê ông Trần Thế chút đỉnh. Cho vui thôi. Thực ra, tiết lộ của ông Trần Thế khiến việc chọc quê ông trở thành vô duyên. Trong bài báo của Người Việt, ông Trần Thế tiết lộ là có nhiều bác sĩ ngành tai mũi họng giới thiệu khách tới cho ông lấy ráy! Ông nói: "Bởi vậy mới tức cười. Nhiều ông bác sĩ có lòng thương người, thấy khách cần lấy ráy tai tốn tiền quá, giới thiệu họ tới tui". Nghe thấy lạ. Nhưng ông Thế có nhân chứng đàng hoàng, mà lại là nhân chứng thông thường không biết nói dối. Linh mục Joseph Nguyễn ở Los Angeles kể lại: "Lần đó, nếu đi bác sĩ chuyên khoa tai, họ đòi tôi phải trả 300 tới 400 đô. Tôi than không có tiền, ông ấy giới thiệu tôi đến đây. Làm xong, thấy tôi là linh mục, ông Thế chỉ tính có 10 đô. Mấy chục năm nay, dù đường xá xa xôi, tôi vẫn chỉ tìm tới ông Thế". Chẳng cứ với linh mục Joseph Nguyễn, các vị tu sĩ đều được ông… kính trọng, chỉ tính giá 10 đô thôi! Khách lục tục thường tình thì phải từ 15 tới 20 đô. Khách của các bác sĩ gửi tới thì tùy. Thường thì những người này có nhiều ráy tai đặc cứng, có khi dài hơn một tấc. Làm mất công hơn nên tính mắc hơn: phải từ 40 đến 50 đô. Chẳng biết có phải vì được biệt đãi không mà linh mục Joseph Nguyễn cứ tháng tháng đều phải lái xe từ Los Angeles xuống Little Saigon gặp ông Thế. Từ mấy chục năm nay rồi!

Tuy lấy ráy tai bằng những dụng dụ "cổ truyền", ông Thế cũng biết bên trong tai của con người ra sao. Ông nói: "Nhiều người ngoại quốc hỏi tui, lấy ráy tai có ảnh hưởng tới màng nhĩ không. Dứt khoát là không. Vì tôi chỉ làm việc ở một phần ba phía ngoài, còn cách xa màng nhĩ tới hai phần ba". Tiệm ông không bao giờ vắng khách. Ông cười xuề xòa: "Chẳng qua là vì tôi làm chậm quá thôi. Tính tui rất cẩn thận, thấy khách đợi thì tui có sốt ruột và cũng muốn làm cho lẹ để khách bớt tốn thời gian mà mình thì có tiền. Nhưng tui không thể làm ẩu được. Ở đây toàn là khách quen. Người ta đã tín nhiệm mình từ hồi nào tới giờ, thử hỏi, làm sao mà mình phụ lòng họ được". Ông Trần Thế là người có lương tâm nghề nghiệp, rất cẩn tắc. Cẩn tắc đến khách phải sốt ruột. Ông Lạng Lâm ở Garden Grove chia sẻ "kinh nghiệm" bằng giọng thì thầm: "Ông này rất thích 'gò.' Muốn ông ấy làm nhanh, lần nào tôi cũng nói là có việc phải đi gấp. Phải vậy ông ấy mới làm nhanh. Nhanh mà cẩn thận. Ông ấy lấy ráy tai sạch sẽ lắm. Tôi đã thử mọi nơi khác, rồi phải quay lại đây."

Khách tây khách ta, muốn ông Thế lấy ráy tai đều phải đợi. Khách tây? Tôi nghĩ chỉ có dân mít ta mới đưa tai cho ông Thế mầy mò, vậy mà tây cũng lậm cái thú nhột nhột khoái khoái khi nằm lim dim cho ông Thế chọc chọc, vuốt vuốt. Có khi khách tây lậm vào ngón nghề của ông Thế chỉ vì tình cờ. Ông Thế kể: "Một ông Mỹ trắng , đứng bên kia, nhìn vô thấy tui đang lấy ráy tai. Ông ấy hỏi một người đi ngang là tui đang làm gì. Tò mò, ông ấy vô thử cho biết. Biết rồi, hơn chục năm nay, cứ hàng tháng là ông ấy quay lại tui". Ráy tai tây có chi khác ta không? Có chứ! "Người ta có ba loại cứt ráy: khô, ướt và nửa ướt nửa khô. Loại "dốt dốt" là loại khó trị nhất. Làm nghề này tui mới biết khách Mỹ trắng có ráy ướt nhiều nhất và rất nặng mùi. Vừa lấy ra là ruồi bay vô liền. Lần nào cũng vậy!".

Chuyện tới tiệm hớt tóc lấy ráy tai là chuyện của đàn ông? Đừng nghĩ như vậy. Đàn bà cũng là khách của ông Thế. Ráy tai thì đàn ông hay đàn bà đều có nhưng các bà ít tới tiệm hớt tóc vì ngại. Chốn đó là chốn của đực rựa, lân la vô kỳ chết. Nhưng bà Abigail Nguyễn ở Garden Grove được bác sĩ gửi tới thì phải tới. "Bác sĩ gởi tôi tới đây cách nay sáu năm. Lúc đầu tôi rất căng thẳng vì tiệm vừa toàn đàn ông, vừa sợ đau tai. Nhưng ông Thế rất 'mát tay,' vừa nhẹ nhàng, vừa kỹ lưỡng. Lần nào tới đây về, tôi đều như nghe rõ ràng hơn". Đàn bà Mỹ cũng tới gặp ông Thế. Mà đã tới một lần thì ghiền, không tới không được. Ông Thế kể: "Có lần, ông chồng một người khách của tui, thấy vợ cứ đòi tới tui hoài, đậu xe sát cửa, chạy ào vô đây, tính đánh ghen. Ai dè gặp tui già khằng, mắc cỡ bỏ về rồi từ đó không thèm thắc mắc gì với vợ nữa".

Lấy ráy tai là một cái thú dễ khiến người ta mê mẩn. Thuở còn ở Việt Nam, tôi đã nhiều lần ngả người trên ghế cho các ông thợ hớt tóc mân mê lỗ tai. Mắt lim dim mơ mơ màng màng, tai được ve vuốt nhè nhẹ, con người cảm thấy tê mê trước thủ thuật đặc sắc của các ông thợ. Nhà văn Hoàng Hải Thủy rất mê lấy ráy tai. Cú mê này của ông, bàn dân thiên hạ đều biết. Trong hồi ký "Viết Trên Gác Bút", nhà văn Nguyễn Thụy Long kể: *Bạn tôi, anh Hoàng Hải Thủy có một thú đam mê là được lấy ráy tai. Nghe danh ở đâu có anh thợ cạo lấy ráy tai giỏi đạt nghệ thuật anh phải mò tới lấy ráy tai bằng được. Anh đã kể cho tôi nghe chuyện ở Hải Phòng có một anh thợ cạo lấy ráy tai siêu hạng. Ngày chia đôi đất nước, chỉ còn một ngày nữa Hải Phòng tiếp thu, thuộc về chính quyền miền Bắc, anh cũng mò đến nhờ anh thợ lấy bằng được một vẩy tai cuối cùng còn mắc ở tận hốc tai trong cùng. Có vậy anh mới đành lòng xuống tàu vào Nam. Sau giải phóng, trước những ngày anh lãnh án tù (được lãnh án đàng hoàng đấy), tôi gặp anh ở Ông Tạ, ngồi uống cà phê với nhau trước một tiệm hớt tóc. Anh khen phó cạo này có tài lấy ráy tai. Anh nhàn nhã quá nên uống cà phê ngồi chờ đến lượt, anh nói anh chẳng làm gì hết, chỉ chờ đồ ngoại viện lãnh qua đường bưu điện".*

Cái chi làm người ta đê mê mỗi khi vểnh tai ra cho người ta khều. Giáo sư Todd Dray, bác sĩ giải phẫu tai mũi họng tại trung tâm Kaiser Permanente ở Santa Clara, California, cho biết: "Da bên trong tai mỏng dính như tờ giấy thấm nên rất nhạy cảm, có nhiều dây thần kinh hội tụ, lại còn có điểm G như bộ phận sinh dục của phái nữ, đụng tới là nhột!". Tác giả Lê Ký Thương, trong bài viết "Thú Hớt Tóc Thời @" đã ca tụng việc lấy ráy tai: *"Có người chỉ hớt cạo là xong, nhưng nhiều người thích đến tiệm hớt tóc để lấy ráy tai. Có thể nói đây là cái thú có từ ông bà ta ngày xưa, có trước khi bài "Vè Cúp tóc" của Phong trào Duy Tân ra đời. Xem cuốn "Ký hoạ Việt Nam Đầu Thế Kỷ 20", ta thấy hai bức vẽ lấy ráy tai rất sinh động, qua nét bút tài tình, người hoạ sĩ vô danh đã diễn tả rất thực, rất đúng cảm xúc của nhân vật: người thì nhăn mặt vì hơi đau một chút, kẻ thì lộ vẻ sướng khoái. Những nhân vật được ghi lại đầu còn quấn khăn, búi tóc. Tôi thích lấy ráy tai vì ở công đoạn này mình có thể mơ màng ngủ trộm một giấc ngắn, và sau mỗi lần như vậy, tôi đều có cảm giác... bay bổng như vừa giải quyết được một việc nặng đầu. Nhiều cô thợ hiểu tâm lý khách, gặp lúc tiệm vắng, họ cứ nhẩn nha, nhẹ nhàng từng động tác để kéo dài giấc ngủ của khách".*

Bác sĩ Hocquart theo đạo quân viễn chinh Pháp vào Hà

Nội và lưu lại đây từ tháng 1/1884 đến tháng 5/1886, đã ghi trong cuốn nhật ký "Một Chiến Dịch Ở Bắc Kỳ": *"Thú vị nhất trong các nghề ngoài trời là những chú thợ cạo ngoáy tai và những người tẩm quất...Họ ngồi đối diện với nhau trong khi dao cạo lướt trên mặt... Anh ta bắt đầu ngoáy tai một cách tỉ mẩn... và kết thúc bằng cách đưa cái hạt tròn cắm đầu que vào tận màng nhĩ rồi xoay tròn một cách nhẹ nhàng; đây là giai đoạn thú vị nhất, nếu ta nhìn nét mặt của khách hàng, hai mắt lim dim và bày tỏ khoái cảm tột độ".*

Sách tiếng Pháp xưa đã phải viết tới cái thú lấy ráy tai của ta, báo tiếng Mỹ nay cũng vậy. Trong số báo ra ngày 22/1/2011, tờ Mercury News ở San Jose, California, đã đi trên trang nhất một bài của ký giả John Boudreau, viết từ Sài Gòn, nói về cái thú lấy ráy tai của người Việt Nam. Bài báo mở đầu: *"Đối với phần lớn người Tây phương, ý tưởng trả tiền để người ta đưa những dụng cụ ngoáy tai vào trong tai là một ý tưởng hết sức đáng sợ. Nhưng với người Việt Nam, đây là một nghệ thuật".* Bài báo kể chuyện nhiều người gốc Việt, sau khi rời phi trường Tân Sơn Nhất từ máy bay của các hãng United Airline hay Eva, đã nhào thẳng vào các tiệm hớt tóc để lấy ráy tai. Như anh Nguyen Tuong Tam, cư dân thung lũng Silicon Valley. Anh cho biết: "Lấy ráy tai mang lại cho tôi sự thống khoái". Anh Tam ví chuyện lấy ráy tai như chuyện chăn gối. Cả hai đều mang lại sự thống khoái như nhau. Đó là một *"ear-gasms"!* *Ear-gasm* là từ anh biến chế từ *"orgasm"* có nghĩa là "cực khoái", thường dùng để chỉ sự quan hệ xác thịt nam nữ. Nam như anh Việt kiều Tam đã "cực khoái" như vậy, nữ như cô ca sĩ Katie Dang, khoảng trên hai chục tuổi, đi đi về về thường xuyên giữa Mỹ và Sài Gòn, cũng "cực khoái". Cô ngôn: "Lần đầu tiên mọi người đều sợ sệt, nhưng sau đó thì "Chúa ơi". Phái nam rất khéo tay trong việc lấy ráy tai nhưng phụ nữ còn khéo hơn. Họ có đôi tay ma thuật". Kể ra cũng "Chúa ơi" thật. Để cho mấy ông lấy ráy đã khoái, bàn tay của mấy cô chắc còn khoái gấp bội. Phái nữ như cô Katie Dang còn thích huống chi mấy ông đực rựa. Ông Trương Phùng, 44 tuổi, mỗi hai tuần phải ghé qua tiệm hớt tóc lấy ráy tai, đã tụng: "Nó giống như hút thuốc lá hay uống bia. Vài người bạn của tôi nói coi chừng không an toàn nhưng tôi vẫn vác xác tới. Biết là họ hành nghề không có giấy phép hay bảo hiểm, nếu có chuyện chi xảy ra, tôi chẳng biết làm sao. Nhưng nếu mang đồ nghề của mình và kiếm được người cẩn thận thì cứ đường ta ta đi!".

Từ rất lâu tôi đã không chìa tai ra cho mấy ông thợ hành nghề, nhưng viết tới đây bỗng thấy nhớ cái cảm giác đê mê với đôi mắt lim dim phê hết chỗ nói của thời xa xưa. Bỗng lòng thấy rạo rực. Trong đầu cố ghi chắc cái địa chỉ vàng *"Tran The Barber & Salon"* trên đường Euclid thuộc Garden Grove. Khi nào có dịp qua Cali có khi cần tới. Nếu tiện đường có thể ghé qua Virginia rủ ông Hoàng Hải Thủy đi cùng, chắc ông ấy chẳng đủ can đảm lắc đầu!

12/2018

RỜI

Summer Redstone, chủ nhân ông của Viacom, chắc ít người biết. Ông này đã rời bà vợ ở tuổi 79 sau khi chung sống tới 55 năm. Nhưng dân ghiền điện ảnh phải biết tới Anthony Hopkins. Ông này cũng chia tay với vợ vào năm ông 64 tuổi sau 29 năm chung sống. Có người sẽ chép miệng: dân Hollywood ấy mà, thay chồng đổi vợ như cơm bữa, ông này bền tới 29 năm là ngon quá rồi, có thể gắn huy chương… chung thủy! Nhưng tỷ phú George Soros chắc nhiều người biết. Ông này đã ly dị vợ khi 74 tuổi sau 21 năm chung giường chung chiếu. Lạ chi, có tiền là "cơm no ấm cật, dậm dật khắp nơi", đánh bài thay đổi là chuyện chẳng có chi lạ.

Nhưng nếu nói theo thống kê thì quả có lạ. Ngày nay các ông các bà tuổi đã vào loại nhân gian hiếm, vẫn mắt trước mắt sau thay ngựa giữa đường, chiếm một tỷ lệ khá lớn thì lạ là cái chắc. Người ta có danh từ chỉ tình trạng này đàng hoàng: *gray divorce* hoặc *silver divorce*. Ly dị xám hay ly dị bạc, có thể gọi là ly dị…muối tiêu chăng. Thống kê tại Mỹ của cơ quan *U.S. Census Bureau* cho biết như thế này: năm 2015, cứ một ngàn cặp 50 tuổi trở lên thì có 10 cặp rời nhau. Thu hẹp số tuổi lại một chút, từ 65 tuổi trở lên, cứ ngàn cặp thì có 6 cặp anh đường anh tôi đường tôi. Nếu so với năm 1990 thì con số các ông bà via trên 65 tuổi vác chiếu ra tòa ly dị đã tăng gấp ba lần!

Tại Canada tình trạng cũng rứa. Số các ông bà tới tuổi via mà còn muốn đổi đời gia tăng một cách rõ ràng. Năm 2009 có 28.261 vụ nhưng tới năm 2012 đã nhảy vọt lên 30.234 trường hợp. Trong khi tỷ lệ ly dị toàn quốc cho mọi hạng tuổi sụt xuống, năm 1993 là 38%, tới năm 2003 chỉ còn 11%, thì tỷ lệ cho các cụ lại tăng. Hạng tuổi từ 50 tới 54 tăng 34%, từ 55 tới 59 tăng 47,8%, từ 60 tới 64 tăng 31,7% và từ 65 tuổi trở lên tăng 9,2%.

Bên Anh các cụ cũng rời nhau lia chia. Theo thống kê năm 2011 thì toàn quốc có 118 ngàn vụ ly dị, các cụ chiếm tới 12.700 vụ. Thống kê còn tỉ mỉ phân chia ra 9.500 vụ do các cụ ông…lãnh đạo, chỉ có 3.200 vụ do các cụ bà gây hấn. Vẫn theo thống kê thì tỷ lệ các vụ ly dị cho mọi hạng tuổi vào năm 1991 là 13,6% đã hạ xuống còn 10,8% vào năm 2011. Nhưng các cụ lại đi ngược chiều của xã hội. Tính riêng các cụ trên 60 tuổi thì tỷ lệ tăng, từ 1,6% năm 1991 lên 2,3% cho các cụ ông và từ 1,2% lên 1,6% cho các cụ bà. Vậy là cụ ông hay cụ bà đều…hư hơn con cháu!

Bên Đại Hàn, tưởng nền nếp hơn, nhưng các cụ cũng vẫn chán nhau như thường. Càng ngày càng chán dữ! Nam nữ bình quyền là chuyện xa xỉ nơi xứ kim chi, thường các cụ ông là gia trưởng và hành động rất gia trưởng. Các cụ bà cam phận làm nội trợ và chịu đựng tất cả các cơn giận dữ của các cụ ông. Vậy nên chuyện các cụ ly dị ở Đại Hàn khó khăn cho các cụ bà hơn tại các nước phương tây. Chúng ta thử nhìn sâu vào một vụ xử của tòa án. Sáu năm trước, cụ ông K. hưu trí sau 34 năm làm công chức sáng vác ô đi tối vác về. Tiền hưu bổng của cụ được 3 triệu *won*, khoảng 2.838 đô Mỹ. Năm ngoái, cụ bà đệ đơn xin ly dị. Trong 32 năm chung sống, cụ ông đã gây nhiều phiền muộn cho cụ bà. Lúc say rượu có khi cụ thượng cẳng chân hạ cẳng tay, có khi chửi mắng mạt sát cụ bà thậm tệ, cũng có khi cụ đi ăn phở làm buồn lòng cụ bà. Được cái cụ cũng khá biết điều. Cụ đã nhiều lần xin lỗi cụ bà. Không biết có phải vì cụ ông càng già càng…cay hay vì cụ hưu trí nên thời gian bên nhau hơi nhiều mà cụ bà vác chiếu ra tòa xin chấm dứt cuộc sống chung với cụ ông. Năm 2011, hai người sống ly thân. Năm ngoái tòa địa phương Changwon mang vụ của cụ K. ra xử và thuận cho hai người ly dị. Về phần phân chia tài sản, tòa phán cụ ông phải chia cho cụ bà phân nửa số tiền hưu trí. "Lỗi về phần người chồng. Nếu người vợ không làm các công việc nhà và chăm sóc con cái thì người chồng không thể chu toàn công việc của một công chức. Vì vậy phải chia nửa số tiền hưu".

Tại Singapore cũng rứa. Các cụ mang nhau ra tòa tới chóng mặt. Theo thống kê chính thức của Cục Thống Kê thì trong vòng mười năm, từ năm 1993 tới 2003, số vụ ly hôn của những cặp vợ chồng đã có 20 năm "hôn vụ" tăng từ 12,7% lên tới 20,6%. Nhìn vào con số thực tế thì từ 486 vụ lên tới 1467 vụ. Trong cùng thời gian, với những cặp vợ chồng sống với nhau được 30 năm, số thống kê cũng tiến mạnh tiến mau, từ 86 vụ (2,2%) vọt lên 460 vụ (6,4%). Nhà xã hội học Angelique Chan gọi tình trạng này là một "thảm cảnh"!

Chuyện các cụ rời nhau càng ngày càng nhiều là chuyện toàn cầu. Bên châu Mỹ cũng như bên châu Á châu Âu. Tại Ý, số vụ ly dị của các ông các bà từ 55 tuổi trở lên tăng 3,5% tính từ năm 2000 tới năm 2004. Bên Pháp cũng tăng vọt trong cùng thời kỳ. Bên Nhật càng chung sống lâu càng gia tăng ly dị. Năm 2014, trong số các cặp vợ chồng có thâm niên sống với nhau 20 năm đã có 42 ngàn vụ ly dị, tăng gấp đôi tính từ năm 1985. Cùng thời kỳ này, các cặp chung sống 30 năm, đã ly dị gấp bốn lần. Dân Nhật đã có một từ để gọi tình trạng ly dị trễ này: *jukunen rikon*. Trong cuốn phim truyền hình mang cùng tên, nhân vật chính là một cụ bà đã cho ông chồng đi chỗ khác chơi khi ông này vừa nghỉ hưu.

Vậy thì một trong những nguyên nhân của tình trạng các cụ ly dị ngày càng nhiều vì thời gian ở bên nhau nhiều quá, sau khi các cụ về hưu. Có thể lắm chứ. Mọi ngày, mọi lúc, cứ nhìn thấy mặt nhau hoài, ngán thấy mồ tổ. Bạn bè tuổi hưu của tôi ví von là hai con khỉ già phải chung sống với nhau. Tuổi già thường có tật, tính nết thay đổi sinh ra lẩm cẩm và chướng. Vậy nên chúng tôi đã lập hội. Tên hội là "Cẩm Chướng". Nghe thơm mát như một loài hoa nhưng hoa này là hoa có gai mọc trên từng cánh hoa. Hai cái thân già, vừa lẩm cẩm vừa chướng, lại cả ngày ra vào nhìn thấy nhau nên tính khí nồng nặc hơn. Con cái đã trưởng thành, đều có gia đình, ra ở riêng, căn nhà nhiều phòng nay trống huếch trống hoác chỉ còn hai con khỉ vào ra hậm họe nhau, nên có nhiều trường hợp buông tay, tha cho nhau cũng không phải là chuyện lạ.

Sở dĩ các vụ ly dị của các cụ ngày càng nhiều, trên hầu hết mọi quốc gia, theo các nhà phân tích xã hội học, một phần là vì các cụ sống dai quá. Tuổi trung bình của các cụ ngày nay đã vượt con số tám chịch. Nói cho có chứng cớ thì tuổi thọ của dân Canada chúng tôi có thể dùng làm mẫu cho tình trạng sống dai này. Tính từ năm 1921 tới 2005, 84 năm tất cả, tuổi thọ trung bình tăng thêm 20 năm. Các ông từ 58,8 tăng lên 78 tuổi. Các bà từ 60,6 tăng lên 82,7 tuổi. Các nhà hoạch định tiên đoán là tới năm 2031, tuổi thọ trung bình của nam giới sẽ là 81,9 và của nữ giới sẽ là 86.

Ngày xưa, đời sống ngắn hơn, các cụ có thể cắn răng chịu đựng nhau cho qua đi. Sống được bao nhiêu nữa mà giở giói ra cho con cháu nó cười cho. Vậy là bóp bụng chịu đựng cho qua ngày. Ngày nay, nếu cam chịu đựng thì…oải vì thời gian dài quá. Phần lớn các cụ tuổi đã cao nhưng lòng không cao, vẫn du hí tưng bừng, vẫn cứ già mà ham (thiệt oan cho xí nghiệp *yamaha* của Nhật bị các cụ vơ vào làm tên hội), vẫn cứ xí xọn.

Sáu mươi là tuổi dậy thì
Bảy mươi chập chững bước đi vào đời
Tám mươi là tuổi ăn chơi
Chín mươi là tuổi lên đời, đổi xe.

Bốn câu thơ đầy lạc quan này tôi lượm được trên *internet*, không thấy ghi tên tác giả. Chắc đó là…ca dao vì dân gian bây giờ đều như vậy hoặc ước ao được như vậy.

Trong cuốn sách *"When Harry left Sally"*, hai tác giả Eva Sachs và Marion Korn đã viết: "Nếu bạn đã có 30 năm chồng vợ, không phải bạn chỉ còn sống 10 năm nữa, nhưng bạn mới chỉ đi được nửa đoạn của đời sống hôn nhân. Vậy thì bạn nhìn vào đó và nghĩ 'ta còn một đoạn đường dài trước mặt, tội chi phải chôn cuộc đời trong một cuộc hôn nhân không ưng ý?'".

Một lý do khác là hoàn cảnh xã hội ngày nay đã khác xa với thời trước. Người ta dễ kiếm được bạn đời hơn. Số người ly dị nhiều nên "thị trường bạn tình" nhộn nhịp hơn. Nhiều hy vọng là không có sự cô đơn sau khi rời bỏ một cuộc hôn nhân quá cũ, quá nhàm chán. Mặt khác, xã hội ngày nay không còn kỷ cương như xưa. Xáp vào nhau không cứ là phải dính vào nhau bằng chiếc nhẫn cưới. Hợp nhau là nhào vào nhau, chẳng cần thủ tục, chẳng cần lễ nghi, sống như bạn dù là bạn chung giường chung chiếu. Dư luận xã hội chẳng còn khắt khe soi mói vào những trường hợp chung sống khơi khơi như vậy. Chuyện chi cũng là vui thôi mà!

Dân hải ngoại ta ngày nay còn có dịp vui hơn các dân khác. Cuộc sống vật chất của chúng ta cao hơn đồng bào trong nước. Đồng tiền đô la các cụ ông mang về nước có sức mạnh vạn năng. Muốn chi cũng có, muốn chi cũng được. Soạn giả Nguyễn Phương đã có lần kể cho tôi nghe chuyện vợ chồng ông về Việt Nam chơi. Lúc đó ông đã ngoại bát tuần, đầu tóc bạc phơ. Trong một lần hai vợ chồng ăn uống tại một nhà hàng với bạn bè, một cô chạy bàn đáng tuổi cháu ông đã tỉnh queo sà vào ông, bơ bơ nói với bà Nguyễn Phương ngồi bên cạnh: "Cô đã vất vả chăm sóc ông lâu rồi chắc mệt, từ giờ cô để cháu săn sóc ông giùm nhé!". Khi ông kể lại cho tôi nghe chuyện này, bà ngồi bên cạnh cười xác nhận. Cỏ non dâng tới tận miệng, nhiều trâu già không thoát khỏi chuyện lục tục thường tình. Trong nhóm bạn già chúng tôi, nhiều ông đi Việt Nam đã lạc luôn lối về. Cứ *thiên thai chúng em dâng chàng hai trái đào tiên* là *sau cơn mê* liền một khi. Xin lỗi ông Văn Cao, tôi đã tự tiện cho từ "hai" lạc lối theo mấy ông bạn tôi.

Tôi vẫn hay chế nhạo mấy ông bạn này là có cố gắng lắm thì cũng chỉ vãn cảnh non nước là cùng. Nhưng tôi bé cái lầm. Các ổng có kẹo hết. Thường tình thì lộc trời cho có nhiêu, xài nhiều là hết. Tuổi các ông bạn tôi thì lộc đã cạn. Nhưng từ khi có thứ kẹo phải gió này, các ông bỗng như được tái sinh. Vậy là phơi phới *ra đi khi trời vừa...tối!* Mấy bà đầm bên xứ Canada này đã nhiều lần lên tiếng cự nự với thứ kẹo mang tên Viagra, Cialis và đồng bọn này. Những thứ khiến các ông có thêm hồi hai!

Thực ra các bà chẳng nên cự nự. Các ông có các viên kẹo xanh thì các bà cũng có những viên kẹo hồng mang tên Addyi. Nhưng những viên xanh coi bộ nổi tiếng hơn. Có lẽ vì chúng có kết quả nhãn tiền. Nuốt vô là ép-phê liền.

Không biết có phải vì tiếng cồng của mấy bà vang lớn quá mà người ta vừa chế ra thứ thuốc ông bà dùng chung. Vậy là hết cự nự. Thứ thuốc đó mang tên Vesele. Tôi vừa đọc được một cái quảng cáo của thứ thần dược này trên báo Montreal Gazette. Có điều lạ là quảng cáo mang tên tác giả đàng hoàng. Đó là ký giả Ray Wilson của *Associated Health Press*.

Ngày báo đăng quảng cáo, 26/7/2018, là ngày Vesele được phép bán chính thức tại Canada. Có hai cái lợi ngay trước mắt. Thứ nhất, giá rất rẻ, chưa tới 1 đô mỗi viên. Thứ hai, dân chúng tha hồ mua thuốc, khỏi cần toa bác sĩ. Theo quảng cáo thì thứ mới toang này khác với các thứ "truyền thống". Thứ cũ xì, thuốc chỉ tác dụng vào đúng cái chỗ cần tác dụng. Thứ mới này khác, một phần thuốc chạy lên mạch máu não. Như vậy sự kích thích không chỉ ở…địa phương mà lan lên tới thượng tầng kiến trúc của cơ thể. Khi hành động, trí óc đóng một vai trò khá quan trọng nên thứ Vesele mới này… phê hơn. Ham muốn hơn, gân guốc hơn và bền vững hơn. Theo bác sĩ Henry Esber, người sáng chế ra Vesele, các thứ thuốc đã có như Viagra, Cialis không có tác dụng về phương diện cảm xúc. Muốn có, người ta phải dùng thị giác và trí tưởng tượng. Vesele không…yếu như vậy. Nó kích thích cả trí não khiến sự ham muốn thực hơn, không giả tạo. Được như vậy vì Vesele tác dụng vào tất cả các mạch máu trong cơ thể. Viagra khi có tác dụng khi không, tùy người dùng. Vesele thì luôn đạt được kết quả. Kết quả này không chỉ nhất thời mà kéo dài gấp nhiều lần các thứ thuốc cũ. Tác dụng của Vesele được duy trì và gia tăng nên Vesele không chỉ được dùng khi lâm trận như Viagra mà được dùng hàng ngày. Cứ rỉ rả ngày một viên. Càng dùng lâu càng hưng phấn.

Giờ mới nói tới chuyện Vesele ép-phê cho các bà. Các bà hay các ông đều có hệ thống mạch máu như nhau nên khi các bà dùng Vesele máu cũng chạy lên não và xuống hạ thể như các ông. Kết quả là các bà cũng cảm thấy hưng phấn như các ông. Bác sĩ Henry Esber rao hàng như thế này: "Trong một cuộc nghiên cứu mới đây, phụ nữ dùng Vesele đã cải thiện được tới 52% sự hưng phấn tình dục. Nhưng đáng kể hơn là cải thiện tới 57% sự tiết chất nhờn nơi cơ quan sinh dục. Đã có nhiều cặp vợ chồng cùng dùng Vesele. Cả hai đều cảm thấy vui vẻ hơn. Cả hai đều thấy thú vị hơn. Cả hai đều hoạt động một cách nhịp nhàng hơn. Đó là điều đáng kể nhất". Vậy là mỗi ngày ông một viên, bà một viên, bình quyền bình đẳng. Chẳng ai cự nự ai.

Tôi mới lược thuật những gì trong quảng cáo mà tôi đọc được trên báo *Montreal Gazette* ngày 26/7/2018. Dĩ nhiên tôi không có kinh nghiệm chi với Vesele. Vì vậy, với sự dè dặt thường lệ, tôi không bảo đảm chi về kết quả của Vesele. Muốn rõ xin cứ tự tiện ra nhà thuốc. Ở Bắc Mỹ, đầu đường xó chợ nào chẳng đầy rẫy các nhà thuốc!

08/2018

TẾT

Nói tới "tết" người ta nghĩ ngay tới Tết Nguyên Đán. Nhưng tết đâu phải chỉ là thời gian giao mùa giữa năm mới và năm cũ. Ngoài Tết Nguyên Đán, chúng ta còn có Tết Đoan Ngọ, Tết Trung Thu. Vậy tết là một ngày hội, một ngày vui được dân gian đón nhận. Những khi năm cùng tháng tận, tôi thường ôn lại dĩ vãng, nhớ lại những gì mình làm được cũng như chưa làm được trong năm cũ. Nhưng, từ bao năm nay, nỗi nhớ dằng dai hơn nhiều, từ ngày được tha khỏi cái gọi là trại cải tạo của Việt cộng. Đối với những người đã bước chân vào vòng tù mà không có tội, án cũng chẳng có, ngày tháng mênh mông như trong những đám mây, thời gian như một thách đố không có lời giải đáp, chuyện được thả cho về với gia đình là chuyện chết đi sống lại. Đó mới là ngày vui, ngày hội, ngày tết đích thực. Ngày về là…tết!

Thường trong các dịp tết, trại cho một số trại viên về, như một trình diễn về cái gọi là nhân đạo của chế độ. Dù chẳng ai tin vào sự nhân đạo của một chế độ lấy chuyên chế làm kim chỉ nam, nhưng cứ được bước ra ngoài vòng cương tỏa của tù tội là tết rồi. Chuyện về là chuyện trúng số. Thần tài gõ vào đầu anh nào, anh ấy hưởng. Tôi may mắn được gõ đầu vào ngay cái tết đầu tiên trong tù. Trong truyện ngắn "Tết Trước Tết", tôi đã tả lại giây phút…thiêng liêng đó. Sau ba chục ngày vô cũi, chuyện ra về là chuyện canh cánh bên lòng của chúng tôi. Cán bộ cứ ra rả tuyên truyền: "Về hay không là tùy các anh có học tập tốt không thôi!". Chẳng ai nhét được câu dối trá này vào trong đầu. Rồi ngày định mệnh cũng tới. *" Sáng hôm sau, 26 tết, cán bộ tất tưởi tay cầm cuộn giấy lên kêu họp nhà. Mọi người vội vàng vào hàng ngũ. Chưa bao giờ anh em lại tập họp nhanh nhẹn đến như vậy. Tôi nhìn quanh. Mọi khuôn mặt đều căng lên hồi hộp. Bụng tôi đánh lô tô. Đang ngồi tôi đứng lên nói với đám bạn quen ngồi cạnh: "Đứng lên một cái lấy hên!". Chẳng ai cười. Người nào cũng còn đang bận đội một thúng chì trên đầu. Mọi cặp mắt đều dồn vào tờ giấy trên tay cán bộ. Tôi thấy trang giấy đen kịt chữ. Chắc cũng phải vài chục tên. Có tên tôi trong đó không? Tôi nhấp nhổm như muốn soi thủng những con chữ trên tờ giấy. Cán bộ lên tiếng yêu cầu im lặng. Căn phòng lặng ngắt tức thì. Cán bộ giáo đầu cà kê về chính sách khoan hồng của nhà nước. Tim tôi nhảy loạn xạ. Được về hay ở lại? Hai tình huống xa nhau như Thiên Đàng- Địa Ngục. Tai tôi hững hờ với những sáo ngữ rỗng tuếch đang phát ra từ cái miệng bôi mỡ. Rồi giây phút định mệnh cũng đến. Tên người đầu tiên được xướng lên. Kẻ diễm phúc đứng phắt dậy mặt mũi ngơ ngác tái mét. Tôi bấm đốt ngón tay đếm từng tên. Ngón tay cái chạy gần hết bốn ngón tay kia thì tên tôi được đọc lên. Tôi đứng phắt dậy. Có phải chân tôi đang chạm đất đây không? Đầu tôi lỏng le như chẳng có gì ở trong. Mặt mũi tôi tê rần. Tai tôi lùng bùng nghe tiếng quản giáo hỏi: "Anh ở nhà này à? Sao tôi ít thấy mặt anh?". Lạy trời đừng có gì trục trặc. Môi tôi như gắn hàm thiếc không nói năng được gì. Tai tôi lại lùng bùng nghe: "Anh ngồi xuống!". Tôi ngồi phịch xuống. Chiều nay mình sẽ ở nhà mình. Tôi cố làm quen với ý nghĩ mới mẻ này. Những khuôn mặt quanh tôi nhũn ra khi cán bộ gấp tờ giấy lại. Tôi nhìn thấy nét bàng hoàng hoảng hốt, tôi nhìn thấy những giọt nước mắt vội vã, tôi nhìn thấy những khuôn mặt nặng nề cố nuốt nỗi thất vọng. Và tôi cũng nhìn thấy nỗi mừng vui cố giấu kín của những người có tên".*

Tết đến với tôi, tết đến với nhiều anh em khác trại, khác thời gian. Nhưng có đang là mùa hè nóng cháy, được kêu tên ra về vẫn…tết! Tác giả Phạm Đăng Quỳnh kể lại về ngày "tết" của người cha. *"Ba nói sáng đó vẫn đi làm bình thường thì ba bất ngờ được tách ra, cho nên anh em bạn tù ai cũng không biết ba được về mà tâm sự hay gửi nhắn gì cho gia đình. Các chỉ huy trại bỗng dưng nhỏ nhẹ lạ thường: "Anh đã biết lao động sản xuất. Lao động là vinh quang anh có biết không? Bác Hồ kính yêu đã dạy như thế. Từ một người chỉ biết ăn bơ thừa sữa cặn của đế quốc, lười biếng lao động, có nợ máu với nhân dân, nhờ cách mạng khoan hồng, giáo dục, bây giờ anh đã được trở về với nhân dân. Hãy nhớ hăng say lao động sản xuất để đền đáp công ơn của cách mạng. Những gì anh đã trải qua mấy năm nay ở đây, khi về anh không được kể lại với bất cứ ai. Đã có nhiều người không làm như vậy phải quay lại trại. Chính quyền cách mạng sẽ đưa họ trở lại đây cho chúng tôi. Anh phải nhớ là chúng tôi không muốn gặp lại anh ở đây một lần nữa, anh nhé! Anh nhớ đấy!". Ba nói , dù đã quen với cuộc sống tù tội ở đây, nhưng khi nghe các nhà quản giáo nói đến chuyện quay trở lại " địa ngục trần gian" này ba không khỏi nổi da gà. Đó là lý do ba tôi và hầu hết những "con trời'khác khi thoát nạn , trở về ai hỏi gì cũng không dám kể lại. Họ chỉ tập trung làm lụng nuôi sống gia đình, im lặng , khép kín, có vài người còn trầm cảm".*

Một trường hợp được tha về khác, cũng đúng vào dịp Tết Nguyên Đán, do một tác giả không ghi tên kể lại: *"Mọi bữa, sắp hàng xong là ra cổng. Bữa nay sao lại dềnh dàng? Hóa ra đợi nghe đích thân trại trưởng tuyên đọc "lệnh tha" nhân dịp Tết Nguyên Đán sắp tới! Cả mười mấy đội, sáu bảy trăm nhân mạng đều nhốn nháo. Tiếng là thiếu tá mà coi bộ trại trưởng đọc chữ không rành. Trong khi thiên hạ nhấp nha, nhấp nhổm, ông ê a đánh vần thật là sốt ruột. Tiếng ông thì nhỏ mà gã tù tui thì điếc lác sợ không nghe được nên mới nhờ anh bạn đứng kế bên nhắc chừng dùm. Quả nhiên lát sau bỗng thấy anh bạn nắm áo vừa giật vừa hô: có tên rồi kìa! Tôi nghe rồi ngẩn ngơ như lạc vào trong mơ ! Ngơ ngẩn hồi lâu mới giật mình, tỉnh lại bèn chạy u về phòng giam lo thu xếp đồ đạc. Bao nhiêu đồ dồn vô sac marin, chiếc thùng sắt để lại cho thiếu tá Huấn,chánh sở tạo tác NQS như đã hứa. Thiếu tá Tú, thường trực thi đua mới hướng dẫn qua Khu B tạm trú qua đêm. Buổi cơm chiều mới thật là hào hứng. Trại* khoản đãi giã biệt bằng cơm trắng thay săn dui. Lại gặp anh Nguyễn Mỹ, trưởng ty thuế vụ Biên Hòa cùng được thả. Hai anh em chén cơm trắng thịt kho thả cửa. Nôn nao, không sao ngủ được bèn làm đêm không ngủ. Bịch thuốc lào tới sáng đã khuyết một phần tư! Đêm dài rồi cũng trôi qua. Sáng lại đã thấy cán bộ tới làm thủ tục ra tù. Lần cuối cùng lăn tay, nhận lãnh giấy ra tù. Cầm tấm giấy vàng úa mà nâng niu như lịnh thiên tào tha mạng!".

Bà Thanh Minh, một vợ tù cải tạo, mòn mỏi trông chờ chồng về. Như có sự sắp đặt của trời đất, một bữa bà thấy ông lù lù xuất hiện ở cửa nhà. *" Buổi tối, ngày 30-4-1980, tôi và đứa con đang ngồi ăn cơm, thì chồng tôi bước vô nhà. Trông chồng tôi gầy ốm, đen đúa, quần áo lếch thếch, lưng đeo ba lô. Đâu còn phong độ của thời huy hoàng ngày xưa. Tôi sững sờ, đánh rơi đũa chén, líu lưỡi, không nói nên lời. Chồng tôi cho biết, anh ấy đã được trả tự do vài ngày trước đây. Ra trại Vĩnh Phú, anh ấy về Hà Nội, ngủ ngoài trời một đêm tại sân ga xe lửa. Ngay khi tới Hà Nội, anh ấy đã đến bưu điện, gởi điện tín báo tin mừng, một ngày trước khi lên xe lửa về Nam. Xe chạy từ Hà Nội vô Sài Gòn mất thêm hai ngày nữa. Thế mà, điện tín lại đi chậm hơn xe lửa. Do đó, sự xuất hiện của chồng tôi đã đem lại cho tôi một sự mừng rỡ, một hạnh phúc bất ngờ, tưởng chỉ có trong giấc mơ mà thôi. Tôi đề nghị hai đứa ra phố ăn cơm tiệm để mừng ngày thoát cảnh tù đày. Chồng tôi nói: "Thôi! Ăn cơm tù nhiều năm quen rồi, bây giờ có ăn cơm nguội cũng sướng như tiên rồi". Đúng là bị méo mó nghề nghiệp ở tù".*

Đường về có năm bảy lối, lối nào cũng là…tết. Tùy theo

những năm tháng ở tù dài hay ngắn, những người về như lạc vào cõi thiên thai. Những ngày trong tù, chúng tôi sống như thời tiền sử. Quần áo vá chằng vá đụp, thân hình mốc thếch ghẻ lở trơ xương. Chỉ vài tháng trong trại đã biến những sĩ quan hào hoa, những cấp chỉ huy quần dài áo rộng trong các công sở thành những vật-người. Chúng tôi lượm từng mảnh kim khí, tấm cạc tông, chiếc đinh rỉ hay những thứ ngày xưa chúng tôi coi là rác rưởi. Bất cứ thứ gì cũng có lúc dùng tới. Những chiếc dép cao su ngày đi mới tinh, qua ngày tháng, đứt quai, mòn đế, chúng tôi buộc lại bằng những sợi ni lông đủ màu, trông cứ như phường chèo tất cả. Về lại chốn phố phường, chúng tôi trông chẳng giống con giáp nào.

Vĩnh biệt ta-mười-năm chết dấp
Chốn rừng thiêng im tiếng nghìn thu
Mười năm mặt sạm soi khe nước
Ta hóa thân thành vượn cổ sơ ...

(Tô Thùy Yên)

Ngày về, ngày tết của riêng chúng tôi, lòng chúng tôi như mềm đi vì tình nghĩa đồng bào. Những người dân miền Nam, quen hay không quen, đã đón chúng tôi như những người thân từ địa ngục trần gian trở về. Một đoạn trong nhật ký của ông Vương văn Ba kể lại ngày về: *"Hôm nay là một trong những ngày vui nhất của đời mình: ngày ra Trại, ngày được phóng thích. Có phải chăng đây là một sự ngẫu nhiên hay sự an bài của đấng thiêng liêng: 15.6.1975 ngày đi học tập cải tạo, 15.6.1983 ngày bước ra khỏi trại, đúng 8 năm tròn không thiếu hay dư một ngày nào. Hôm ấy, 14.6.1983, tức trước một ngày ra Trại, đang ngồi ăn cơm trưa thì anh*

Oanh làm nhà bếp kề tai nói nhỏ : "Anh Ba hãy bình tĩnh nghe tôi nói, anh có tên trong danh sách về". Mình yên lặng nhìn anh ấy xem coi có nói chơi hay thật và nói cám ơn. Buổi chiều cả Trại ra sân tập hợp để đi làm. Trước khi đi làm có lệnh đọc danh sách tha. Đợt phóng thích này có tất cả 30 người về : bọn này 22 người, có 1 chính trị địa phương và 7 người trại khác. Ngay chiều hôm đó lên trên cơ quan làm thủ tục về, sáng hôm sau có xe của Trại đưa ra huyện Tân Kỳ, tại đây đáp xe đò ra Vinh. Vinh là thị xã tỉnh Nghệ Tĩnh, chiều ngày 15.6.1983 có mặt tại ga Vinh, nhờ một số các em trẻ tuổi từ Huế ra đây ký hợp đồng với chính phủ xây cất nhà ga giúp đỡ. Các em này hầu hết có gia đình đi cải tạo, nên các em rất thông cảm bọn này, dành chỗ cho nghỉ ngơi để đợi tàu hỏa. Đêm ấy tại Vinh mình ăn ở uống tợn quá, gặp gì ăn nấy, ăn từ 19g00 đến 21g00. Lúc 21g30 loa phóng thanh báo tàu Thống Nhất từ Hà Nội đi Sàigòn đến. Các bạn trẻ người Huế hướng dẫn cả bọn 22 người đi chui ngõ ngách đặc biệt để vào chỗ tàu đậu, xong họ lên năn nỉ với các anh em Kiểm soát viên vé tàu để cho đi. May mắn thay, bọn này gặp các Kiểm soát vé người trong Nam nên họ cho đi tàu khỏi mua vé, dĩ nhiên bọn này phải ngồi nhờ hai đầu lên xuống của toa và chia ra mỗi toa vài người. Tàu chạy đến Quảng Trị thì trời đã sáng, từ đó trở đi mình ăn uống lu bù, gặp ga lớn ăn theo ga lớn, ngừng ga nhỏ ăn theo ga nhỏ. Thật là khủng khiếp cho kiếp tù đày : đói và thèm. Đến ga Nha Trang lúc 23g00 ngày 16.6.1983, xuống ga tôi và bạn Tuệ, hai người thuê một chiếc xích lô về nhà mẹ Khoa ở đường Nguyễn Thái Học".

Tác giả Phạm Đăng Quỳnh kể chuyện về của người cha. *"Mãn hạn tù cải tạo, ba được ban chỉ huy trại dặn dò cả buổi, rồi phát cho ít tiền. Số tiền ít ỏi này không đủ để đón xe từ trại về nhà, nhưng không sao. Dù cơ thể chỉ còn bộ xương dính da, nhưng niềm vui bất ngờ được ra tù như liều thuốc kích thích, làm cho con người ba hưng phấn hẳn, ba cảm thấy khỏe như thanh niên, xách tay nải ba rời trại. Bước ra đường, ba nghĩ mình đủ sức đi bộ về tới nhà, dù đoạn đường gần vài trăm cây số. Hoặc đi bộ đến khi nào kiệt sức thì sẽ đón xe đò, nhưng không, không bao giờ mình kiệt sức. Chắc chắn vậy. Hoặc chỉ đón xe đi hết địa phận tỉnh Bình Định thôi, rồi xin đi nhờ xe về Quảng Ngãi. Không được, đời mình có lúc như đã tận cùng có thèm xin xỏ ai đâu. Thôi cứ đi bộ. Rồi một chiếc xe đò đột ngột dừng lại phía trước. Anh lơ xe nhảy xuống: "Mời ông "con trời" lên xe". "Chú đi bộ được rồi em ơi". "Ông cứ lên xe, tụi tui không lấy tiền đâu". Chưa kịp suy nghĩ, chú thanh niên to khỏe ôm ba bỏ lên chiếc xe cũ kỹ, ba như chưa kịp định thần, cảm giác vừa vui vui vừa buồn buồn pha chút xấu hổ. Ba hỏi: "Sao mấy em gọi tui là "con trời?". "Ông nhìn cái lưng áo của ông có hai chữ CT tổ bố, không phải con trời thì là cái gì? Tụi tui chở nhiều rồi, không lấy tiền ai hết, mà có lấy thì mấy ông tiền đâu đưa? Ông yên tâm, lát nữa tụi tui gửi xe quen cho ông về tận Quảng Ngãi luôn. Mà ông có tự đón xe thì cũng không ai lấy tiền của ông đâu, đừng lo".*

Tôi về từ Long Thành, xe tải bộ đội chạy thẳng về Sài Gòn, đổ xuống vườn Tao Đàn. Xe vừa vào tới thành phố, đồng bào chạy theo reo hò. Cứ như đoàn quân chiến thắng trở về. Chúng tôi chỉ là những tên chiến bại nhưng được chào đón như những người thân yêu về lại quê hương. Chỉ có tình người của những người cùng chia nhau chiến bại mới òa lên được niềm vui rộng rãi như vậy. *"Đoàn xe bộ đội đưa chúng tôi về bò ra khỏi con đường đất bụi mịt mù gặp Quốc lộ 15 quẹo mặt. Đường về Saigon. Nỗi bàng hoàng chưa rời khỏi chúng tôi. Ôm nỗi vui mừng quá lớn lao mà chúng tôi ngồi im thin thít không dám nói năng gì. Gió lồng lộng tung hồn tôi lên cao. Tôi nhắm mắt tận hưởng nỗi sung sướng tưởng chừng như nổ tung người ra. Cầu Xa Lộ. Ngã tư Hàng Xanh. Saigon đây rồi. Đoàn xe chạy qua chợ Bến Thành, vào vườn Tao Đàn. Dân chúng đổ xô chạy theo. Khi xe ngừng cho chúng tôi xuống thì con đường nhựa giữa vườn nối liền hai cổng đường Nguyễn Du và đường Hồng Thập Tự đã đầy nhóc người. Những câu hỏi tíu tít trả lời không kịp. Mọi người, nhất là các bà có chồng đi học tập, muốn níu chúng tôi lại hỏi chuyện. Chúng tôi thì muốn bay về nhà ngay. Tôi vất vả luồn lách ra được tới đường Hồng Thập Tự. Một anh xe ôm trờ tới: "Thầy lên xe em chở về". Tôi leo lên xe. Anh xe ôm vui tính bắt chuyện suốt đoạn đường về tới Thị Nghè. Tới nhà tôi bước xuống bảo chờ tôi vào lấy tiền ra trả. Anh khoát tay: "Tiền nong gì thầy! Em là lính cũ. Các thầy về là mừng rồi. Thôi, chào thầy em đi".*

Người dân miền Nam cùng chung một tấm lòng với những người trở về nhưng mỗi chúng tôi gặp một cách đón mừng riêng. Cách nào cũng làm chúng tôi rớt nước mắt. Vị tác giả vô danh ghi lại một cách đón khác khi hỏi mua thuốc lá của một cô gái trên lề đường. *"Hắn sực nhớ lúc nãy cô gái có liếc mắt xuống đôi chân hắn. Hắn chợt thoáng "lý đoán" ra nguyên nhân. Nhìn thẳng vào mặt cô bán thuốc, với vẻ nghiêm trang, hắn nói: "Anh vừa từ trại cải tạo ra, đang trên đường về, nên đành phải mang đôi dép này". Khi hắn vừa mới nói đến "Anh vừa từ trại cải tạo ra", cặp mắt cô gái sáng lên và đôi má cô ửng hồng, nhếch lên để lộ ra cái lúm đồng tiền. Hình như cô muốn nói điều gì mà không cất lên được. Cô luống cuống lấy trong học ra gói thuốc Hoa Mai còn nguyên rồi bằng hai tay đưa lên sát ngực hắn, với ánh mắt thương cảm trìu mến: "Anh cầm lấy, em biếu anh. Rất tiếc bây giờ không còn thuốc trước 75".*

Tác giả Nguyễn Minh Châu, trong hồi ký "Cuộc Đời Đổi Thay", cũng nhận được những yêu thương của đồng bào khi từ Yên Bái trở về Nam. Khi xe ghé Huế để ăn trưa, anh được đồng bào o bế nồng hậu. *"Đến thành phố Huế, hai anh bộ đội cho chúng tôi xuống xe để ăn trưa. Đồng bào hay tin tù cải tạo được về Nam từ các trại tù miền Bắc đã đổ xô tới bao vây chúng tôi. Các bà cụ già và các phụ nữ nhìn thấy chúng tôi mặt mày xanh xao hốc hác, bơ phờ và ốm gầy nên động lòng khóc nức nở. Chúng tôi bị cấm không cho tiếp xúc với đồng bào, nhưng khi nhìn qua ánh mắt của mấy bà tôi hiểu là các bà rất thương cảm chúng tôi và họ hình dung bóng dáng chồng con hay anh em của họ cũng tiêu điều như chúng tôi vậy, nên họ mủi lòng không cầm được nước mắt. Có một bà cụ chửi khe khẽ rằng: "Đồ quân khốn nạn! Chúng bay đày đọa mấy người cải tạo ra nông nỗi này!". Một điều làm cho tôi luyến tiếc là phố Huế ngày xưa thanh bình thơ mộng, nay sao tôi thấy tiêu điều buồn tênh! Có lẽ phố Huế cũng buồn theo vận nước? Anh em chúng tôi chia ra từng toán vào các quán ăn cạnh nhau trên một đường phố. Các người chủ quán đều không tính tiền và còn cho uống beer và nước ngọt thật ngon lành vì mấy năm nay đâu được có những thứ này".*

Ông bạn nhà thơ Quan Dương được ra về vào năm 1981, đu theo xe đò tới Ninh Hòa thì nhảy xuống, cuốc bộ hai cây số về nhà.

> *Chiếc xe đò rùng mình nín thở*
> *Quẳng xuống đường một nhúm xương khô*
> *Gã lính ngụy lưu đầy ngơ ngác*
> *Chưa dám tin mình đã trở về.*

Những người về từ ngục tù Cộng sản chúng tôi ấm lòng khi được đồng bào miền Nam đón tiếp nồng hậu. Hình như họ nhìn thấy chính họ trong cái tiều tụy của chúng tôi. Đồng bào, hai chữ thật thân thương. Nhưng cũng thật rắc rối. Chúng tôi vừa thoát khỏi bàn tay nghiệt ngã của một thứ "đồng bào", để được đón nhận thân tình từ một thứ "đồng bào" khác. Vận nước tới lúc như vậy, vận nước cũng sẽ tới lúc khác vậy. Để cho hai chữ "đồng bào" trở về đúng nghĩa của nó. Dù sao, những con người rách nát cả thể xác lẫn tinh thần chúng tôi cũng lê được cái thân tàn về với đồng bào miền Nam thân yêu. Và chúng tôi đã được đón nhận như những đứa con hẩm hiu tìm về được căn nhà cũ. Vậy là vui rồi. Vui như tết!

11/2018

THẢI

Chất thải là thứ chỉ đáng vứt đi, không xài được việc chi cả. Không những vậy, nó còn là thứ gây nhiều phiền toái. Mới đây thôi, ngày 19/11/2018, tại Hà Nội, bà Nguyễn Thị Liên Hương, Cục Trưởng Cục Quản Lý Môi Trường của Bộ Y Tế cho biết là gần 2 triệu dân, chiếm 2% dân số, vẫn phóng uế bừa bãi ra môi trường khiến nước bị ô nhiễm, làm gia tăng các bệnh truyền nhiễm như cúm, tiêu chảy, kiết lỵ, giun sán, tả, sốt xuất huyết. Tình trạng mất vệ sinh này không những làm chết người mà còn làm tốn kém cho ngân quỹ khoảng 700 triệu đô. Đó là ước tính của Ngân Hàng Thế Giới. Tại sao dân ta lại…tự do như vậy, bà Hương quy tội cho ý thức vệ sinh cá nhân còn thấp và thiếu nhà vệ sinh trong nhà. Không có nơi xả ở trong nhà, người ta vung vẩy ra ngoài thiên nhiên nơi đồi núi, đồng ruộng, sông ngòi. Cổ nhân coi đó là cái thú tương đương với chức quận công. *Thứ nhất quận công, thứ nhì ỉa đồng!*

Vậy nên chuyện dân ta thoải mái tiện lớn tiện nhỏ nơi công cộng là chuyện không có chi phải thắc mắc. Đó là chuyện tự nhiên. Như trời sanh ra vốn vậy. Trên mạng, xuất hiện lia chia những bức hình các ông dàn hàng ngang tưới xuống sông. Mới đây, tôi được coi một bức hình khá độc đáo: một dọc các đấng quay mặt vào một bức tường có treo cờ xí, trong khuôn viên một cơ quan chính quyền, tấn công một cách tự nhiên. Làm như thể họ đang dự một trò chơi thú vị.

Xả xú bắp nơi công cộng không phải là độc quyền của dân Việt ở trong nước. Hình như dân bất cứ nước nào cũng có đủ tài nghệ và can đảm để bắc vòi rồng trước bá quan thiên hạ. Bàng quang của con người là thứ dốt nát, không biết phân biệt nơi chốn, lúc nào chủ nhân ở nhà, lúc nào chủ nhân đang ở ngoài đường. Vậy nên mới có nhiều vị đang ở ngoài đường lâm vào vị thế lúng túng. Túng thì làm liều, con người ta hình như ai cũng vậy.

Ngay tại kinh thành ánh sáng Paris, chuyện vất vưởng của chất thải cũng làm đau đầu các quan chức thành phố. Chuyện thiên nhiên réo gọi là chuyện của…trời, cản không được thì phải tính. Họ tính không ra. Tới Paris nhiều lần, tôi đã từng phen lúng túng. Khi cần mới thấy Paris hết sức thiếu vắng những nơi tiêu tiểu công cộng cho dân đang ở ngoài đường. Thường tôi biến tiệp bằng cách chui vào các tiệm cà phê, chi tiền cho thứ mình không cần để giải tỏa thứ đang cần kiếm đường ra. Nhưng nay, nếu tới Paris, khỏi lo chuyện đó. Thành phố đã lo giùm rồi. Paris, ngoài tháp Eiffel, Khải Hoàn Môn, nhà thờ Đức Bà, nay có thêm những bồn hoa màu đỏ bên đường. Bồn hoa nên có hoa nhưng dưới hoa là chỗ cho các ông bắc vòi…thải. Nhìn hình thì thấy những bồn hoa này đỏ rực, rất nổi, đập vào mắt người qua đường. Nếu chỉ có hoa thì OK đi nhưng khi có một ông dí vòi vào tưới hoa thì chịu không nổi. Cử chỉ đáng lẽ phải giấu giấu giếm giếm thì lại ngang nhiên phô bày ra giữa thanh thiên bạch nhật. Chẳng thà cứ để các ông tự biên tự diễn kiếm cái gốc cây kín đáo coi bộ có lý hơn. Cái bồn màu đỏ làm gai mắt các bà. Trước hết phải bất đắc dĩ chiêm ngưỡng các ông đang hành sự một cách công khai, chẳng che chắn chi. Sau đó là vấn đề bình đẳng. Các ông được tự do phơi phới chọc vào mắt thiên hạ trong khi các bà không có cái bồn nào để thi hành bổn phận con người. Vậy nên các bà phản đối là phải.

Giới chức thành phố thì rất vừa ý với phát minh của họ. Họ cho những cái bồn đỏ này cái tên *"uritrottoir"* rất gợi hình. Một bà ngôn: "Gắn bồn tiểu trong thành phố cho

Uritrottoir ở Paris.

những người không tôn trọng môi trường là có thiện chí, nhưng theo ý tôi, cái *uritrottoir* này trông ngứa mắt quá!". Một chủ nhân của một phòng tranh nghệ thuật cũng phản đối: "Họ nói chúng tôi nên chấp nhận, nhưng những cái *uritrottoir* này không thể chấp nhận được. Nó làm xấu Paris đi. Tại sao người ta không tiểu ở những *toilette*?".

Dân phản đối nhưng quan lại hít hà, rất bằng lòng với sáng kiến của họ. Đây là một cách bài trừ nạn xả chất thải bừa bãi làm mất vệ sinh công cộng. Quan tán tụng: "*Uritrottoir* là một bồn hoa thông minh. Nó bón đất và làm hoa nảy nở với hệ thống lọc đất bằng rơm rạ, làm giảm mùi khai, tận dụng chất thải làm chất bón hoa".

Vậy là chất thải có quyền lên mặt. Tui cũng mang lại lợi ích chứ bộ! Ngày còn trong trại gọi là học tập cải tạo. Trong các trại này, chất thải là…vàng. Ngày ngày, những tên tù không án chúng tôi vẫn phải dùng nước tiểu và phân người để tưới những luống rau cải tăng gia sản xuất. Họ gọi là phân bắc. Không biết sao lại có chuyện bắc nam tại đây! Rau cải được bón bằng phân và nước tiểu rất xanh tốt nhưng là mầm của vô số bệnh truyền nhiễm. Cái lợi chẳng bù được cái hại.

Chất thải không phải là thứ vứt đi như chúng ta thường nghĩ. Đó là chất bón thiên nhiên rất tốt, với điều kiện phải ủ trong một thời gian. Nhà văn Nguyễn Bá Trạc, trong bài "Chuyện Cái Cầu Tiêu Ở Vùng Quê Phần Lan" đã phác họa khá đầy đủ "lịch sử" của quá trình từ chất thải tới chất bón này. Tác giả định cư ở Phần Lan, một đất nước được Liên Hiệp Quốc xếp hạng nhất trong bản "Báo Cáo Hạnh Phúc

Thế Giới". Bài viết được tác giả hình thành trong khi đang ở một miền quê tại Phần Lan, trên đảo Taipalsaari, thuộc vùng đông nam Phần Lan. Tác giả là một "người di cư nhức đầu vừa phải" nên rất ưa…nhức đầu: *"Mấy hôm nay ngồi trong cái cầu tiêu cổ truyền ở vùng quê Phần Lan, tôi cũng miên man suy nghĩ. Mà cái đầu lại lởn vởn nhớ đến những cái cầu tiêu khác. Nhớ nhất là cái cầu tiêu trong vườn nhà ông ngoại tôi. Vườn nhà ông ngoại tôi khá rộng: Phía trước là từ đường để thờ tổ tiên. Phía sau là căn nhà tranh nơi tôi sinh ra đời. Mặt vườn có mấy cây cau, cây nhãn, cây khế. Cuối vườn, khuất sau bụi chuối, bụi duối, cây bàng quân, là cái cầu tiêu. Nói cho đúng, một cái hầm cầu. Cái hầm đào sâu xuống đất khoảng 2 thước, ngang 2 thước, dài 3 thước. Trên miệng hầm là tấm liếp đan với những ống tre cật chắc chắn. Chính giữa để trống một cái lỗ hình chữ nhật, ngang 2 gang, dài 3 gang tay. Khi cần thì ra đấy xem có ai không, rồi ngồi xổm trên liếp tre mà trút bầu tâm sự xuống cái lỗ trống. Chẳng biết bao năm hầm đầy, phải lấp đất, đào hầm mới. Chỉ nhớ khi ra đấy thì đừng nhìn xuống cái lỗ mà phải thấy phân với nước tiểu lõng bõng, dòi bọ lúc nhúc. Tay cầm nắm lá chuối khô, hay vuông giấy báo, cứ ngồi ngửng mặt nhìn trời mây. Hay ngắm những con chim chích chòe, con chìa vôi nhảy nhót chung quanh. Mùi hôi hám đã có hoa cau, hoa bưởi đánh bạt đi theo gió. Mà nói cho ngay, cái gì đã quen rồi cũng ít thấy khó chịu".*

Cái cầu tiêu trong trí nhớ của nhà văn Nguyễn Bá Trạc, tuy không được tươm tất nhưng cũng là kỷ niệm. Kỷ niệm thường lén lút xông vào trí tưởng của chúng ta mỗi khi được gợi hình từ một thực tế trước mắt. Thực tế của tác giả là cái cầu tiêu ở vùng quê Phần Lan, nơi tác giả đang…nghiền ngẫm! *"Cái cầu tiêu ở vùng quê Phần Lan, nơi chúng tôi đến nghỉ hè hàng năm, đóng bằng gỗ. Cao 2 thước hai. Ngang 1 thước tư. Sâu 1 thước sáu. Đặt bên bìa rừng, cách căn nhà chúng tôi nguyên là một cái chuồng bò được sửa lại, khoảng 50 thước. Mở cửa vào, thấy cái bệ gỗ cao nửa thước. Chính giữa là cái lỗ cầu. Chung quanh lỗ có đặt tấm mốp hình bầu dục cắt đôi để ngồi. Bên trên có nắp đậy. Tấm mốp này có dáng tương tự như vành trên của những bồn cầu tự hủy, bán ở các tiệm dụng cụ xây cất. Khi vào sử dụng cầu tiêu xong, người ta múc một gáo mùn để sẵn trong cái thùng đặt dưới chân mà đổ xuống lỗ, phủ lên lớp phân vừa bài tiết. Mùn là những loại thực vật và những chất hữu cơ đã phân hủy, trông như bột than lẫn gỗ vụn. Mùn ủ chung với phân người, phân thú vật, sẽ trở thành các loại phân hữu cơ rất giàu dinh dưỡng. Còn một công tác nữa phải làm trước khi đóng nắp cầu: Bên chỗ ngồi còn để cái bao hoặc cái hộp đựng một loại bột. Mở ra, rắc xuống thùng phân một ít. Loại bột này có tác dụng đẩy nhanh tiến trình phân hủy, lại làm cho ruồi bọ côn trùng đừng kéo đến, mà còn tỏa hương thơm, thường là mùi chanh, mùi cam, nhờ thế cầu tiêu không có mùi khó chịu. Khi thùng phân đã đầy, người trong gia đình ra phía sau cầu tiêu, mở một tấm ván có bản lề, kéo thùng phân ra. Họ không biểu lộ cảm giác gớm guốc, mà ngược lại còn tỏ vẻ hãnh diện về việc sử dụng chất thải để biến chế thành phân hữu cơ mà bón cây trong vườn, ngay cả trong rừng, giữ cho vạn vật xanh tươi. Bên bìa rừng có 2 khung gỗ chứa *lá khô, lá vụn. Họ đổ thùng phân vào một ngăn, xúc lá cây ở ngăn bên cạnh mà phủ lên. Năm sáu tháng, một năm sau quay lại, phân bón đã sẵn sàng".*

Nhà văn Nguyễn Bá Trạc đã từng sống và viết văn làm báo tại San Jose, nay định cư tại Phần Lan, đã cất công viết một bài báo dài chẳng phải chỉ đề cập tới cái cầu tiêu. Ngoài cái chốn thân mật và riêng tư của mỗi người, ông còn giới thiệu một đất nước, tuy chỉ có 5 triệu 300 ngàn dân trên một diện tích chỉ nhỉnh hơn Việt Nam có 8 ngàn cây số vuông, nhưng lợi tức trung bình một đầu người tới 52.422 đô Mỹ! Quan trọng hơn cả, đây là đất nước hạnh phúc nhất thế giới, đứng trên Na Uy, Đan Mạch, Iceland và Thụy Sĩ. Mỹ đứng hạng thứ 18 và Anh hạng 19! Những điều ông viết về đất nước và con người Phần Lan rất đáng ngưỡng mộ. Nhưng tôi lại chỉ nhìn thấy những gì ông nói về…cầu tiêu. Thiệt là cái nhìn hết sức hời hợt. Làm như cái chỗ kín đáo đứng vị trí trung tâm của thế giới. Nhưng có lẽ con mắt tôi cũng không đến nỗi quê xệ lắm vì ông tỷ phú Bill Gates, người cả thế giới đều ngưỡng mộ, cũng chú ý tới chuyện cùng mằng là cái cầu tiêu.

Đầu tháng 11 vừa qua, tỷ phú Bill Gates đã tới dự hội chợ triển lãm mang tên *"Reinvented Toilet Expo"* ở Bắc Kinh. Ông tới mang theo một lọ chất thải! Chắc hình ảnh người đã nhiều phen được coi là giầu nhất thế giới ôm một lọ chất thải là một hình ảnh không ai tin nên khi lên diễn đàn phát biểu, ông xác định ngay đó là lọ…phân người. Dĩ nhiên ông không vác lọ phân lên chỗ dĩ mục quan chiêm để cho mọi người bịt mũi mà ông chỉ cốt trình bày một vài con số.

Ông nói: "Chỉ nhỏ vậy thôi mà chứa đựng khoảng 200 ngàn tỷ *rotavirus,* 20 tỷ vi khuẩn *shigella* và 100 ngàn trứng giun sán ký sinh trùng". Những con số vĩ đại, nếu nói về tiền thì dễ nghe nhưng nói về vi trùng vi khuẩn thì rất dễ rùng mình. Để tống khứ cái thứ rùng mình này, hiện nay người ta dùng hệ thống nhà cầu. Bill Gates nói với đài CNN: "Ngày nay ở các quốc gia giầu có đều có hệ thống đường cống để sau khi dùng nước làm trôi đi phân trong bồn cầu, sẽ tải đến các nhà máy khử lọc. Điều đó đòi hỏi phải đặt nhiều đường ống. Đây là điều rất tốn tiền và sẽ không có được trong các nước nghèo khó". Theo Cơ Quan Y Tế Thế Giới *(World Health Organisation)* thì trên thế giới có khoảng 2,3 tỷ người chưa có bồn cầu hay bồn tiểu. Điều này rất tốn tiền. Vì thiếu những điều kiện vệ sinh tối thiểu, dân chúng vung tung tóe, bệnh truyền nhiễm lan tràn nên tiền điều trị, tiền mất năng lực làm việc và mất tiền lương làm tốn một số tiền lên tới 223 tỷ đô mỗi năm.

Quỹ *Bill and Melinda Gates Foundation* của ông bà Gates muốn tiết kiệm cho thế giới số tiền 223 tỷ này bằng cách chi ra 200 triệu. Lời thấy rõ! Số tiền 200 triệu này được tài trợ cho các khoa học gia nghiên cứu các bồn cầu tự tiêu. Loại bồn cầu mà ông Bill Gates muốn có là loại không dùng nước mà tự tiêu diệt các chất độc hại và chuyển đổi chất cặn bã thành các sản phẩm có giá trị như nước sạch, điện và phân bón. Chiếc bồn cầu loại này phải đạt được tiêu chuẩn không dùng điện hoặc nước và chi phí điều hành dưới 5 xu mỗi ngày! Chà, chuyện nghe như thần thoại. Các loại bồn cầu chúng ta đang dùng trong nhà hiện nay "uống nước" như

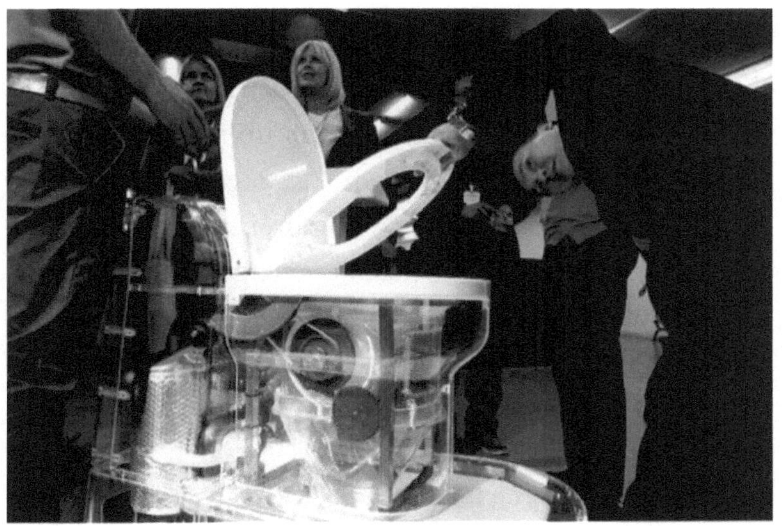

Bồn cầu Bill Gates.

hũ chìm. Có cải tiến thì cũng chỉ nghĩ ra những loại dùng ít nước hơn. Còn loại không dùng nước, bố ai nghĩ ra nổi. Vậy mà trong bảy năm qua, kể từ khi Quỹ Bill Gates bắt đầu tài trợ, người ta đã chế tạo ra được chiếc bồn cầu…thần thoại này. Số tiền tiêu chuẩn tối đa 5 xu chi phí điều hành mỗi ngày được ước định đã được kéo xuống chỉ còn có 0,01 xu!

Trong hơn 20 bồn cầu được sáng chế bằng tiền tài trợ của Quỹ mà ông Bill Gates mang tới triển lãm, chiếc bồn cầu do các nhà khoa học và kỹ sư của Đại Học Cranfield chế tạo được chú ý nhất. Bồn cầu có tên *"Nano Membrane Toilet"* được tạo ra với những bánh răng cưa, ốc vít, và được chia thành nhiều khoang để tách, làm sạch và lưu trữ chất thải. Khi người dùng làm xong phận sự giải quyết những chất chứa trong bụng, họ sẽ đóng nắp bồn cầu lại. Lập tức bánh răng cưa sẽ hoạt động để mở phần đáy bệ cầu, cho phân trút xuống. Chất thải sau đó sẽ đi vào một bể chứa. Hệ thống sẽ tiếp tục biến phân thành những viên phân khô trước khi đưa nó tới buồng đốt. Phân sẽ biến thành tro và được mang đi tiêu hủy mà không gây hại cho môi trường.

Chẳng cần nhờ tới nước nôi làm trôi khoảng 2 triệu tấn chất thải mà con người sản xuất ra mỗi ngày, tiết kiệm được khoảng 200 tỷ đô mỗi năm. Nghe thật hấp dẫn. Nhưng cái quan trọng là những chiếc bồn cầu…Bill Gates này có thể cứu sống 500 ngàn người mỗi năm. Công đức đó mới đáng kể.

Một số tỷ phú trên thế giới, tiếc là không nhiều, khi kiếm tiền thì họ lo sao cho tiền ào ào chui vô túi, khi xả tiền thì họ thải ra một cách không tiếc nuối. Có người hiến tới 99% gia tài cho việc thiện. Chu trình đó cũng giống như chu trình nạp vô và thải ra của con người. Đó là thuận theo ý trời. Nhưng thế giới này còn biết bao tỷ phú chỉ thích xây biệt phủ và vung tiền vào những chuyện ăn chơi tầm phào. Chừng nào họ mới có cái tâm bồ tát như Bill Gates?

12/2018

THƯ

Lang thang trên mạng, tôi bắt gặp được bức hình chụp tấm Bưu Thiếp ngày xưa. Tôi ngồi lịm người. Gia đình tôi, sau hiệp định Genève, di cư từ Bắc vào Nam, đã có thời ngày ngày trông ngóng tấm bưu thiếp này. Đó là tấm thiếp, giống như một *carte postale*, nhưng không có hình trên một mặt như những tấm cạc thông thường mà bưu chính quốc tế ngày nay vẫn phát chuyển. Tấm thiếp liên lạc này dành một mặt cho việc đề tên, địa chỉ người gửi và người nhận. Mặt kia là những giòng nhắn tin. Nhưng không phải muốn viết chi thì viết, mà có những giòng chữ in sẵn, người gửi chỉ việc điền vào chỗ trống. Như vậy, người gửi không được viết lan man như viết thư, muốn viết chi thì viết, mà phải viết những điều được quy định trong giới hạn thông tin với nhau. Trên đầu thiệp có hàng chữ: *"Thiếp này chỉ để thông tin gia đình. Khi đã điền vào những chỗ để trống, xóa bỏ lời chữ không dùng đến. Không viết ra ngoài giòng (hàng)"*.

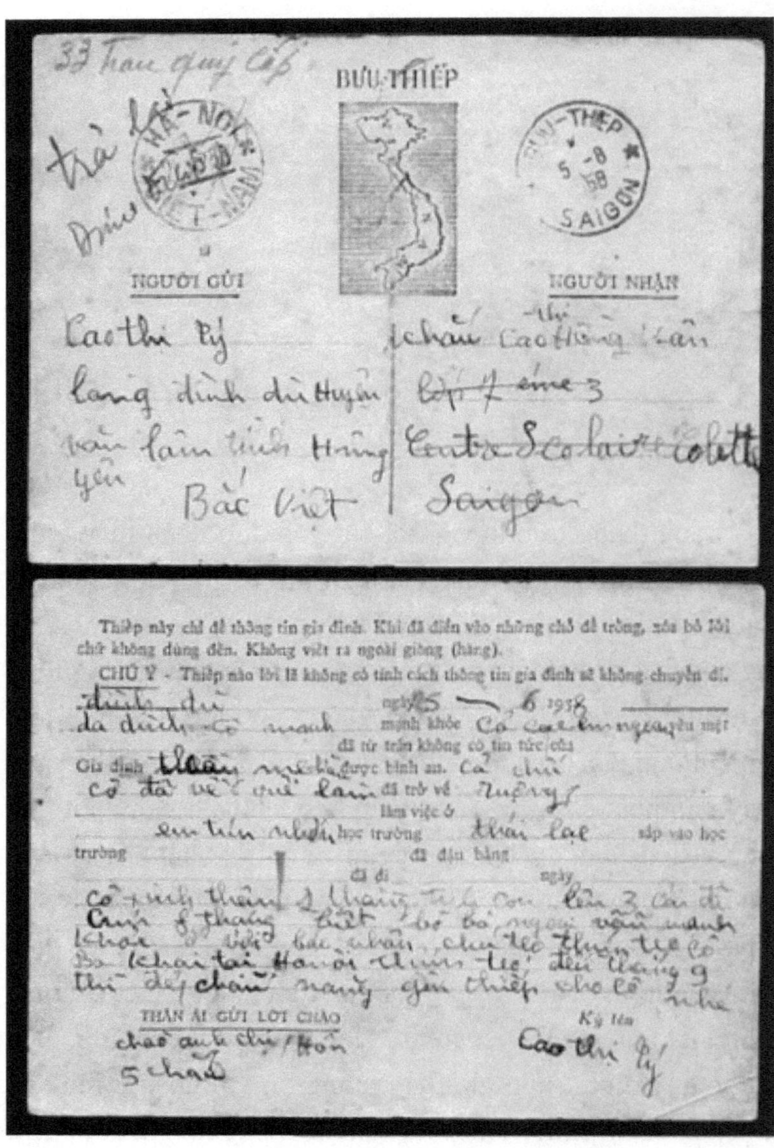

Hai mặt của tấm bưu thiếp liên lạc Bắc – Nam.

Hiệp định Genève năm 1954 không tiên liệu nhu cầu liên lạc cần thiết này nên không có quy định nào cả. Chỉ khi thấy tình hình thực tế, hai bên mới họp bàn từ ngày 10 đến 12 tháng 4 năm 1955 và đi tới thống nhất mẫu thiếp. Một nghị định thư được ký kết quy định nội dung của tấm thiếp bị giới hạn chặt chẽ trong phạm vi tin tức gia đình như: có thành viên mới, sức khỏe, học hành, thăng tiến, cưới xin, công ăn việc làm. Mẫu thiếp được hai bên thuận dùng chung nhưng việc phát hành thì riêng rẽ. Trong Nam, thiếp được bán tại các quầy bưu điện, giá một đồng rưỡi. Khi gửi không được bỏ vào bao thư. Cứ để thiếp trần. Thiếp cũng không cần dán tem. Thời gian gửi và nhận thường phải mất ba tháng vì còn bị giữ để kiểm duyệt.

Dù bị hạn chế nhưng đây là phương cách liên lạc duy nhất giữa Nam và Bắc. Những gia đình có người thân ly tán trông chờ những tấm thiếp này để biết tin tức của nhau. Nhưng những người trông chờ với tâm trạng bồi hồi nhất là các cặp tình nhân hay vợ chồng mà người bên này, người bên kia giới tuyến. Khi di cư tôi vẫn còn ở trong tuổi chưa biết gì nhưng các ông anh bà con của tôi, ông nào cũng để lại nửa hồn tại Hà Nội. Chàng bên này sông, nàng bên kia sông Bến Hải. Cái tình loi choi nằm ở giữa, nhức nhối vô cùng. Vậy nên các ông ấy mới chờ người phát thư ngày một. Chờ thư nhưng mắt sáng lên khi thấy…thiếp. Nỗi lòng đó sau này tôi mới tỏ.

Chờ thư người yêu luôn mất sức khỏe. Đêm năm canh, ngày tám khắc, sự chờ đợi chẳng bao giờ chịu nằm yên. Cứ lồng lộn lên như ngựa phi nước đại. Khi có được tình thư, lòng mở hội, biết ơn những giòng chữ thân yêu.

> *Cảm ơn em đã viết cho anh những bức thư tình*
> *Tình thảo nguyên hoa quỳ vàng đắm đuối*
> *Em không nói tiếng người, em nói*
> *tiếng chim, em nói bằng tiếng suối*
> *Tiếng nói em thơm ngát suốt hồn anh.*
>
> (Nguyễn Bắc Sơn)

Thời chúng tôi, hầu như có một quy luật chung là thư phải viết bằng giấy *pelure* màu xanh dương. Chẳng biết vì sao nhưng như thế mới là thư tình. Thư dài liên miên nhưng "tin tức" chẳng có bao nhiêu (mà cần chi tin tức!), tán tỉnh thì nhiều. Bao nhiêu lòng ruột phơi ra hết. Ông nhà thơ Luân Hoán là người rất rành sáu câu.

> *luôn khởi đầu bằng chữ "em yêu",*
> *dặn dò hò hẹn chẳng chi nhiều*
> *cuối cùng gói lại "hôn em" đậm*
> *nét viết trang nghiêm nở diễm kiều*

Muốn viết thư tình cứ mở lòng, như nói chuyện với người tình đứng trước mặt là ăn tiền. Nhưng mở lòng là một chuyện, còn phải văn vẻ thì tấm lòng mới được phía bên kia…chứng giám. Vậy nên, nếu không được như ông Luân Hoán, thì bức thư tình cũng phải được viết một cách mượt mà, lâm ly bi đát mới ăn tiền. Nếu không có khiếu, đào đâu ra những thứ quý giá này? Phải học hỏi. Vì thế mới có những sách dậy viết thư tình và có những mẫu thư tình.

Tôi trích ra đây vài bức thư. Bạn nào muốn chôm xin cứ tự nhiên vì những bức thư này đã trở thành của chung thiên hạ. Trước hết là thư tình của một người nổi tiếng có vẻ đẹp quyến rũ nhất hành tinh. Nhưng đẹp không có nghĩa là viết thư tình hay. Vậy mà bức thư tình của Marilyn Monroe gửi cho ông chồng thứ hai Joe DiMaggio lại đi vào…sử sách. *"Em không biết phải nói với anh như thế nào rằng em nhớ anh rất nhiều. Em yêu anh cho đến khi trái tim em nổ tung. Tất cả những gì em yêu, tất cả những gì em muốn, tất cả những gì em cần, đó là anh, mãi mãi. Em muốn được ở bên anh và làm mọi thứ anh muốn. Em biết thật là tồi tệ vì em thường trễ hẹn nhưng em hứa là em sẽ cố gắng gấp triệu lần hơn. Em hứa. Yêu anh, Marilyn"*. Hai người rã đám sau khi kết hôn được hai năm. Sau đó Marilyn Monroe có thêm nhiều chồng và nhiều mối tình. Khi cô nàng mất, Joe DiMaggio vẫn không quên được cô vợ huyền thoại. Mỗi hai tuần, ông đều đặt một bó hoa hồng lên mộ nàng. Và ông làm như vậy trong suốt 20 năm!

Văn hào Victor Hugo chắc chúng ta ai cũng biết. Nếu không biết tên ông thì ít nhất cũng phải biết tên tác phẩm "Thằng Gù Nhà Thờ Đức Bà" *(Le Bossu de Notre Dame)* của ông. Người tình của ông là Adele Foucher. Bức tình thư này được viết vào năm 1821: *"Em thân yêu của anh! Dù lẫn trong đám đông nhưng khi hai tâm hồn đã tìm thấy nhau, sự hòa hợp này sẽ rực cháy, khởi nguồn từ trái đất và vút bay mãi tận thiên đường. Đó là sự đam mê, là tình yêu đích thực. Tình yêu đó xuất phát từ sâu tận đáy lòng anh, bằng một trái tim chân thành, cùng sự hy sinh cả những điều ngọt ngào nhất. Chính em là người khơi nguồn tình yêu đó trong anh. Tình yêu trong sáng và mãnh liệt của những thiên thần. Anh sẽ nói lại với em một ngàn lần rằng anh rất yêu em, tha thiết yêu em. Nếu em cũng yêu anh, chỉ ít thôi, em cũng sẽ tìm thấy niềm thú vị bởi vì anh sẽ luôn sung sướng khi nói lại mãi những lời này với em".*

Văn hào Mark Twain yêu say đắm Olivia Langdon, em gái của một người bạn, sau khi chỉ nhìn thấy hình của nàng do người bạn cho coi. Tình yêu của ông bị gia đình người bạn ngăn cản vì ông quá nghèo. Nhưng ông vẫn chai mặt tiến tới và đã đoạt được mục tiêu. Trong một bức thư gửi người yêu, ông tán: *"Từ trong sâu thẳm trái tim đang hạnh phúc của anh là đợt thủy triều vĩ đại của tình yêu và lời cầu nguyện dành cho kho tàng vô giá này. Em không thể thấy được những con sóng vô hình này đang tràn đến em, em yêu, nhưng những gì em sẽ nghe, đó chính là những tiếng vỗ của sóng".*

Tôi chỉ trích ra ba đoạn thư tình. Một bức của một người nhan sắc và hai bức của hai đại văn hào, một Pháp một Mỹ. Cũng đủ rồi. Vì thực ra ngày nay, người ta không viết cho người yêu như vậy. Ngôn ngữ tình yêu đã khác. Nếu cứ chép nguyên văn mấy đoạn thư trích trên gửi cho người yêu thì rã đám sớm.

Những tình thư trên đã được gửi đi. Chúng có nơi đi và chốn đến. Chúng đã đi trọn đoạn đường tình, từ người yêu tới người yêu. Nhưng cũng có những bức thư tình được viết nhưng không được gửi. Tôi vừa đọc cuốn *"Tình Yêu, Ngục Tù và Vượt Biển"* của cặp vợ chồng phóng viên chiến trường xưa Dương Phục và Vũ Thanh Thủy. Họ đều đã lăn lộn trên chiến trường, làm phóng sự nhiều trận đánh lớn ngày xưa. Cộng sản vào Sài Gòn, Dương Phục đi tù ở Phú Quốc, rồi

Long Giao. Quy định của trại là mỗi trại viên chỉ được nhận thư mỗi tháng một lần. Thư phải bị kiểm duyệt trước khi tới tay người nhận. Mỗi tháng một lá thư. Quá ít cho cặp vợ chồng trẻ vừa mới có con đầu lòng. Vũ Thanh Thủy viết thư mỗi ngày. Viết rồi để đó. Bà kể: *"Một ngày, trong cơn buồn đến tái tê lòng dạ, tôi liều lĩnh quyết định từ nay viết được lá thư nào, sẽ gửi ngay lá thư đó đến trại tù của Phục. Tôi biết các tù nhân mỗi tháng chỉ được nhận một lá thư đúng ngày quy định, nhưng tôi cần gửi thư đi cho Phục để tạo cảm hứng cho tôi luôn nghĩ về anh, thầm thì trò chuyện với anh trong tâm trí để ngồi viết thư. Cho nên cứ viết xong lá thư nào là tôi lại dán tem đem ra bưu điện gửi đi, một tuần đến ba, bốn lá. Tôi biết cán bộ quản giáo kiểm duyệt từng lá thư của tôi, và chắc chắn không đưa thư cho Phục, nhưng tôi không quan tâm. Nhu cầu viết thư và gửi thư đối với tôi trong giai đoạn đó rất quan trọng nên tôi vẫn cứ gửi…Cứ thế, mỗi ngày tôi viết một lá thư và gửi đi cho Phục. Những lá thư như nhật ký tôi ghi lại cho chính mình"*.

Những lá thư gửi trong vô vọng như vậy chỉ như một cách giải tỏa những xốn xang trong lòng. Một mình mình biết, một mình mình hay. Nhưng khoảng hơn một tháng sau, bà Thủy nhận được thư chồng gửi về qua bưu điện. Thư viết vội, chỉ vài hàng báo cho vợ biết là đã được viên cán bộ coi việc kiểm duyệt thư từ cho đọc tất cả thư của vợ. Và viên cán bộ đó, tên Trần Minh Hoàng, sẽ đem thư của anh về nhà khi được đi phép. Vài tuần sau, khi chạy ra ngoài về, Vũ Thanh Thủy thấy một bộ đội đứng chờ trước cửa nhà, tự xưng là Trung Úy Trần Minh Hoàng. *"Qua câu chuyện, tôi mới biết*

Hoàng là cán bộ quản giáo tại trại Phú Quốc, chuyên việc kiểm thư của các tù nhân. Vì trại chỉ cho viết và nhận thư mỗi tháng một lần, nên những lá thư gửi ngoài ngày quy định đều bị ban kiểm thư quẳng thẳng vào thùng rác. Nhưng thư của tôi đến trại quá nhiều, hầu như mỗi ngày, khiến Hoàng không tránh khỏi tò mò và cuối cùng đã giở ra đọc. Từ đó anh quen thuộc với mối tình của Phục và tôi cũng như cảnh sống của tôi và bé Thuận An tại Sài Gòn và đám bạn gái đồng cảnh. Sau nhiều tuần liên tiếp đọc thư, Hoàng thấy tội nghiệp cho hoàn cảnh của Phục và tôi, nên lâu lâu anh lại lén đưa thư cho Phục đọc. Và lòng thương cảm cũng như tò mò đã thúc đẩy anh làm quen với Phục. Đến kỳ nghỉ phép, anh có dịp đi Sài Gòn nên nhận sẽ đem thư và quà của Phục về cho tôi và bé Thuận An".

Quà của tù cải tạo là thứ cây nhà lá vườn. Hồi trong tù, tôi đã cùng các bạn tù hì hục làm những thứ lẩm cẩm cho qua thời giờ, trị bệnh nhớ nhà. Chung quanh tôi, người đẽo, người mài, người rũa, cứ như vô một xóm lao động trong Chợ Lớn! Thành quả là những chiếc lược bằng mảnh *inox* lượm được, hộp gỗ xinh đẹp, quân cờ tướng và cả đàn tây ban cầm. Đàn chơi được, cũng réo rắt kinh hồn. Tôi vốn vụng về lại thiếu tỉ mỉ nên chẳng có thành quả nào ra hồn. Dương Phục thì khác. Anh hoàn thành và gửi về cho vợ chiếc lược làm bằng mảnh vỏ đạn lượm được có hình hai con chim đan cánh bay bên nhau cùng với chữ đầu tên của hai vợ chồng lồng vào nhau. Cho con gái Thuận An chiếc mũ bằng vải bao cát. Từ đó, mỗi lần đi phép, cán bộ Hoàng là con chim xanh mang thư đi thư lại giữa Sài Gòn và Long Giao. Anh quen với cả nhóm bạn thân của Thủy gồm Bình Minh, Vi, Duyên, những người cũng có chồng đi tù cải tạo.

Trong một xã hội khép kín, con người rình rập nhau từng chút, hành động đầy tình người của Trung Úy Hoàng bị bại lộ. Tôi thực không muốn viết tới cái đuôi của chuyện trao thư này. Ngưng ở đây cho đẹp tình người. Nhưng chuyện xảy ra sau đó cũng tình người không kém. *"Sau khi Phục trốn trại vào tháng 5 năm 1977, ban quản trại tù Long Giao tìm thấy trong mớ thư từ của Phục một lá thư Trung Úy Hoàng gửi thăm hỏi Phục sau khi đã đổi đi trại khác nên anh ta bị nghi ngờ là đã tiếp tay giúp Phục vượt trại. Anh bị điều tra, sau đó bị lột lon và khai trừ khỏi quân đội. Thời gian đó Phục và tôi đều đang ở trong tù. Trước khi về Bắc, trung úy Hoàng đã tìm tới Bình Minh chào từ biệt và kể cho biết chuyện này. Thương tình, Bình Minh, Vi, Duyên đã góp nhau một khoản tiền tặng anh làm lộ phí về quê làm ruộng. Bình Minh còn trích ra hai chỉ vàng, thay mặt Phục và tôi, tặng thêm anh để anh có thể "đút lót" cho giới chức địa phương nơi quê nhà, mua lấy chút bình an hầu giảm thiểu phần nào hậu quả của mối liên hệ vượt biên giới Quốc-Cộng đầy nhân bản anh đã dành cho chúng tôi".*

Những bức thư tình thời thanh niên của chúng tôi đều là thư viết gửi qua bưu điện. Ngày đó ông phát thư là người được chờ đón nhất. Bước đi của ông quan trọng hơn bước đi của…tổng thống. Ông dừng trước cửa nhà là mặt trời quay cuồng. Ông đi ngang qua nhà, không thèm ghé, là mưa gió sụt sùi. Buồn thúi ruột. Buồn tới nảy ra bài ca. *Người đưa thư đã đi qua / Nhưng cớ sao không ngừng?/ Mà cứ đi, cứ đi, cứ lạnh lùng đi / Đừng quên nhé! Có chăng cho ta một lá thư hồng ? Kẻo tủi lòng ta luống công chờ mong.* Bài hát 'tội nghiệp' của Trịnh văn Ngân hồi đó đã nằm trong lòng thế hệ chúng tôi. Những thế hệ sau này chắc chẳng bao giờ có được những mong chờ lãng mạn như vậy. Ngày nay, các cô cậu yêu nhau đâu có thư từ chi. Cầm cái *cellphone*, bấm toách một cái, khi nói, khi *text*, khi *skype*, thì chân trời góc biển nào cũng vớ được nhau. Muốn nghe giọng nói, muốn nhắn vài hàng tin, thậm chí muốn nhìn mặt nhau, được tuốt. Thư từ chi cho tốn giấy, tốn mực!

> *Sương rơi thút thít ngoài hè*
> *Lòng anh rấm rức quá nè chẳng sai*
> *Cái phone trở chứng ba gai*
> *Nằm im dấu mỏ mặc ngày qua nhanh*
>
> *Cái phone chẳng hiểu lòng anh*
> *Không reo một tiếng thiệt đành đoạn ghê*
> *Nhớ ai. Ngậm nhớ ngồi chờ*
> *Bỗng nhiên giận nhỏ*
> *Tức no*
> *Nổi sùng*

(Quan Dương)

Tình thư bi chừ đã được kỹ thuật hóa, lạnh tanh. Dù văn minh, hiện đại đến đâu, tôi vẫn chê. Xin cho tôi được giữ nguyên những lá thư tình mỏng tanh, xanh một màu bình an, hạnh phúc.

09/2018

TRÚNG

Trúng là mục đích của người mua số. Chẳng có ai điên khi mua số mà không cầu trúng. Nhưng trúng số là một chuyện hy hữu. Triệu người mua không có một người trúng bạc triệu. Trúng sơ sơ thì có. Nhưng mua số không phải chỉ cầu mong trúng sơ sơ vài chục vài trăm. Cái đích nhắm tới là số độc đắc. Vậy nên khi số tiền trúng độc đắc càng đậm thì người mua số càng nhiều. Đã có những kỳ số Powerball lên tới gần nửa tỷ đô khiến bàn dân thiên hạ đổ xô nhau đi góp tiền cho sở xổ số. Tôi cứ đinh ninh chỉ có một kiểu trúng như vậy. Cho tới khi tình cờ coi được một buổi truyền hình mở xổ số của tiểu bang New York trên đài truyền hình NBC. Số trúng của họ là 1000 đô mỗi ngày trong suốt cuộc đời. Lạ thật. Trúng kiểu này coi bộ đúng là ngồi mát ăn bát vàng. Cứ sáng ngủ dậy là một ngày như mọi ngày, có ngàn đô bỏ túi, chẳng phải làm ăn chi, cho tới khi ngủm củ tỏi. Sướng cách chi!

Tôi bỏ mua xổ số đã lâu vì tuần nào cũng ngóng cổ mà không ăn thua chi, cho tới khi cái cổ dài thòng trông rất mất thẩm mỹ. Nhưng trúng kiểu này coi bộ được. Vậy có nên tiếp tục sự nghiệp móc tiền ra cúng cho sở xổ số xây thêm *building* chăng? Tiền bi chừ là tiền già tiền hưu, nó lỏng chỏng chẳng đâu vào đâu nên phải tính kỹ. Vậy mới có chuyện… ngâm cứu!

Chẳng cần tìm đâu xa, ngay Montreal chúng tôi đã có loại xổ số trúng lai rai suốt đời này mà tôi không biết. Thiệt là chuyện ngay trước mũi mà dân làm báo chuyên nghiệp như tôi lại không ngửi thấy! Báo chí cho biết là vào cuối tháng 3 năm nay, 2018, cô bé Charlie Lagarde, 18 tuổi, đã trúng số cào *Gagnant à Vie,* ẵm 1000 đô mỗi tuần trong suốt cuộc đời. Vậy là cứ mỗi *weekend,* trương mục của cô bé có ngay ngàn đồng. Tại Canada, tiền trúng số không bị đánh thuế nên cô ẵm nguyên si số tiền trúng. Cô này chắc mắc bệnh…khù khờ nên thánh nhân mới đãi ngộ. Trong 18 năm cuộc đời, cô Charlie chưa hề bao giờ mua số. Đây là tấm giấy số đầu tiên cô mua. Không phải cô khơi khơi mua số mà nhân vào một *depanneur* mua chai rượu nhẹ để mừng sinh nhật ngày trở thành người lớn, cô mua thêm tấm giấy số cào cho vui. Ai ngờ vui quá là vui như vậy. Mới 18 tuổi, đời còn dài, tương lai của cô có con số ngàn đô mỗi tuần đi kèm hẳn phải sáng lạn. Tương lai của tôi ngắn ngủn, thua xa cô Charlie, nhưng nhất định tôi sẽ mua số cào loại ngồi vênh râu hưởng này. Bởi vì loại số này còn có một chọn lựa khác: lãnh ngay một cú chứ không lai rai nếu thấy lãnh lai rai thiệt thời hơn. Nếu cô Charlie muốn ăn sổi thì có thể lãnh ngay một cú một triệu đồng. Nhưng đời nào cô này chịu. Một triệu có là bao. Mua được cái nhà, sắm được xe hơi, tiêu xài sơ sơ là coi như xong. Lãnh như vậy mất sướng. Nhưng chuyện tính toán không giản dị.

Cô Charlie đã bỏ ra vài tuần để tính toán hơn thiệt với sự giúp đỡ của các chuyên viên tài chánh. Vì không bị trừ thuế nên số tiền một ngàn đô mỗi tuần tương đương với lương 100 ngàn đô một năm. Mới ra đời, chưa động đến ngón tay đã có lương 100 ngàn đô một năm, còn chi sướng bằng. Cô bé tính sẽ dùng số tiền này để trả tiền học và đi du lịch. Cô sẽ học về nhiếp ảnh và mơ làm phóng viên cho báo ảnh *National Geographic*. Khi học xong và đi làm, cô sẽ đương nhiên có hai đầu lương, ăn xài chi hết.

Cuộc tính toán của các chuyên viên tài chánh không dễ dàng như vậy. Nó chi tiết hơn nhiều. Theo họ thì lợi thế rõ ràng nhất là cô Charlie còn rất trẻ, chỉ vừa đủ tuổi để mua vé số và có quyền lãnh giải nếu trúng. Nếu lãnh mỗi tuần một ngàn đô thì phải mất 19 năm cô mới lãnh được một triệu đô, tương đương với số tiền lãnh một lần. Nếu cô sống tới 80 tuổi thì lãnh cả thảy được hơn 3 triệu.

Đặt trường hợp nếu cô mua nhà ngay và nợ nhà băng 100 ngàn hoặc cô phải trả món nợ 100 ngàn chẳng hạn thì cô nên lãnh một cú ngay một triệu thì có lợi hơn. Đó là tính toán của ông Tom Selby của cơ quan tài chánh AJ Bell.

Thú thực nghe tới đây tôi đã thấy nhức đầu. Chuyện tiền bạc, với tôi, nên buông thả cho…phẻ. Nhưng tôi muốn theo các tính toán của các ông thầy về tiền bạc này để học hỏi. Học hỏi để làm chi chẳng biết vì thứ lãnh tiền già và tiền hưu như tôi sẽ chẳng bao giờ có cơ hội áp dụng nhưng học để mở mang kiến thức, có thứ tán dóc với mấy ông bạn già cho qua ngày tháng.

Mấy ông chuyên viên tính toán như thế này. Nếu cô Charlie không tiêu chi, bỏ vào ngân hàng tất cả số tiền cô được lãnh hàng tuần, với lãi suất 5%, thì khi cô 82 tuổi, cô sẽ có 24.9 triệu. Ngược lại, nếu cô lãnh ngay một triệu và bỏ vào ngân hàng thì lúc đó cô chỉ được có 23,8 triệu. Sai số là 1,1 triệu. Tại sao lại 82? 82 là tuổi sống trung bình của dân Canada theo tính toán của Ngân Hàng Thế Giới *World Bank*.

Để thêm phần rắc rối, chuyên viên ngân hàng còn phải thêm yếu tố lạm phát vào tính toán của họ. Không ai đoán được chính xác số lạm phát trong tương lai cả. Nếu lấy tỷ lệ lạm phát thông thường là 3% một năm thì nếu cô Charlie lãnh ngay một triệu thì đó là một triệu theo thời giá. Nhưng nếu lãnh lai rai suốt đời thì một ngàn ngày nay, trong 50 năm nữa, sẽ chỉ còn 250 đô. Đó là tính toán của bà Coles thuộc Hargreaves Lansdown. Như vậy thì nếu chọn lãnh lai rai mỗi tuần, số tiền cô lãnh tới năm 82 tuổi, tính theo thời giá hiện nay, chỉ có 1 triệu rưỡi! Có đáng cho cô Charlie lãnh lai rai tới năm 82 tuổi để chỉ thêm có 500 ngàn không?

Mặc những tính toán, cô Charlie đã chọn lãnh mỗi tuần một ngàn đô. Tôi thấy quyết định của cô hợp với ý tôi. Tiền đi vào túi như nước rỉ rả hàng tuần vẫn khoái hơn tuôn ào một cái rồi thôi. Trong trường hợp này, câu thơ của Xuân Diệu: *Thà một phút huy hoàng rồi chợt tắt / Còn hơn buồn le lói suốt trăm năm* bị quê một cục! So sánh như vậy kể cũng oan cho nhà thơ. Người ta nói chuyện tình mà bẻ ra chuyện tiền. Nhưng tình và tiền vẫn có quan hệ mật thiết với nhau. Vậy là xong phần cô Charlie. Có nói chi thêm thì chỉ cần biết là tấm vé số cào cô mua giá 4 đô và đây là tấm vé số cô mua lần đầu trong đời. Cô này chắc tuổi con…chim bói cá. Nhào xuống chỉ một phát là trúng con cá bự liền!

Không trẻ như cô Charlie, nếu chúng ta trúng số, có thiệt thòi không? Thiệt đứt đuôi! Có khi mới chỉ cầm có tí tiền đã chán tiền đi ngủ với giun. Tôi nghĩ nếu mình trúng thì khôn hồn nên cầm tiền ngay một cú cho chắc ăn. Nhưng có nhiều người không thích như vậy, mất vui đi. Cứ đầu tuần là tiền vô, tuần nào cũng vậy, vui hơn nhiều. Nếu niềm vui có cạn sớm thì đành chịu chăng? Không! Có nhiều thứ xổ số có lòng nhân đạo hơn. Như xổ số ở Michigan chẳng hạn. Họ cho lãnh ít nhất là 20 năm, dù thân chủ có ngoẻo trước thời gian này. Dĩ nhiên khi đã nằm xuống, chỉ tiêu tiền âm phủ, đâu có cần tiền trúng số, nên không cần đích thân lãnh. Người trúng số có thể để di chúc cho con cháu lãnh cho tới hết hạn kỳ 20 năm.

Xổ số trúng lai rai tuần nào cũng có tiền coi bộ được mùa. Hầu như toàn thể các tiểu bang bên Mỹ và các tỉnh bang bên Canada đều có loại xổ số này. Họ đua nhau tăng tiền trúng để cạnh tranh nhau. Ngay tỉnh bang Quebec chúng tôi đã có loại xổ số *Gagnant à Vie* mà cô Charlie trúng mỗi tuần một ngàn đô, lại còn có thêm loại *Grande Vie* mà số độc đắc lên tới 1000 đô mỗi ngày trong suốt cuộc đời. Vậy là cha chú hơn thứ số 1000 đô mỗi tuần của cô Charlie. Người đầu tiên trúng giải này vào dịp Noel năm 2016 là bà Céline

Meilleur, dân Montreal chúng tôi. Cô Charlie phải chờ tới đầu tuần mới có tiền, còn bà Meilleur cứ sáng sáng thức dậy là có ngàn đô tiêu chơi. Nếu là bạn, bạn có khoái không? Khoái chứ sao không, ngàn đô mỗi ngày tiêu chi cho hết. Nhưng cái thú sáng sáng có tiền dzô túi mới là cái khoái chí nhất, tôi nghĩ như vậy. Bà Meilleur nghĩ khác. Bà lãnh ngay một cú 7 triệu đô để mua nhà, sắm xế xịn và đi du lịch khắp thế giới. Lãnh như vậy, theo tôi, chán chết. Mất hết cái thú ngày ngày tiền vô túi. Nhưng rất nhiều người chọn cách lãnh ngay một cú này. Theo một cuộc thăm dò thì có tới 56% khoái lãnh ngay một cú. Chỉ có 44% thích tiền nhỏ giọt vào mỗi ngày. Sở xổ số tính làm sao mà ra con số 7 triệu này, họ tính đó là số tiền lãnh nhỏ giọt trong 20 năm. Bên tỉnh bang British Columbia của Canada cũng cạnh tranh với Quebec bằng xổ số *Daily Grand* cũng trúng ngàn đô mỗi ngày trong suốt cuộc đời. Bên Mỹ, xổ số *Lucky for Life* của tiểu bang North Carolina cũng ngàn đô mỗi ngày. Bên Michigan chơi bạo hơn bằng *Cash for Life*: 5 ngàn đô mỗi tuần. Tính ra mỗi năm lượm được 260 ngàn đô. Nhưng vậy đã ăn thua chi. Tiểu bang New York còn chơi ngon hơn khi phát hành số cào *"10.000\$ A Week for Life"*. Gấp đôi Michigan. Người trúng mỗi năm bỏ túi sơ sơ 520 ngàn đô. Tôi không biết được có nơi nào chơi ngon hơn New York không. Có thể có mà tôi không biết. Tiền như nước, sốt cả ruột.

Những người túm được những đồng tiền trôi giạt này chỉ nói tới chuyện mua nhà, mua xe, du lịch. Không thấy ai nói tới chuyện san sẻ tiền từ trên trời rớt xuống cho những người chung quanh. Tôi đồ chừng có nhưng vừa trúng số, tâm trí chưa ổn định, họ chưa nói tới chuyện giúp người khác. Dân các nước văn minh họ có tấm lòng rất rộng rãi, thích làm việc thiện, thích giúp người, chúng ta sống đủ lâu với họ nên có thể nghĩ đúng về họ.

Trong các tài liệu tôi tìm kiếm được có một người trúng số chỉ một ngàn đồng mỗi tuần nhưng đã làm được nhiều công quả cho các người nghèo trên thế giới. Đó là bà Rachel Lapierre, 57 tuổi, ngụ tại Piedmont, một địa điểm nằm ở phía Bắc thành phố Montreal chúng tôi. Bà là một y tá làm việc tại khu cứu cấp. Bà rất ít khi mua vé số. Năm 2013, bà nghe có một giọng nói trong đầu bảo bà nên mua vé số. Bà vội ra một *shopping center* ở St-Sauveur để mua vé. Và bà trúng số *Gagnant à Vie* lãnh mỗi tuần ngàn đô cho đến mãn đời. Cuộc đời bà hầu như không có chi thay đổi sau khi trúng số. Bà vẫn ở căn nhà cũ, vẫn lái chiếc xe cũ. Chỉ có một điều thay đổi là bà xin nghỉ việc. Không phải để đi du lịch hay hưởng thụ chi, mà để có nhiều thời giờ giúp đỡ người khác. Mới năm ngoái bà quả có mua một chiếc xe Subaru vì chiếc xe cũ của bà đã bị đánh cắp. Bốn con của bà đều đã trưởng thành, không cần bà giúp đỡ. Bà từng nói: "Tôi không nói là tôi không thích những thứ đẹp đẽ, tiện nghi. Tôi vẫn biết thưởng thức một chai rượu ngon nhưng tôi không cần nó để có hạnh phúc. Hạnh phúc tới từ trong tâm chúng ta".

Trong một cuộc phỏng vấn bằng điện thoại của báo Montreal Gazette, bà nói: "Thiệt tình mà nói, giúp đỡ người khác mang lại cho chúng ta hạnh phúc. Khi bạn mua một chiếc xe mới, bạn hạnh phúc được một tuần, hoặc có thể hai tuần. Sau đó, chiếc xe trở thành một phần của bạn. (Không có chi phải nghĩ tới nữa!). Nhưng khi bạn nghe thấy tin một bà mẹ bốn con bị ung thư đang khóc than xin giúp đỡ và bạn giúp bà ta thực phẩm và an ủi bà ta, hạnh phúc sẽ ở lại trong tim bạn lâu hơn hai tuần".

Để có hạnh phúc lâu dài, bà Lapierre đã thành lập tổ chức *Le Book Humanitaire,* một hội từ thiện vô vị lợi. Làm việc thiện, giúp đỡ người khác đã là cuộc sống của bà từ hơn hai thập niên qua. Hoạt động của bà trải rộng ra khắp nơi trên thế giới, trợ giúp những người cần sự giúp đỡ. Bà đã thân hành tới các vùng nghèo khó như Ấn Độ, Calcutta và Senegal. Bà cũng chú trọng tới những trường hợp khẩn cấp, như đã từng là y tá trong phòng cứu cấp khi bà còn đi làm!

Sinh ra tại *Iles-de-la-Madeleine,* bà Lapierre có một bà mẹ cũng thích làm việc thiện. Hội do bà thành lập và điều khiển hiện có mười thiện nguyện viên làm việc thường xuyên và 30 ngàn cộng tác viên từ mọi tầng lớp trong xã hội. Hội cũng liên kết với các bệnh viện, trung tâm cộng đồng và các trường học để phối hợp giữa các thiện nguyện viên và các thành phần cần giúp đỡ. Cách giúp đỡ có thể là phân phối thực phẩm, vật dụng, tiền bạc, quần áo hoặc chỉ là những vấn an tinh thần hay mách bảo các dịch vụ cần thiết. Đối tượng là các người vô gia cư, đau ốm hay các bà mẹ đơn thân. Chỉ riêng trong năm ngoái, họ đã giúp được 30.127 trường hợp. Trường hợp nào cũng là những trường hợp cần thiết, kể cả những trường hợp chỉ nghe điện thoại của một người cô đơn cần có người để giải tỏa nỗi lòng. Bà cho biết: "Tôi rất may mắn có thể làm được những việc như vậy. Khi làm một điều thiện, người ta cảm thấy rất hạnh phúc. Tôi may mắn ở vị thế có thể làm được nhiều việc thiện mỗi ngày…Làm sao chúng ta có thể nói không được khi có người tìm đến, xin giúp trong những trường hợp khẩn cấp và ngặt nghèo ".

Bà Lapierre xứng đáng được thần tài gõ cửa. Nhưng có chắc tiếng nói trong đầu xúi bà đi mua số là của ông thần tài hay không? Tôi không tin như vậy. Thần tài, nếu có, là một vị thần cà chớn. Biết bao nhiêu người được trúng số nhưng có bao nhiêu người được như bà Lapierre. Tiền vào thì bo bo giữ cho riêng mình tiêu xài hoang phí, không nghĩ tới người nghèo khó cần họ bố thí cho miếng cơm manh áo. Tôi nghĩ tiếng nói trong đầu bà Lapierre do một vị thần khác, cao cấp hơn, rỉ tai cho bà. Vị thần cấp trên của thần tài này là thần chi, tùy theo tâm mỗi người!

07/2018

TUỔI

Tuổi là thứ trời cho, cứ năm mới gõ cửa là cái đầu nặng thêm một tuổi. Muốn hay không cũng chẳng được. Vậy mà ông Emile Ratelband ở Hòa Lan không chịu. Ông này làm truyền hình, năm nay 69 tuổi, lý luận: tuổi chỉ là con số. Số nào cũng vậy nên ông muốn chọn con số khiêm nhường hơn vì ông cảm thấy ông chỉ đáng 49 tuổi. Vậy là ông muốn trả lại cho trời 20 tuổi. Cũng được đi. Từ nay ai hỏi tuổi ông cứ nói "em chỉ mới 49", chẳng chết con ma nào. Nhưng ông Emile không chịu chỉ nói khơi khơi như vậy. Ông muốn chính phủ phải chính thức đổi tuổi của ông trên giấy tờ đàng hoàng. Ông ngôn như ri với báo De Telegraaf: "Khi tôi 69 tuổi, tôi bị nhiều hạn chế. Nếu tôi 49 tuổi, tôi có thể mua nhà mới, lái chiếc xe xịn hơn". Ông còn sừng sộ: "Tại sao người ta có thể chính thức đổi tên được. Đổi giống cũng được luôn. Tại sao tuổi không đổi được?". Vậy là ông mang sự việc ra trước tòa. Chuyện khá lạ làm cả thế giới căng mắt coi tòa sẽ xử ra sao. Ngày 3/12 vừa qua, Tòa ra bản án như thế này: "Ông Ratelband có quyền tự do cảm thấy ông trẻ hơn tuổi thật 20 năm và hành động phù hợp với tuổi ông tự nghĩ. Nhưng sửa ngày sinh của ông sẽ gây ra việc các dữ kiện trong 20 năm về ngày sinh, ngày tử, hôn phối và những điều đã ghi vào lý lịch biến đi mất. Điều này sẽ gây ra những hậu quả phức tạp về phương diện pháp lý và đời sống xã hội".

Tuổi là thứ trời cho nhưng con người, tới một tuổi nào đó, chán với tuổi. Chán nhưng chẳng làm chi được. Tuổi cứ đổ xuống đầu, như mưa rơi, rồi như tuyết rơi. Khi tuyết đã đổ xuống mái tóc, rất nhiều người không ưa. Tuổi mà làm chi! Chỉ là thứ nuôi sống tổ chức Kỷ Lục Guinness. Từ khi có kỷ lục Guinness đếm tuổi để phân hơn thua, có người thích, có người không thích. Ông Robert Wiener chắc không thích tuy ông chẳng được Guinness sờ tới. Ông vừa được 110 tuổi và được báo chí Canada công kênh lên như người già nhất Canada. Ông nói với các ký giả: "Tôi không giống như người trúng giải Nobel hay một anh hùng cứu sống được người khác. Tôi chỉ già đi thôi!". Ông nha sĩ về hưu sống ở Montreal này là người thành lập khu nha khoa của bệnh viện Do Thái và từng là giáo sư của Đại học McGill đã khoát tay: "Tôi chỉ hưởng *gene* tốt của cha mẹ tôi. Giản dị có vậy thôi!". Nhưng chuyện ông "lên" 110 tuổi không giản dị. Nữ Hoàng Elizabeth đã tự tay viết thiệp chúc mừng ông. Thủ môn của đội *hockey* Montreal Canadiens hiện nay là Carey Price cũng gửi thiệp mừng tới ông. Tại sao anh chàng trẻ tuổi này lại gửi thiệp chúc mừng? Vì khi còn con nít ông đã giữ gôn cho đám trẻ chơi *hockey* trên vỉa hè ở khu Outremont;

khi theo học ngành nha của Đại học Queens University, ông cũng giữ gôn cho đội *hockey* của nhà trường. Ông sinh ra vào đúng năm đội *hockey* Canadiens của thành phố Montreal này được thành lập. Trong nửa giờ nói chuyện với ký giả Christopher Curtis của báo The Montreal Gazette, ông vẫn say mê nói về *hockey*. Ông cho biết ngày đó chơi *hockey* giản dị hơn bây giờ nhiều. Bây giờ, theo ông: "Có nhiều đội quá. Người ta phải lấy tất cả các đấu thủ trẻ của các đội thiếu niên lên chơi nên phải thay đổi luật chơi cho dễ dàng hơn. Không còn những Jean Beliveau hay Guy Lafleur nữa! Tôi không muốn coi nữa".

Sống lâu không phải là điều quan trọng. Sống khỏe mạnh quan trọng hơn. Ông Robert Wiener có được điều này. Sức khỏe ông rất tốt, đi đứng ngon lành, chỉ bị nặng tai nên khó nghe, tự lập trong mọi sinh hoạt hàng ngày. Chỉ mới năm ngoái ông mới chịu thuê người trông nom giúp đỡ ông. Đó là ông Roberto Yaptangco. Ông này cho biết: " Ông Wiener rất đáng nể. Ông còn ngồi xổm được, đạp xe thể thao mỗi ngày 30 phút, nhấc mấy quả tạ nhẹ. Muốn hay không, nay ông đã là một ngôi sao. Tuần trước đài truyền hình *Global TV* đã phỏng vấn ông, ngày mai tới lượt *CTV News!*". Trí nhớ ông cũng còn ngon lành. Ông nhớ rất rõ những ngày thơ ấu của ông, những sinh hoạt xã hội ngày đó nay đã mất. Ông nhớ hơn cả là buổi hẹn hò đầu tiên khi ông bắt đầu cua bà Ella, người sau này trở thành vợ ông: "Bữa đó tôi mặc chiếc áo có tên trường McGill cho oai!". Ông hồi tưởng lại một cách luyến tiếc cuộc sống với bà. Họ cưới nhau vào năm 1937. Bà mất cách nay bảy năm. Ông nói là sự ra đi của bà đã gây sốc cho ông. Tới bây giờ ông vẫn chưa gạt bỏ được cú sốc đó. Tiễn ký giả ra về, ông còn vớt vát: "Tôi chỉ may mắn hưởng được *gene* tốt. Tôi không làm được chi cả. Tôi không thắng được chi cả. Tôi chỉ sống lâu hơn bình thường thôi!".

Quả ông Wiener có sống lâu, có nhiều tuổi, nhưng ông chưa đụng được tới kỷ lục nhiều tuổi của những người khác đã được Guinness chiếu cố tới. Như cụ Masazo Nonaka của Nhật đang là cụ ông già nhất thế giới còn sống tới nay. Cụ sơ sơ mới lên 112 tuổi và 259 ngày. Guinnesss vừa trao bằng chứng nhận cho cụ tại nhà riêng ở Ashoro trên đảo Hokkaido ngày 10 tháng 4 năm nay. Dân Nhật nổi tiếng là có nhiều người sống…dai nhất thế giới. Thống kê cho biết Nhật hiện có 54.397 cụ ông và cụ bà đạt 100 tuổi trở lên, trong đó có 282 cụ đã trên 110 tuổi. Nhưng người sống dai nhất thế giới với kỷ lục 122 tuổi và 164 ngày lại là cụ bà Jeanne Louise Calment, người Pháp, sanh năm 1875, mất năm 1997.

Nghe thấy những núi tuổi như vậy, thấy ngộp! Người ta càng ngày càng nhiều cơ hội cộng tuổi. Tuổi lềnh khênh làm chật chội trái đất. Những người ít tuổi thấy trái đất này ngột ngạt. Như người tuổi trẻ Bùi Chí Vinh than van.

Hoàn toàn không có một chỗ trú cho chúng ta
Đây là thời đại của những người già cả
Tuổi 40 nghĩa là nhà thơ trẻ
Khoảng 60 làm thi sĩ là vừa
Từ 70 trở đi là tuổi của nhà vua
Quan lại mới ăn lộc bằng năm tháng
Trong khi tuổi của tình yêu chỉ cần vài cơn nắng
Một chút mưa đủ cảm thấy mình già

Chúng ta yêu nhau ngày một ngày ba
Sợi tóc bạc phếch trong trái tim mới lớn
Cứ thêm một ngày là tình thêm chết sớm

Sống lâu coi bộ chẳng phải là điều đáng khoe khoang. Cụ Nguyễn Công Trứ, khi về già, được hỏi tuổi đã ỡm ờ: "Ngũ thập niên tiền nhị thập tam". Năm chục năm trước mới 23 tuổi. Cụ không ăn gian tuổi nhưng mập mờ đánh lận con đen!

Con cháu cụ, ông Hoàng Lộc, kẻ nòi tình, tới nay (không biết đã già chưa) vẫn mỗi ngày làm thơ tình trên Facebook, khi được gọi là "chú" hay "bác" đã…nổi điên.

là bữa em gọi ta bằng chú
chú như cha - ta đã hết đường
là bữa em gọi ta bằng bác
bác hơn cha - lại càng vô phương....

xưng hô - xưng hô nghe quá mệt
bà con chi nhau mà lễ nghi?
thôi em gọi ta bằng thằng trớt
cho ta thêm dày dạn tình si

họ hàng chi nhau mà chú bác
tình ta kìa - em hoài giả lơ
mà cho dù ta là chú bác
cứ yêu em - làm chi ta chừ?

Ông Hoàng Lộc đã giở trò bài bây, không chịu già, cũng không chịu ngưng "chi chi với tình". Ông Hồ Chí Bửu cũng rứa. Các ông mần thơ toàn một thứ nòi tình.

bà xã bảo ta là một trong những ông già chưa chịu chết
sống quậy linh tinh và ca tụng đàn bà
trời ạ, làm sao cưỡng lại trái tim ham muốn
vẻ mỹ miều rực lửa của loài hoa

… … …

sá gì đâu cuộc đời ô trược
mai mốt rồi cũng về với cỏ cây
ta đâu phải thánh hiền mà sống đời mực thước
giống như thơ ta bay bổng theo mây.

Con người là thứ chúa rắc rối. Tuổi trời cho rất công bằng. Cứ mỗi năm in một tuổi trên đầu, già trẻ lớn bé giầu nghèo đều nhận y như nhau. Bình đẳng tuyệt đối. Nhưng cái lắt léo của tha nhân đã bóp méo tuổi. Một luật sư bỗng hui nhị tì. Ông đứng đợi thánh Peter trước cửa thiên đàng để…kiện: "Con nghĩ chắc chắn là có sự lầm lẫn, thưa Ngài. Con không thể chết như vậy được. Con đang ngồi làm việc với các đồng nghiệp. Không có vật gì đổ lên người con. Con không bị đột quỵ, đứng tim. Con không mang bất cứ thứ bệnh nào trong người. Vậy tại sao con lại ở đây?". Thánh Peter hỏi lại tên tuổi, bấm vào *computer*, ngồi đợi kết quả. Ngài nhìn chăm chú vào màn hình và phán: "A! Anh chết già!". Luật sư cãi: "Chết già? Thưa Ngài, con năm nay mới 34 tuổi, sao lại chết già được?". Thánh Peter nhìn chăm chú vào màn hình, phán tiếp: "Ờ! Cũng lạ thật! Lấy tổng số tiền anh nhận của khách hàng, chia cho 24 giờ một ngày, 365 ngày một năm, thì năm nay anh đã 106 tuổi!".

Tuổi, và những phó sản của tuổi, tưởng là cái thứ cứng ngắc, hóa ra cũng du di được. Một ông 70 tuổi về Việt Nam cưới cô vợ 25 tuổi. Hai người đi Đà Lạt hưởng tuần trăng mật. Đến ngày thứ tư thì cô vợ trông rất phờ phạc. Thừa lúc chồng vào nhà tắm, cô vợ lẻn xuống tiền sảnh của khách sạn ngồi uống cà phê xả hơi. Chủ khách sạn, tuổi còn trẻ, tiếc ngọc thương hoa, hỏi xách mé: "Sao? Hạnh phúc không?". Cô khách hàng trút giận: "Hạnh phúc cái con khỉ! Mệt muốn chết đây này. Lão đó đã lừa tôi!". Anh chủ khách sạn nhíu mày hỏi lại: "Lừa làm sao?". Giọng tức tối, cô nói: "Lão ấy bảo đã dành dụm cả mấy chục năm nay không dám xài phung phí. Tôi cứ tưởng là lão ấy nói chuyện tiền!".

Ghé vào mấy chuyện *joke* cho vui chứ tuổi vẫn là tuổi. Khi nó tới gõ cửa, ta chẳng cãi cọ chi được. Vậy khi nào được gọi là "già", cái từ ít người ưa nhưng vẫn phải chấp nhận. Với các cụ ông, già là khi cô bồ non tỉ tê: "Mình à, tụi mình lên lầu tù ti cho thoải mái nhé". Cụ hổn hển trả lời: "Em chọn một! Anh không thể làm cả hai chuyện một lần được". Già là khi một ai đó khen cụ có đôi giầy da cá sấu đẹp quá, cụ nhìn xuống chân và thấy mình đang đi chân không! Còn các cụ bà, già là khi không mang xú chiêng thì các vết nhăn trên mặt biến mất hết!

Già quả thật có nhiều cái bất tiện. Chúng ta thường mất thời giờ thở than khi phải sống với những cái bất tiện đó. Nhưng nếu nhìn vào chúng với một con mắt độ lượng, chúng ta có thể cho chúng đi chỗ khác chơi một cách vui vẻ. Nhà văn Nguyễn Đức Lập, thường ký bút danh "Bọ Lập", nghe già bắt chết. Nhưng thực tế ông chưa có thể mon men tới tuổi già được. Vậy mà ông lại muốn già trước tuổi bằng cách ăn gian. Ông giả già! Ông tưởng tượng đang sống vào năm

2049, khi đó ông đã già đáu, viết cho bạn gái một bức thư tình: *"Sắp tới ngày sinh nhật em nhỉ. Thế là em đã tròn tuổi 80. Hôm đó anh sẽ cố găng điện thoại. Nhưng anh nói trước, nếu em nghe tiếng xào xào tức là anh nói rằng em đấy hả. Khi nghe tiếng thùm thùm tức là anh đang chúc em sinh nhật vui vẻ. Đến khi nghe tiếng phù phù nhiều lần là anh đang hôn em. Nhớ hồi ấy, anh đưa hai tay lên nhấc bổng em quay mấy vòng giữa trời, em cười rất to. Giờ anh nhìn lại đôi tay mình, hình như tay ai, nhìn rất tội. Hôm qua anh cố nhấc con búp bê bé tý lên cao mà nghe tiếng xương cốt kêu răng rắc, sợ quá nên thôi"*.

Già là già nhưng thái độ nhìn vào cái già của mình như thế nào mới là chuyện cần phải ngôn. Tuổi nào cũng là tuổi. Tuổi già cũng là tuổi chứ bộ. Vậy thì, nếu không tránh được thì nên nghĩ tốt về nó. Bác sĩ Đỗ Hồng Ngọc, đồng thời là nhà văn, nhà thơ, dưới bút hiệu Đỗ Nghê, là một người như thế. Trong bài "Một Chút Lan Man", ông viết: *"Ngẫm lại sự đời, tôi thấy hình như hầu hết chúng ta chẳng bao giờ thực sống. Lúc còn trẻ, ta mơ ước tương lai, sống cho tương lai. Nghĩ rằng phải đạt cái này cái nọ, có được cái kia cái khác mới là sống. Khi có tuổi, khi đã có được cái này cái nọ, cái kia cái khác thì ta lại sống cho quá khứ! Hừm! Nhỏ mong cho mau lớn, lớn mong cho nhỏ lại. Quả là lý thú! Tóm lại, ta chẳng biết quý những giây phút hiện tại. Một người 60, tiếc mãi tuổi 45 của mình, thì khi 75, họ sẽ tiếc mãi tuổi 60, rồi khi 80, họ sẽ càng tiếc 75! Vậy tại sao ta không nghĩ ta đang ở cái tuổi tuyệt vời nhất của mình, lại không yêu thích nó đi, sao cứ phải.... nguyền rủa, bất mãn với nó. Có phải tội nghiệp nó không? Ta đang ở cái tuổi nào thì nhất định tuổi đó phải là tuổi đẹp nhất rồi, không thể có tuổi nào đẹp hơn nữa!... Khi 20 tuổi người ta băn khoăn lo lắng không biết người khác nghĩ gì về mình. Đến 40 thì ai nghĩ gì mặc họ. Đến 60 mới biết chả có ai nghĩ gì về mình cả! Tóm lại, chấp nhận mình là mình và từ bi với mình một chút. Có lẽ như vậy hay hơn cho mình".*

Bạn bè cùng trang lứa với tôi bây giờ là những người cao tuổi cả. Không những cao tuổi, còn cao máu, cao đường và cao mỡ. Người cẩn thận thì kiêng khem, đo đạc hàng ngày. Người ẩu tả thì cao chi thì cao, mặc xác chúng. Ông bạn Trường Kỳ của tôi không thể là người cẩn thận. Ông có đủ bốn cái cao trên nhưng ông nhìn chúng rất thấp. Ông coi chúng như pha. Chẳng kiêng khem, chẳng tập tành, vui đâu chầu đấy. Kệ mẹ chúng! Ông thường phán như vậy. Vậy mà ông vẫn yêu đời, phây phây như chẳng có chi cao thấp. Khi đời không dung ông nữa, ông ra đi cái rụp, bỏ lại tuổi tác cho trần gian. Cuối cùng, ai cũng tới lúc rũ tuổi để tới chốn không tuổi!

11/2018

VONG

Cộng Đồng Người Việt Quốc Gia tại Montreal vừa ra một thông báo tìm thân nhân của ông Đỗ Đình Giáp, 69 tuổi. Ông Giáp sống một mình tại nhà số 5289 St-Hubert, phòng số 11, ở Montreal, đã từ trần vào ngày 27/6/2018, không có thân nhân.

Trước đó, vào tháng 11 năm 2016, bà Ngô Thị Đức, cũng mạng vong cô đơn tại Montreal. Một thông báo đã được phổ biến rộng rãi tới mọi người. *"Bà Ngô thị Đức, 79 tuổi, ngụ tại số 6260 Christophe Colomb, apt 103, Montréal, đã từ trần trong appartement của bà. Thi hài của bà Đức hiện được giữ tại nhà xác của chính phủ số 1701 đường Parthenais, Montréal gần một tuần nay, nơi dành cho các người chết không có thân nhân thừa nhận"*. Rất may vì bà Đức là người rất năng động trong cộng đồng người Việt tại đây và bà cũng là người có nhiều hoạt động từ thiện nên cộng đồng có hình của bà. Cuộc tìm kiếm có kết quả nhanh chóng. Thân nhân đã từ Mỹ qua nhận xác và lo hậu sự cho bà.

Bà Ngô Thị Đức là người may mắn. Rất nhiều người không được chôn cất êm ả như vậy. Nếu bị coi là chết vô thừa nhận, hành trình lâu dài hơn nhiều. Trước hết, cảnh sát sẽ điều tra và tìm thân nhân. Nếu không tìm ra hoặc tìm ra mà thân nhân không muốn nhận, nhà nước sẽ lo. Họ sẽ giữ xác trong vòng ba chục ngày, sau đó sẽ đem chôn hoặc hỏa táng. Mỗi nấm mồ hoặc hũ tro được ghi tên tuổi đàng hoàng. Có hai nơi dùng làm chốn an nghỉ cho những người chết cô đơn: nghĩa trang Laval và nghĩa trang Le Repos St-Fran-cois d'Assise ở Montreal. Mỗi nghĩa trang có cách tôn kính những oan hồn này khác nhau. Tại nghĩa trang Montreal, hàng năm, cứ tới tháng 9, các hũ tro tàng trữ trong năm sẽ được mang ra làm lễ tiễn đưa với sự tham dự của tất cả nhân viên nhà quàn. Sau đó họ sẽ gom chung trong một chiếc quan tài lớn và chôn cất. Tháng 9 năm 2017, có 115 hũ được chôn cất như vậy. Nghĩa trang Laval lại tổ chức lễ an táng vào mỗi thứ tư đầu tháng. Tro cốt được mang tới nhà nguyện trên đường Sherbrooke để dự lễ tiễn biệt. Sau đó được mang về chôn cất.

Danh sách những người được nhà nước lo chuyện chôn cất sẽ được *post* lên mạng *internet* để thông báo gồm các chi tiết: tên, ngày sanh, địa chỉ cuối cùng, ngày chính quyền nhận xác, để thân nhân được tin trễ có thể tới nhận người thân. Hiện có 340 người chết vô thừa nhận được thông báo gồm 285 đàn ông và 55 phụ nữ. Người "thâm niên" nhất là ông Robert Laberge, có tên từ năm 2005!

Hai mạng vong cô đơn của hai người Việt tại Montreal

không phải là những trường hợp cá biệt. Báo *The Gazette of Montreal*, số ra ngày 28/6/2018, vừa đăng tin ông Philippe Champagne, 72 tuổi, cũng đã chết cô độc trong phòng. Trường hợp của ông Philippe bi thảm hơn. Người ta ngửi thấy mùi hôi thối từ phòng của ông tỏa ra khiến hàng xóm không chịu nổi. Quản lý tòa *building* lên gõ cửa, không có tiếng trả lời. Họ phá cửa phòng. Đèn trong phòng tắt hết. Cửa phòng tắm đóng kín. Mở cửa vào mới thấy thi thể ông Phillippe đã rữa thối. Họ kêu cảnh sát. Vì thi thể đã rữa nên bác sĩ pháp y không thể định được ông chết khi nào. Họ chỉ nhận diện được ông nhờ hàm răng. Quan sát trong phòng, cảnh sát thấy trên tường treo một cuốn lịch mà ông Philippe gạch chéo mỗi ngày. Ngày cuối cùng có gạch là ngày 17/2/2017. Ngày phát hiện ra xác ông là ngày 18/4/2017. Như vậy ông nằm chết trong phòng tắm đã được hai tháng! Cho tới bây giờ, một năm rưỡi đã trôi qua, chưa có thân nhân nào nhận xác ông. Văn phòng pháp y đã phổ biến trên *internet* tên tuổi, địa chỉ cuối cùng, ngày tìm thấy xác, nhưng không có hồi âm. Ngày 15/6/2017, hai tháng sau khi tìm thấy xác, thi thể ông Phillippe đã được hỏa táng và chôn cất tại nghĩa địa Laval, khu vô thừa nhận. Hiện có tới 1500 ngôi mộ vô thừa nhận trong khu này. Riêng trong năm 2017, có 412 xác vô thừa nhận được mang tới. Ông Patrice Chavegros, Giám Đốc Thương Mại và Liên Lạc Khách Hàng của công ty Magnus Poirier, chủ khu nghĩa trang này, vừa mới la trời: "Đây không chỉ là một vấn đề nữa. Khi một vấn đề mang tới nhiều hậu quả như thế này, phải gọi đó là một khuynh hướng. Tôi không bao giờ nghĩ là chúng ta đã đi tới mức này. Không bao giờ! Không bao giờ!"

Building ông Philippe sống gồm 312 ông bà già. Họ thường tụ tập chung vui với nhau tại phòng chơi trên lầu cao nhất. Ông Phillippe lại chẳng bao giờ lui tới nơi này. Ông chọn cuộc sống cô đơn. Vậy nên không ai biết sự vắng mặt trong hai tháng của ông. Tại *building* có quy định là mỗi tối, trước khi đi ngủ, người trong phòng phải gắn một tấm bảng được cung cấp nơi chốt cửa, và mỗi sáng phải cất tấm bảng này đi. Biện pháp này để một toán thiện nguyện viên biết người trong phòng vẫn bình an. Không hiểu sao cửa phòng của ông Phillippe lại không được kiểm soát. Vậy mới nên cớ sự!

Một ông bạn văn của tôi cũng sống cu ky một mình trong một căn phòng thuê tại Laval. Thỉnh thoảng bạn bè phải ới coi xem ông còn thở không. Lần nào cũng nghe được tiếng cười hì hì của ông với tiếng trả lời: "Còn sống đây!". Có một dạo, cũng dài tới cả năm trời, ông bạn vui tính chịu chơi này kêu mệt mỏi trong người mà không biết tại sao. Sau một thời gian tới lui bệnh viện thử đi thử lại, bác sĩ mới phát hiện là do ông uống một thứ thuốc chữa bệnh mắt *glaucome* và bị thuốc hành. Họ bắt ông ngưng uống ngay tức khắc. Ông khỏe hẳn ra, yêu đời yêu mình. Tôi rủ ông đi chơi Iceland, ông bắt liền, mua vé máy bay ngay. Khi đó là vào khoảng tháng giêng 2018. Giữa tháng 4, bỗng không thấy ông đâu. Cũng nhờ ông chơi *Facebook* hàng ngày nên bạn bè mới biết sự im tiếng của ông. Xúm xít hỏi quanh nhau, chẳng ai biết chi. Sốt ruột nhưng đành chịu. May mắn, tôi tình cờ gặp một người thân của ông và có được số điện thoại của cậu con trai duy nhất của ông. Hỏi mới biết ông đang nằm trong nhà thương. Tới thăm mới nghe ông kể sự tình.

Buổi trưa ông làm một giấc la-siết. Khi tỉnh dậy, tay ông tự nhiên yếu xìu, không chống lên được. Loay hoay một hồi, ông cũng nhấc được người dậy và ra bàn *computer*. Ông bất tỉnh khi đang ngồi lướt sóng *internet*. Khi tỉnh dậy, ông thấy đang nằm dưới sàn nhà, kính đeo mắt bị bể, máu đầy mặt. Ông không rõ bất tỉnh như vậy bao lâu. Người ông yếu xìu, cố lê ra lấy cái phôn để gọi 911 cũng không được. Phôn treo ở trên tường phía đầu giường. Nhìn thấy phôn nhưng chịu. Ông vớ được cây gãi lưng ở gần, cố chọc cho chiếc phôn rơi xuống. Sau nhiều cố gắng, ông cũng cầm được phôn nhưng đây là phôn chỉ nhận được cuộc gọi tới chứ không gọi đi được (tới bây giờ tôi cũng không hiểu sao lại có thứ phôn kỳ quái như vậy!). Điện thoại được cắm vào một trong hai lỗ nằm cạnh nhau. Một lỗ như điện thoại thường, một lỗ chỉ nghe gọi tới. Chỉ cần đổi lỗ cắm là xong nhưng ông bạn tôi yếu đến nỗi không rút ra và cắm vào được. Lúc đó nếu có ai gọi vô là ngon lành. Nhưng chẳng ai nhớ tới ông. Ông cố trườn tới bàn làm việc, mất rất nhiều thời gian mới khều được chiếc điện thoại từ trên bàn xuống, và a-lô 911! Xe cứu thương tới liền. Họ phải phá cửa xông vào nhà. Ông nói: "Nhìn thấy tên tây to như hộ pháp là biết mình sống!". Nghe kể thì tưởng lâu nhưng thực tế lâu thiệt! Kể từ lúc 3 giờ trưa là giờ ông bất tỉnh tới khi nhìn thấy các đấng cứu tinh tới là 3 giờ sáng. Đúng 12 tiếng! Thường ông vẫn khỏe, chẳng có triệu chứng chi nhưng sau khám nghiệm, bác sĩ cho biết ông bị nghẽn mạch máu tim rất nặng. Nặng đến nỗi không làm *bypass* như thường tình được mà phải mổ. Vậy là người ta lôi tim ông ra sửa chữa rồi lại nhét vào. Trái tim hết còn trinh! Ca mổ thành công, giờ ông lại nói cười như ngày nào.

Tôi kể trường hợp một ông bạn văn của tôi để đưa ra một minh chứng là khi đã qua tuổi tri thiên mệnh, cơ thể chúng ta hay bất ngờ chơi nhiều trò nhức tim lắm. Vậy không nên cu ky một mình một cơ ngơi. Bảo ông bạn nên kiếm thêm một mình nữa, ông nhướng mắt hỏi: "Để làm chi dzậy?". Không làm chi được nhưng không bổ ngang cũng bổ dọc. Để có người canh gọi phôn cho! Không làm chuyện lớn, ông cũng làm được chuyện nhỏ: sắm được chiếc *cellphone* lúc nào cũng kè kè trong túi kể cả khi vào *toilet*! Cho chắc ăn!

Ngày nay chiếc phôn được coi như chiếc phao cứu sinh. Cũng giống như trường hợp ông bạn tôi, một bà cụ 91 tuổi sống một mình tại một căn nhà tại L'Isle Verte, Montreal, bị té xỉu trong nhà bếp. Bà lết ra tới phòng khách để với chiếc điện thoại nhưng không cách chi với được. Suốt một đêm dài, bà nằm trên sàn nhà trong tình trạng tuyệt vọng. Khoảng 9 giờ rưỡi sáng hôm sau, điện thoại reo. Bà chịu không trả lời được. Mười phút sau, lại reng. Bà vẫn không sao cầm được điện thoại. Điện thoại reo lần thứ ba. Rồi tắt. Nhưng chỉ ít phút sau, bà hàng xóm mang theo chìa khóa phòng của bà cụ vội sang mở cửa. Bà ở bên bà cụ cho tới khi xe cứu thương tới. Tại sao bà hàng xóm lại tới kịp lúc sau hồi chuông reo lần thứ ba? Bởi vì bà cụ đã tham gia vào chương trình mang tên *Pair Program*. *Pair Program* điện thoại cho thân chủ mỗi ngày. Sau lần kêu thứ ba, nếu không nhận được trả lời, guồng máy cứu cấp hoạt động tức thì. Đã có sáu ngàn người cao niên sống một mình ghi tên vào chương trình chỉ có tại tỉnh bang Quebec này.

Ông Yves Cournoyer, Phó Giám Đốc công ty Somum Solutions, người điều khiển chương trình *Pair Program* cho biết: " Chương trình này đã cứu được nhiều mạng sống nhưng vấn đề là nó không được phổ biến và chưa có nhiều tiền đầu tư vào". Đáp ứng lời kêu cứu này, Bộ Y Tế tỉnh bang Québec đã hứa sẽ đầu tư 300 ngàn đô để mở rộng chương trình trên toàn tỉnh bang. Các cơ quan cảnh sát, tòa đô chính và các hội thiện nguyện cũng đã tham gia bằng cách mua dịch vụ rồi tặng lại miễn phí cho các người già. Hiện mỗi ngày có từ 10 tới 15 cụ gọi vào xin gia nhập chương trình. Ông Cournoyer ước lượng phải tốn khoảng 2 triệu rưởi mỗi năm để mang dịch vụ hữu ích này tới tất cả các cụ có nhu cầu. Hỏi lý do các cụ phôn vào xin tham gia chương trình, có cụ nói vì không muốn thân xác rữa thối nhưng có cụ cũng lo nếu ngủm mà không ai biết sẽ tội con mèo không có ai chăm sóc! Chuyện các cụ ra đi cô đơn không ai biết là chuyện không hiếm trong thời buổi này. Thời buổi mà con cháu trăm công ngàn việc có khi cả tháng không có được một cú phôn cho cha mẹ. Nhiều cụ lại chán đời, sống khép kín, chẳng chịu giao thiệp với người chung quanh. Đây là một vấn nạn xã hội mà, theo ông Cournoyer, cần phải có sự góp phần tích cực của mọi cấp công quyền.

Tôi mới chỉ nói tới tình trạng vong không ai biết tại tỉnh bang Québec chúng tôi, nhưng đây là vấn đề toàn cầu. Nhật Bản là quốc gia có 27,7% người trên 65 tuổi và có nhiều người già sống cô đơn nhất. Đây cũng là quốc gia chiếm nhiều kỷ lục Guinness về những người sống thọ nhất thế giới. Theo tài liệu năm 2013 của Bộ Y Tế, Lao Động và An Sinh Nhật thì số người già chết cô đơn là 3.700 trường hợp. Họ có một danh từ riêng để chỉ tình trạng này: *kodokushi*. Mới đây, văn phòng theo dõi người già tại Nhật đã cho biết họ mất liên lạc với hơn 250 ngàn người trên trăm tuổi. Một người được coi là già nhất Tokyo là ông Sogen Kato, 111 tuổi. Giấy tờ như vậy nhưng thật ra ông này đã là một xác chết từ 30 năm trước! Vụ vong mà không vong này đã làm xôn xao dư luận thế giới vào năm 2010.

Theo báo *Japan Times* thì ngày càng có nhiều các cụ ở Nhật phải tự xoay sở trong sinh hoạt hàng ngày và có thể chết một mình trong nhà. Tại thủ đô Tokyo đã có 1346 người già chết cô đơn trong năm 2002, con số này lên đến 2211 người vào năm 2008. Chắc nhiều người sẽ thắc mắc: bộ các chủ nhà không hay biết chi sao? Họ không biết thật vì tại Nhật, các dịch vụ căn bản, trong đó có tiền nhà, đều tự động được trừ vào tài khoản ngân hàng của đương sự. Chỉ khi nào tài khoản hết tiền họ mới tìm người thiếu nợ!

Theo tài liệu của Phòng Kiểm Kê Mỹ thì 28% các cụ trên 65 tuổi ở Mỹ, tính ra con số là 11 triệu cụ, sống cu ky một mình. Rất nhiều cụ chẳng có con cháu chi nên việc tiếp xúc với xã hội bên ngoài rất hiếm hoi. Thống kê Canada cho biết chỉ có khoảng 80% các cụ tham gia vào một hoặc nhiều hơn các hoạt động xã hội ít nhất mỗi tháng một lần. Như vậy đã có khoảng 20% các cụ sống tách rời với thế giới chung quanh. Sự buồn chán trong kiếp sống cô đơn mang lại những hậu quả như: trầm cảm, bệnh quên lãng và nhất là sớm tử vong.

Có cách nào biết các cụ còn sống trong căn phòng của họ hay đã là những thân xác nát rữa được không? Có một cách khá hữu hiệu. Người ta theo dõi các cụ bằng cách đặt máy nhìn vào con số tiêu thụ điện năng hay nước máy trên công-tơ. Nếu thấy có bất thường trong việc xài điện nước là máy sẽ báo cho người tới kiểm tra.

Tôi đã xúi ông bạn văn tìm "mình" nữa về để vừa tránh được cảnh sống cô đơn, vừa có người a-lô cho 911 khi hữu sự. Ông này vốn chuyện chi cũng cứ hì hì nên chẳng biết ông ấy có nghe theo lời khuyên đầy nhiệt tình của tôi không. Vì cái nhiệt tình đó nên tôi lục tung *google* và kiếm được cho ông bạn một tấm gương sáng. Đó là cụ Han Zicheng ở Trung Quốc. Ở tuổi 85, cụ rét, sợ ngủm cù tì mà không ai hay nên cụ đã…tìm bạn bốn phương. Cụ tự mô tả như sau: "Ông lão cô độc ngoài 80 tuổi. Cơ thể khỏe mạnh. Có thể mua sắm, nấu nướng và tự chăm sóc bản thân. Không mắc bệnh mãn tính. Có lương hưu với mức 6 ngàn nhân dân tệ (950 USD)/ tháng". Cụ Han không đăng báo nhưng in thành những tờ thư rơi với tiêu đề "Tìm Người Nhận Nuôi" phân phát cho mọi người. Lúc đó là tháng 12 năm 2017. Có lần một phụ nữ chụp hình được cảnh ông đang đi dán thông báo và đưa lên *Facebook* với phụ đề: "Hy vọng những người có lòng nhân hậu có thể giúp đỡ cụ". Một phóng viên đã đọc được thông báo của bà này và tìm tới phỏng vấn cụ và đăng trên báo câu chuyện của "ông lão cô độc ở Thiên Tân". Suốt ba tháng sau khi bài báo được phổ biến, điện thoại liên tục gọi tới cụ. Nhưng cụ Han vẫn vò võ một mình. Cụ chỉ trúng được chút giải an ủi: một nhà hàng địa phương đã nhận cung cấp miễn phí thức ăn cho cụ. Cùng với mùa đông khắc nghiệt, những cú phôn gọi tới cụ Han lơi dần. Cụ lại mang nỗi sợ hãi ra đi không ai biết. Cụ vói tay ra thế giới bên ngoài. Cô sinh viên luật Jiang Jing, một người đã liên lạc với cụ khi đọc được thông báo, được cụ gọi thường xuyên. Chưa chắc ăn, cụ gọi cho một đường dây hỗ trợ người già tên "Lan Tỏa Yêu Thương" ở Bắc Kinh. "Lan Tỏa Yêu Thương" do bà Xu Kun thiết lập nhằm ngăn chặn những người già sống một mình tự tử. Bà Xu cho biết người già hay giận dữ, đẩy người chung quanh ra xa dù rất cần tới sự chú ý săn sóc của họ: "Gia đình và xã hội không thể hiểu sự gắt gỏng hay buồn chán ở người già khi tuổi của họ ngày một cao". Từ tháng 2/2018 cụ Han gọi tới đường dây này vài lần mỗi tuần. Rồi bỗng nhiên cụ vắng tiếng. Lần cuối cụ trò chuyện với cô sinh viên Jiang Jing là ngày 13/3. Ngày hôm sau, cụ gọi nữa nhưng không gặp được cô. Đầu tháng 4, cô Jiang Jing mới gọi hỏi thăm cụ. Đầu dây bên kia là một giọng nói lạ. Con trai cụ, từ Canada về, cho biết là cụ đã mất vào ngày 17/3/2018!

Con trai cụ *check* phôn của cụ, thấy cụ đã gọi cho một số lạ mà anh không biết, vào đúng ngày 17/3 đó. Khi đó cụ cảm thấy không được khỏe. Nhờ vậy mà cụ đã được chuyển tới bệnh viện và qua đời tại đây giữa nhiều người không quen biết. Dù sao, cụ cũng không…vong trong cô đơn!

07/2018

XÉT

Đi máy bay ngày nay thiệt ngại. Chuyện ngại này không ăn nhậu chi tới máy bay. Ghế máy bay êm như nhung, các em tiếp viên tuy hơi có tuổi nhưng vẫn còn nụ cười, vẫn được uống tuy không còn được ăn *free* như trước, vậy thì có chi mà ngại. Sợ thì có. Ông sui gia của tôi, sanh đẻ ở Mỹ, vậy mà rét, hơn sáu chục năm trên trần thế ông chưa từng một lần bước chân lên thang máy bay. Chỉ nguyên cái cảm giác bị nhấc bổng lên trời đã đủ làm ông…són. Bà bạn già người Mỹ của tôi cũng rứa. Nói tới máy bay là bà rùng mình, làm như nó sắp nuốt chửng bà. Khi tôi mới qua, gặp bà, nghe tôi kể ngồi máy bay từ Việt Nam, mất gần một ngày trời, đổi hai ba chặng mới tới, bà nhìn tôi với ánh mắt ngưỡng mộ. Cậu không sợ sao? Tôi tỉnh bơ: có chi mà sợ? Bà làm dấu thánh giá, lắc đầu quầy quậy: sợ nó rớt!

Vì sợ nó rớt nên bây giờ đi máy bay mới ngại. Ngại ở giai đoạn trước khi lên máy bay. Kể từ vụ 9/11 năm 2001 khi không tặc cho máy bay đâm vào hai tòa nhà ở Nữu Ước, hành khách bị khám xét tanh bành trước khi leo lên máy bay. Kể cũng đúng thôi. Phải xét cho kỹ để giữ an toàn cho hành khách. Chịu khó bị xét còn hơn máy bay nổ văng người trên không. Biết vậy, lợi thì có lợi nhưng ngại vẫn cứ ngại. Tới bây giờ, tôi vẫn không nhớ được trước khi vụ 9/11 xảy ra, chúng ta bị khám xét như thế nào. Hình như rất qua quít. Đi ngang quầy khám, cười tươi với mấy anh chị an ninh là phơi phới chắp cánh.

Nay tình hình đã khác, khác rất nhiều. Mấy anh chị mặc đồng phục, mặt căng thẳng, bói không ra cái nhếch mép, nụ cười mất tiêu, trông rất…hình sự! Móc hết đồ trong túi, cởi áo khoác, cởi giầy, tay giơ lên như đầu hàng khi qua cổng điện tử, xoay người trong phòng phóng xạ, làm chim bay cò bay để cho những chiếc dùi cui điện tử dò quanh người, đủ món ăn chơi. Không biết tôi kể còn thiếu sót món chi không. Từ ngại tới bực tức, dân bay đã nhiều lần than van trên các phương tiện truyền thông. Tiếng than van hình như đã thấu tới…trời. Ngày 11/12/2018 vừa qua, báo chí Canada đã loan tin xả chút xú bắp cho dân bay thở. Chuyện thế này: nhân mùa lễ cuối năm, dân chúng đi chơi nhiều, bay cũng lắm, Cơ quan An Toàn Vận Tải Hàng Không Canada *(Canadian Air Transport Security Authority),* viết tắt là CATSA, đã ra thông báo về những thứ được và không được mang theo trong hành lý xách tay để dân bay tránh vi phạm hầu tránh mất nhiều thời gian khám xét tại phi trường. Mỗi người nhanh hơn một chút, cảnh chờ đợi sẽ ngắn đi, mọi người đều vui vẻ trong những ngày lễ. Phát ngôn viên Christine Langlois của CATSA trình bày:

"Chúng tôi khuyên hành khách dùng máy bay nên đóng va-ly trước để có thời gian kiểm soát lại những vật dụng mang theo hầu có một chuyến đi suông sẻ. Đây là mùa của hoan vui và yêu thương chứ không phải mùa của phiền toái". Trung bình mỗi ngày có khoảng 55 ngàn hành khách sử dụng phi cảng Trudeau của Montreal. Mỗi người đều có thể giúp nhau rút ngắn lại thời gian chờ đợi khi qua cửa khám xét của an ninh quan thuế. Giới chức phi trường tiên đoán bốn ngày nhộn nhịp nhất sẽ là 21 và 23 tháng 12 cũng như ngày 6 và 7 tháng giêng năm 2019. Nếu hành khách nào cũng qua cửa khám xét trơn tru thì quá tốt, nhưng trong số 19 triệu hành khách được ước tính trong năm 2018 của phi cảng Montreal, ít nhất cũng có tới 1 triệu 300 ngàn người phải dừng lại lâu hơn vì có vấn đề với hành lý. Có những thứ chúng ta tưởng có thể bỏ vào hành lý xách tay được như lưỡi cưa, búa, keo xịt tóc nhưng thực ra đó là những thứ cấm kỵ vì có thể gây nguy hiểm nếu được dùng với mục đích xấu khi đang bay.

Nếu mang theo những thứ này lên máy bay, nhân viên kiểm soát sẽ phải bắt bỏ lại. Cơ quan CATSA nhấn mạnh là hành khách phải bỏ lại chứ nhân viên của CATSA không bao giờ tịch thu. Đó là quan nói. Dân lại thấy khác. Tôi đã có kinh nghiệm với chuyện này. Hơn một lần, tôi đã phải bỏ dao nhíp tại phi trường. Tiếc chết đi được! Con dao nhỏ xíu, có chi mà tiếc. Nhưng dao loại xịn mác *Swiss Army* thì không nhỏ xíu chút nào, tôi muốn nói tới số tiền phải bỏ ra để mua con dao đó. Khi các ngài không cho mang lên máy bay, tiếng là không tịch thu nhưng hành khách vẫn mất. Hành khách có vài *option*. Trước hết có thể đưa cho người nhà ra tiễn mang về. Đây là chuyện lý thuyết. Khi hành khách đã vào trong khu hạn chế thì người nhà đã về mất tiêu, đâu có ai đứng hóng nhìn vào trong cho tốn thêm tiền gửi xe. Giá gửi xe tại các phi trường không hề rẻ, khoảng 12 đô mỗi giờ. Ngày nay đi máy bay là chuyện quá thông thường, người nhà có đưa tới thì cũng thả ngoài cửa rồi ra về chứ ít ai muốn tốn tiền gửi xe, chỉ để bịn rịn với nhau. Chỉ có trường hợp tiễn người thật thân, đi xa lâu ngày, mới có chuyện dùng dằng nửa ở nửa về. Vậy chuyện đưa đồ bị cấm cho người nhà mang về coi như huề vốn. *Option* thứ hai là bỏ vào lại trong hành lý ký gửi. Cũng nhiêu khê chẳng kém. Phải xin phép ra ngoài, trình báo lôi thôi, làm thủ tục lấy hành lý ra rồi bỏ vô. Hành lý lúc đó đã theo dây chuyền đi tới đâu chẳng rõ, kéo được ra là chuyện trần thân, lỡ trễ chuyến bay còn đắng cay hơn. Thôi thì thí cô hồn cho mấy ông muốn làm chi thì làm. Nói thí cô hồn là chạm tự ái của mấy ông CATSA. Thông báo của họ đã thanh minh thanh nga ngay. Chúng tôi không lấy đồ của quý vị làm chi. Đồ quý vị bỏ lại tại phi trường Montreal được CATSA mang cho hội thiện Maison Victor-Gadbois để bán gây quỹ giúp người nghèo.

Với thông báo mới toang này, CATSA đã có một vài thay đổi rất đáng hoan nghênh. Thứ nhất là những đèn pin thông thường, không có ánh sáng hội tụ, được lên máy bay thong thả. Thứ hai là chuyện liên quan tới…tôi. Kể từ nay, hành khách có thể mang dao có lưỡi dao dài dưới 6 phân lên máy bay. Như vậy, những dao nhíp thông dụng hiệu *Swiss Army* không bị cấm nữa. Ôi những con dao đã bị tịch thu của tôi. Hồn chúng bay ở đâu bi chừ? Chúng bay được chủ nhân là ta mang theo trước thời…ân xá nên bị lưu lạc không biết tới bến bờ nào. Nhưng khốn thay, tin vui này cũng có giới hạn: những vật dụng được tha tào kể trên chỉ áp dụng với các chuyến bay nội địa trong Canada thôi. Những chuyến bay qua Mỹ hay các nước khác vẫn bị cấm như thường!

Một quy định mới toanh khác là chuyện cần sa. Canada mới cho hợp thức hóa cần sa, vậy nên dân Canada có quyền mang cần sa lên máy bay. Mang theo thôi, hút trên máy bay thì không được. Mọi người có quyền mang theo 30 *grams* cần sa. Những bệnh nhân cần chữa bệnh bằng cần sa có thể mang theo 150 *grams*. Nhưng chỉ trên các chuyến bay nội địa, chớ nên mang qua Mỹ, dù qua các tiểu bang Mỹ đã hợp thức hóa cần sa.

Canada với Mỹ là hai nước anh em nhưng nên nhớ Mỹ là anh hai, một ông anh hai khó tính! Tôi không rõ tại các thành phố khác ở Canada ra sao nhưng tại phi trường thành phố Montreal chúng tôi có riêng một khu cho các máy bay đi Mỹ do quan thuế Mỹ khám xét. Không biết có phải vì là nạn nhân trực tiếp của biến cố lịch sử 9/11 hay không mà việc khám xét ở đây phức tạp và khó khăn hơn nhiều. Tôi đã từng là nạn nhân của mấy ông Mỹ này. Lần đó tôi qua Houston thăm gia đình chú em đúng vào mùa *lobster* của miền đông Canada. *Lobster* ở đây ê hề và giá khá rẻ trong khi bên Houston vừa hiếm vừa mắc, mang chục con *lobster* sang làm quà chắc quý. Vậy nên tôi mua tôm hùm về, hấp, gói giấy đàng hoàng, bỏ vào va-ly xách tay phơi phới ra phi trường. Chẳng có chi thắc mắc vì đồ hải sản không nơi nào cấm nhập cảnh cả. Khi được hỏi, tôi khai đàng hoàng là có mang theo *seafood*. Va-ly của tôi bị mang vào phòng khám bổ túc liền một khi. Trước khi mở va ly, nhân viên quan thuế hỏi tôi mang *seafood* bằng cách nào. Còn sống hay đã chế biến? Tôi khai đã hấp chín. Họ bắt mở va-ly ra. Đúng như lời tôi khai. Nhưng họ không cho tôi đi, bắt ngồi chờ đó. Chờ đợi trong lo lắng thiệt sốt ruột. Đã có lúc tôi sợ trễ chuyến bay nên muốn bỏ phứt đi cho rồi. Chờ một hồi, tôi thấy họ lù lù vác chiếc va-ly ký gửi của tôi vào. Tôi quả có lo lắng. Làm chi mà to chuyện quá vậy? Họ hỏi trong va-ly lớn này có chi phải khai không? Tôi trả lời không. Họ bắt mở ra, lục tung khám xét. Thấy không có chi, họ mới cho xếp đồ đạc lại và…giải phóng! May mà tôi thường lo xa, tới phi trường sớm. Nếu không lỡ chuyến bay là cái chắc!

Sau đó tôi lại tha *lobster* lên máy bay lần nữa. Lần này đi Vancouver thăm con gái. Va-ly qua máy khám xét trơn ru, chẳng ai hỏi han chi. Chẳng lẽ lại hát: quê hương ta, dù là quê hương tạm dung, là nơi đẹp hơn cả!

Bạn bè tôi, toàn chân…bay, đi máy bay rầm rập, ông bà nào cũng ngại qua Mỹ. Rắc rối số một. Mua vé máy bay đi các nước khác mà máy bay ghé qua Mỹ là lắc đầu. Đổi vé liền không nghĩ ngợi. Nhất định không dính chi tới anh bạn khó chơi này. Nhất là từ khi có anh Trump ngồi trong tòa nhà trắng.

Va-ly hành lý đi qua máy rà, yên phận hành lý. Người cũng phải…rà! Mà còn rà ác ôn hơn. Kể từ ngày các anh không tặc sáng chế ra nhiều trò, hành khách máy bay phải chạy theo bắt mệt. Đầu tiên là trò dùng chất lỏng pha chế trên máy bay thành bom, vậy là toàn dân không được mang các chất lỏng quá 100 *miligrams* lên máy bay. Tới trò không tặc giấu chất nổ trong giầy, vậy là toàn dân phải cởi giầy khi qua trạm khám. Có lần các anh không tặc chơi trò giấu chất nổ trong quần lót, toàn dân lo lắng. Chẳng lẽ phải nhông nhông cả lũ khi qua phòng khám chăng? Rất may chuyện này không xảy ra.

Qua chiếc cổng điện tử mà máy không reo hò chi cả là ngon lành. Nếu đèn chớp đỏ, còi…hụ thì phải khám tiếp. Có những ông như ông Hồ Đình Nghiêm, bị té bể bàn tọa, trong người có gắn ốc vít bằng kim loại, cứ mỗi lần qua máy là máy reo hò chào đón. Phiền nhưng giải thích sẽ được thông cảm. Không thông cảm thì làm chi nhau. Chẳng lẽ tháo bàn tọa? Nhiều ông bà bạn tôi có tính cẩn thận mang cái giấy chứng nhận của bệnh viện trình ra cho chắc ăn.

Cổng điện tử reo hò không phải là chỉ dấu tốt. Phải khám lại. Có khi phải vào một quầy quang tuyến, làm chim bay cò bay, cho máy chiếu tất cả các ngõ ngách trong người. Lục phủ ngũ tạng, đồ lòng chi phơi ra hết. Nhiều người phản đối lối khám này xâm phạm tới quyền riêng tư của con người. Nhất là các hình ảnh này được máy giữ lại. Nhưng an ninh quan thuế phi trường thề là máy chụp xong, nếu không có vấn đề chi, thì hình ảnh được *delete* liền, không ai thấy chốn thâm cung bí sử của hành khách. Nói vậy biết vậy, dân biến thái nơi nào chẳng có.

Cách thứ hai là dò xét bằng tay. Tôi đã từng được chơi trò này. Nhân viên cầm một cái dùi cui điện tử rà khắp người. Hành khách giơ tay giạng chân cho dùi cui lân la khắp người. Dùi cui kêu lên là có chuyện. Nếu im rơ thì bằng an vô tội.

Nhưng cũng có cách khám bằng tay không, tiếng Mỹ gọi là *pat-down*. Cách này bị…thị phi hơn nhiều. Trên trang mạng báo Detroit Free Press ngày 20/11/2010, ký giả Gina Damron loan tin về vụ ông Thomas Sawyer, 61 tuổi, khiếu nại về chuyện khám bằng tay. Ông vốn bị mổ bệnh ung thư bàng quang, phải đeo túi nước tiểu trên người. Theo ông cho biết, tại phi trường Detroit Metro Airport, khi nhân viên an ninh khám ngực, ông đã lưu ý đừng mạnh tay kẻo nắp của túi nước tiểu ông đeo trong người bị bật ra. Người này phớt lờ cảnh báo, ấn mạnh bàn tay vào ngực ông khiến nắp bật ra thiệt, nước tiểu tràn ra tung tóe, dính đầy vào quần áo của ông. Ông kể lại: "Khi tôi ra khỏi phòng khám, vợ tôi hỏi có điều chi bất thường, tôi mắc cở muốn chết. Vợ tôi giúp thay túi nước tiểu khác nhưng không kịp thay áo quần. Tôi phải bước lên máy bay với quần áo hôi rình mùi nước tiểu!". Tại phi trường Charlotte Douglas ở North Carolina, một bà bị ung thư phải cắt vú nên phải đeo vú giả bằng cao su. Nhân viên khám tay đã bắt bà tháo vú giả ra khiến mặt bà đỏ như gấc chín. Cương quyết phản đối chuyện khám xét bị hành khách cho là quá đáng này là ông John Tyner, kỹ sư điện toán. Ông đáp máy bay tại phi trường Lindberg Field ở San Diego. Ông ngoan ngoãn để cho nhân viên phi trường khám bằng tay nhưng khi sắp khám tới vùng háng, ông cảnh cáo: "Nếu ông chạm vào chỗ kín của tôi, tôi sẽ thưa ra tòa ngay". Kết quả ông đã bị từ chối không cho lên máy bay. Ông viết trên blog của ông như sau: "*Chính phủ đã vi phạm Tu chính án Thứ Tư của hiến pháp Hoa Kỳ, bảo vệ cho người dân không bị lục soát hay bắt bớ vô cớ. Ngoài ra, khi cơ quan an ninh sân bay tự mình áp dụng những luật lệ tại phi trường, không có sự thỏa thuận của hành khách, là đã xâm phạm quyền tự do di chuyển của người công dân Hoa Kỳ".*

Trước những phản đối của dân chúng, người đứng đầu cơ quan An Ninh Vận Tải (*Transportation Security Administration*), viết tắt là TSA, lên tiếng chống đỡ: *"Nếu nghi can khủng bố Umar Farouk Abdulmutallab định dùng bom phá tan phi cơ mà thành công, thì chắc sẽ không có ai khiếu nại về các nỗ lực của cơ quan TSA cố gắng thực hiện, chỉ mong đem lại sự an toàn cho hành khách. Mọi âm mưu của bọn khủng bố ngày càng xảo quyệt tinh vi. Rõ ràng là chúng tôi phải đi trước họ một bước mới mong chu toàn nhiệm vụ. Tôi giả dụ rằng, nếu có một hành khách nào đó từ chối không cho máy khám xét toàn thân – ví dụ như người đó là Abdulmutallab chẳng hạn – lại không cho khám xét bằng phương pháp pat-down đến nơi đến chốn; rồi hắn ta bước lên phi cơ, và nếu ngày Giáng sinh năm đó hắn ta thực hiện âm mưu cho nổ máy bay thành công, thì có lẽ chiều nay chúng ta sẽ có một buổi đối thoại hoàn toàn khác hẳn trước công luận".*

Mặc cho xếp của TSA muốn thanh minh thanh nga ra sao, dân đáp máy bay vẫn cứ phản đối. Nhưng ít ai có can đảm phản đối tận tình như ông John E. Brennan tại phi trường quốc tế Portland vào tháng 4 năm 2012. Ông cởi hết quần áo, nhông nhông chờ khám xét. Cảnh ít thấy này khiến phi trường nhốn nháo. Nhân viên yêu cầu ông Brennan mặc quần áo lại nhưng ông bất cần. Hành khách đang chờ khám xét cười nói thú vị trước cảnh dở khóc dở cười này. Có người rút điện thoại ra chụp hình nhưng cũng có người vội bịt mắt con nít lại. Nhiều cô mắc cở cũng giơ tay bịt mắt. Không biết những bàn tay xinh xắn có che kín hết mắt không!

12/2018

#YOUTOO

Phải nọc anh chàng Harvey Weinstein ra đánh cho một trận. Anh này quá hư. Với chiêu mặc áo choàng, bên trong thả tự do, mời các nữ tài tử dưới quyền vào phòng để *massage* qua *massage* lại, anh đã xâm phạm tính dục không biết bao nhiêu người đẹp. Khi anh chàng này bị tố cáo, các người đẹp đã xúm vào xỉa xói, tạo nên một phong trào phụ nữ vùng lên khiến bao nhiêu…danh nhân sa chân vào chốn bùn lầy.

Phong trào đó mang tên #MeToo do nữ diễn viên Alyssa Milano khởi xướng trên Twitter. Theo Đài CNN thì cái tweet của cô này có nội dung như sau: *"Một người bạn đã đề nghị tôi thế này, nếu tất cả phụ nữ từng bị quấy rối hay tấn công tình dục cùng đăng trạng thái "me too", chúng ta có thể khiến cho mọi người nhận thức được mức độ nghiêm trọng của vấn nạn này. Nếu bạn từng bị quấy rối hay tấn công tình dục, hãy phản hồi dòng tweet này bằng 'me too'"*. Vậy là #MeToo tá lả, lôi ra ánh sáng từng tai to mặt lớn đã lợi dụng vị thế và chức vụ để thả dê. Thế giới chứng kiến những cú ngã ngựa liên chi hồ điệp. Từ giới giải trí, chính trị tới giới hàn lâm. Đợt ngã ngựa này không có biên giới. Các đấng mày râu đã trót táy máy, dù ở phương trời nào, cũng bị lôi cổ ra ánh sáng công luận.

#MeToo tạm dịch là *#TôiNữa* khởi phát từ Mỹ. Canada chúng tôi nằm ngay phía Bắc Mỹ nên cũng *#MeToo* liền một khi. Tôi đã có dịp nói tới phong trào tố khổ các đấng mày râu có tính lăng nhăng tại hai nước này. *#MeToo* là tiếng Anh, khi phong trào này nhảy qua các nước khác, *#MeToo* được địa phương hóa rất đa dạng. Tại Pháp nó biến thành *#BalanceTonPorc*. Tại Ý thành *#quellavoltache*. Tại Thụy Điển là *#gifnadtagning*. Tại Tây Ban Nha, Do Thái và Trung Đông cũng có những câu riêng theo ngôn ngữ từng địa phương. Tôi hài ra như vậy để biết *#MeToo* phổ biến như thế nào. Càng lan rộng, phong trào *#MeToo* càng có lắm nạn nhân.

Nói tới cái tổ con chuồn chuồn trước. Nhà sản xuất điện ảnh Hollywood, Harvey Weinstein, đã bị cô đào Rose McGowan hài tội cưỡng hiếp trên báo The New York Times ngày 5/10/2017. Sau đó nhiều thiếu nữ đã mạnh dạn tố cáo. Tính tới nay đã có 87 phụ nữ kiện ông ra tòa. Dĩ nhiên ông chối bai bải hết. Ông khai trước tòa Tối Cao Nữu Ước là không bao giờ có những vụ tù ti mà không có sự đồng thuận của đôi bên. Tuy đã bị bắt từ ngày 25/5/2017 nhưng ông đã được tại ngoại sau khi đóng một triệu đô tiền thế chân. Chàng chủ nhân ông phim ảnh ở Hollywood 66 tuổi này đã theo một khóa phục hồi 45 ngày tại *Gentle Path at the Meadows* ở Wickenburg, Arizona, với giá 58 ngàn đô. Tiger Woods và Kevin Spacey cũng đã từng theo khóa phục hồi này. Theo một bài viết mới đây, ngày 6/6/2018, của ký giả Sam Dangremond, thì Weinstein đã dọn về ở tại một *condo* hạng sang tại Optima Sonoran Village ở Scottsdale. Tháng giêng năm nay, ông đi ăn tại nhà hàng Elements ở Scottsdale và đã bị một thực khách cho ăn một cái tát khi từ chối không cho chụp hình. Chàng hư hốt này sẽ phải ra hầu tòa vào tháng 9 năm nay.

Tôi vừa cập nhật tình trạng của anh chàng gây ra bao phiền muộn cho các đấng nam nhi nhiều tiền, nhiều quyền và nhiều máu băm lăm. Tên tuổi và hành tung của các đấng này tôi đã có dịp trình bày trong một bài phiếm trước đây rồi. Chẳng nên nhắc lại nữa. Đó là tôi vâng lời các cụ: *tốt phô ra, xấu xa đậy lại*. Chẳng nên chọc tức cô tài tử xinh đẹp Alyssa Milano nữa. Cô này nhất định không…đậy mà còn mở toang ra nữa. Cô hô hào: "Quấy rối và tấn công tình dục ở chỗ làm không chỉ có trong trường hợp của Harvey Weinstein. Chúng ta cần phải thay đổi toàn diện, phải hành động cứng rắn hơn nữa cho phụ nữ ở tất cả mọi nơi".

Môi trường Hollywood là môi trường mà các mầm non mon men tìm kiếm danh vọng dễ bị lột trần truồng nhất. Trong buổi hội thảo *"Women in Hollywood"* do tạp chí Elle tổ chức tại Los Angeles, minh tinh Jennifer Lawrence, giải Oscar năm 2013, tiết lộ: khi mới vào nghề đã bị một nhà sản xuất bắt phải cởi bỏ hết quần áo để coi hình dáng. Cô thổ lộ: *"Nếu tôi tố cáo họ, con đường đến với điện ảnh sẽ hoàn toàn khép lại. Hollywood sẽ đóng cửa vĩnh viễn với tôi. Lý do đơn giản, những kẻ quấy rối có quyền lực vô biên, và họ* thường cấu kết với nhau để hại một diễn viên mới vào nghề như tôi. Trong thế giới của giấc mơ điện ảnh, kẻ "chân ướt chân ráo" bao giờ cũng là con mồi cho những tay thợ săn tình dục". Cú nhục bị bắt nạt đầu đời đã khiến cô đào này hăng hái cổ võ: "Chỉ đến khi đã trở thành một diễn viên tương đối có tên tuổi tôi mới bảo vệ được tôi trước những lời đề nghị khiếm nhã và áp lực phải bán thân. Nhưng không phải ai cũng làm được như thế. Có diễn viên ôm mối nhục đến ngày nhắm mắt vẫn không dám nói ra sự thật. Tôi thề sẽ nói thay cho tất cả diễn viên nam nữ không được may mắn về những đau khổ và căm giận họ phải cam chịu do niềm đam mê nghệ thuật".

Một nữ diễn viên khác, cô Rajini Vaidyanathan, đã kể: "Năm nay tôi 25 tuổi. Tôi đang ngồi trong một nhà hàng Ý tại New York để viết câu chuyện này. Với khát vọng sẽ trở thành nhà sản xuất phim, tôi đến Manhattan để dự hội nghị của đảng Cộng Hoà ở đây. Sau đó, tôi được một nhà sản xuất gấp đôi tuổi tôi mời đi ăn tối tại tại nhà hàng Ý East Village dưới ánh đèn leo lét. Chúng tôi đang nói về hai ứng viên tổng thống George W Bush và John Kerry của hai đảng Cộng hoà và Dân chủ thì bất ngờ ông ta nói: "Khi nghĩ quan hệ tình dục, tôi không thể ngừng nghĩ về cô"! Nhận xét này nằm ngoài sức tưởng tượng của tôi. Lập tức tôi thả mạnh chiếc nĩa xuống đĩa spaghetti còn nguyên vẹn. Tôi đã từng bị quấy rối tại nơi làm việc, nhưng chưa bao giờ nghe một lời khiếm nhã như vậy ở một người đàn ông đã có bạn gái. Nhưng do đang cần ông ta đưa vào nghề, phản ứng của tôi rất nhẹ nhàng. Tôi cố tìm cách chuyển nội dung câu chuyện.

Nhưng ông ta vẫn tiếp tục khen vóc dáng cơ thể và sức hấp dẫn của tôi. Không còn cách nào khác, tôi cố ăn cho nhanh đĩa thức ăn. Tôi chỉ cảm thấy ghê tởm và khó chịu chứ không có lời phê phán nào. Vị thế của tôi lúc đó không cho phép tôi làm khác hơn. Nhưng có lẽ đây là chọn lựa sai lầm".

Cô đào nặng ký Jennifer Lopez, vào nghề từ năm 16 tuổi trong một vai phụ của phim *"My Little Girl"* vào năm 1986, cho biết cô không gặp những trường hợp nặng nề như các nữ diễn viên khác nhưng cũng đã từng bị một đạo diễn bắt cởi áo khoe ngực. Cô đã từ chối. Tuy nhiên cô đã tiết lộ: "Khi tôi lên tiếng tôi đã thấy sợ hãi. Tôi nhớ trái tim mình đã đập loạn xạ trong ngực. Tôi nghĩ: mình vừa làm gì thế này? Ông ta là chủ của mình mà!".

Nói tới điện ảnh, tôi muốn nhắc tới nền điện ảnh Hàn quốc rất thân thương với người Việt chúng ta. Tôi đã từng khoái coi những phim tương đối ngắn chiếu tại rạp của Đại Hàn. Rất hay và có nội dung khá sâu sắc. Nhưng phim bộ Đại Hàn mới là thứ mà dân ta mê mệt. Tôi không phải là đệ tử của phim bộ Đại Hàn nên không biết tới tài tử Jo Min Ki. Cho tới khi anh ngã ngựa. Anh là diễn viên gạo cội của những bộ phim truyền hình đồng thời là một giáo sư đại học. Anh cũng là người đầu tiên bị phong trào #MeToo của Đại Hàn sờ gáy. Có tới trên hai chục nạn nhân của anh gồm sinh viên và diễn viên tố cáo anh. Anh bị cấm xuất cảnh để tiện cho việc điều tra. Xếp hàng sau anh là một loạt các tên tuổi thuộc nhiều lãnh vực như đại thi sĩ Ko Un, quốc bảo, 84 tuổi, Giám đốc nhà hát Lee Yoon Taek; đạo diễn Oh Tae Suk, nhiếp ảnh gia Bae Bien U; diễn viên Choi Il Hwa, Cho

Jae Hyun, Oh Dal Soo và nhiều "yêu râu xanh" khác. Trong chính giới, những gạo cội như ông Ahn Hee-jung, từng là ứng viên chức Tổng Thống Đại Hàn; Chung Bong-ju, một chính trị gia đã phải rút tên ứng cử chức Thị trưởng Seoul.

Phong trào *#MeToo* ở Đại Hàn cũng như những phong trào khác. Khi lên tới một mức độ nào đó, nó sẽ bị lợi dụng. Nhiều thơ nặc danh đã tố cáo nhiều vụ không có thực. Vì là thư nặc danh nên những tên tuổi bị tố trong thư thường được viết tắt, những sự kiện được nói bóng gió, lấp lửng. Khi đọc những tên viết tắt như vậy, trong đầu óc người đọc đầu tiên nảy ra những tên tuổi nổi cộm trong giới phim ảnh truyền hình. Chuyện chưa có chi xác thực thì hình ảnh người bị gán cho cái tên viết tắt đó cũng đã bị hoen ố, khó lòng cải chính. Như cái tên viết tắt trong một thư nặc danh LHY đã bị suy đoán ngay ra đạo diễn Lee Hae Young. Thiệt oan ôi ông địa! Cải chánh thế nào cũng không dập tắt được dư luận, ông này phải đưa ra lời tự thú mình là *gay*! *Gay* ở các nước khác là chuyện không có chi ầm ỹ nhưng ở Đại Hàn, nổi tiếng là một quốc gia bảo thủ và khe khắt với phong trào đồng tính, thì việc tự thú này là vô cùng can đảm. Nhưng đó là chiêu cuối cùng để nhà đạo diễn này tự thanh minh một cách rõ ràng nhất.

Những sự việc quá lố như vậy đã đưa tới những thảm kịch. Diễn viên Jo Min Ki, người đầu tiên bị *#MeToo* sờ gáy, đã để lại một lá thư xin lỗi, điện thoại nhận lỗi với vợ con, trước khi treo cổ tự tử. Một giáo sư đại học cũng đã tự kết liễu đời mình khi bị tố cáo. Hai cái chết thảm khốc đã khiến các ông dè dặt khi tiếp xúc với phụ nữ. Tại các công sở, các ông đã áp dụng chiêu thức của Phó Tổng Thống Mỹ Mike Pence: không bao giờ ở một mình với bất kỳ người phụ nữ nào không phải vợ mình! Chiêu thức tảng lờ này đã khiến nhiều phụ nữ khó chịu, cảm thấy tổn thương như bị cho ra rìa tại nơi làm việc.

#MeToo đã đi quá lố khiến các ông đoàn kết lại. Họ tụ tập nhau dưới nhãn hiệu *#YouToo* để phản ứng lại. Phong trào tố cáo những hành động ép đặt quan hệ tình dục lên phụ nữ đã vô tình xoáy vào việc chỉ trích đàn ông nhiều hơn là hỗ trợ phụ nữ. Tại Pháp, nữ diễn viên Catherine Deneuve đã cùng 99 phụ nữ khác ký tên vào một kiến nghị phản đối phong trào này. Nhưng phong trào *#MeToo* lại được tạp chí danh tiếng Times chọn là "nhân vật" trong năm 2017!

Dù được báo Times vinh danh, *#MeToo* vẫn có những bước đi quá đà. Một ông *#YouToo* than thở: "Tôi hỏi một phụ nữ số điện thoại. Phải mất ba tuần lễ do dự tôi mới dám hỏi. Vậy mà tôi đã mất việc, bị vợ bỏ, mất nhà cửa và bây giờ tôi phải ngủ vất vưởng dưới chân cầu xe lửa!". Một ông khác phụ họa: "Trong một buổi tiệc tại sở làm, tôi say và bất thần té vào cạnh một chiếc bàn. Tay tôi níu vào áo của một cô thư ký làm ngực cô ấy lộ ra. Không cần phải nói, tôi bị tóm cổ vì tội sờ mó, tống vào tù và bây giờ tôi có một con quái vật nặng 230 *pounds* làm bạn tù!". Một ông khác tức tối kể lại: "Tôi là người rất cô đơn. Tôi mơ tưởng tới người bạn đồng sự. Tôi nhìn nàng làm việc trên máy điện toán, cách nàng vuốt tóc, cách nàng đánh máy khi đôi ngực rung rung theo. Nàng nhận ra ánh mắt của tôi và trình với sếp. Sếp là một phụ nữ và tôi bị đuổi việc ngay ngày hôm sau. Họ cáo buộc tôi nhìn nàng như vậy là sách nhiễu tình dục. Tôi mất hết. Chẳng bao giờ kiếm được việc làm khác vì hồ sơ ghi tôi là một tên biến thái không đáng tin cậy!".

Bác sĩ tâm lý Benjamin Fluegals cho rằng việc *#YouToo* nổi lên là một chuyện bình thường trong khung cảnh đàn ông bị…khủng bố. "Ngày nay chúng ta ở trong một tình trạng mà chỉ cần hẹn gặp một người đàn bà cũng đủ bị coi như là sách nhiễu tình dục và cả cuộc đời bị tiêu tùng. Đó là một điều không đúng trong mọi khía cạnh!".

Phong trào *#YouToo* ngày nay đang lớn mạnh. Họ có mặt trên *Facebook* và *Twitter* nhằm mục đích khuyến khích các ông từng bị gán là sách nhiễu tình dục phụ nữ, chia sẻ những kinh nghiệm cho mọi người biết để tránh. Người phụ trách tài khoản này trên *Facebook* cho biết nhóm có mục đích "chống lại phong trào nữ quyền, thứ đã làm cho nam giới bị tổn hại và nguy khốn".

Thực tế hơn, các "tội nhân" như Harvey Weinstein, Kevin Spacey, Brett Ratner đã cùng nhau thành lập một tổ chức giúp đỡ các nạn nhân của các nạn nhân của sách nhiễu tình dục. Họ hợp nhau để giúp đỡ các nam nạn nhân này bằng mọi phương tiện của họ.

Tỉnh bang Quebec của chúng tôi vừa có một nạn nhân kiểu này. Đó là hạ sĩ đã giải ngũ Glen Kirkland. Năm 2008, Glen bị thương trong một vụ phục kích ở Afghanistan. Anh là tài xế lái một chiếc xe thiết giáp bị sa vào ổ phục kích. Ba binh sĩ chết tại chỗ. Glen bị thương ở mắt phải, xuất huyết não, tổn thương lá lách. Tháng 6 năm 2013, anh được mời nói chuyện trước một ủy ban quốc hội về tình trạng săn sóc chữa trị các binh sĩ bị thương khi thi hành nhiệm vụ. Bà dân biểu của Quebec, Christine Moore, đảng NDP, vốn là một y tá nên chú ý tới chuyện này. Anh Glen kể lại: "Bà mời tôi trở lại văn phòng của bà. Tôi chỉ là một hạ sĩ trong quân đội nên phải thi hành theo ý của một vị dân biểu". Glen kể lại chuyện xảy ra trong văn phòng của bà dân biểu: "Mở đầu bà đưa rượu cho tôi nhưng tôi cho biết là tôi đang dùng thuốc, không được uống rượu. Bà nói không sao. Bà là một y tá và đang là một loại *boss* của tôi nên tôi đâu biết nói chi nữa". Anh nói với phóng viên đài CBC là bà Moore đã theo anh về khách sạn và từ đó tiếp tục gửi những tin nhắn rõ ràng có chủ ý. Bà còn bất thần tới nhà anh ở Manitoba khiến anh phải bảo bà nên ngưng lại. Anh cho biết tiếp: "Tôi không kết tội bà hiếp dâm hay chuyện gì khác nhưng hành động của bà không thể chấp nhận được. Bà ấy dùng quyền lực để cố đạt tới những gì bà ấy muốn". Chủ Tịch đảng NDP, ông Jagmeet Singh, đã quyết định, trong khi cuộc điều tra được tiến hành, bà Moore vẫn là thành viên của đảng nhưng bị tước hết các chức vụ trong các tiểu ban. "Tôi coi việc này là nghiêm trọng và sẽ bổ nhiệm một điều tra viên độc lập để tiến hành một cuộc điều tra công bằng và đầy đủ".

Đàn ông là giống được sanh ra để làm cột trụ cho gia đình. Ngày xưa họ vô rừng săn thú. Nay, rừng xưa đã khép nhưng họ vẫn chưa bỏ được thói quen đi săn. Đó là đầu mối của những sản phẩm thời đại như *#MeToo* hay *#YouToo!*

06/2018

NGOẠI TẬP

ĐỌC "NGÀY THÁNG BUỒN HIU" CỦA NGỌC ÁNH

Sau khi cộng sản cưỡng chiếm miền Nam Việt Nam vào tháng 4/1975, toàn dân miền Nam, nếu chậm chân không leo được lên tàu di tản, đều sống trong những tháng ngày buồn. Nhưng cô nữ sinh 18 tuổi Ngọc Ánh, hơn mọi người, đã phải chịu cảnh buồn hiu. *"Ngày Tháng Buồn Hiu"* là tập hồi ký của Ngọc Ánh, con một cán bộ Việt cộng có vai vế, nhưng không chấp nhận được chế độ mà cha chị đã say mê tham gia tranh đấu. *"Ba tôi là một người Cộng Sản, ông đã tham gia cách mạng suốt hai cuộc kháng chiến trường kỳ chống Pháp chống Mỹ, các chị em tôi lớn lên ở Sài Gòn, nằm trong lòng "địch" nhưng cả nhà đều là những chiến sĩ xung kích trên khắp các mặt trận ở miền Nam cho tới ngày "giải phóng". Má thì nuôi giấu cán bộ Việt cộng, các chị em thì làm giao liên. Sau ngày 30/4/75, ba và chị tôi được đón về từ nhà tù Côn Đảo như những người vinh quang nhất trong ngày vui đại thắng, gia đình tôi là một địa chỉ đỏ của thành phố với nhiều huân chương kháng chiến chống Mỹ được treo đầy tường"*.

Cô nữ sinh Ngọc Ánh, trước 1975, không ở với gia đình tại Sài Gòn mà được gửi về Sóc Trăng, trọ tại nhà người cô ruột, cô Sáu, một gia đình có người tham gia vào quân đội Việt Nam Cộng Hòa. Sau ngày miền Nam bị cưỡng chiếm, Ngọc Ánh được mang về Sài Gòn đoàn tụ với gia đình. Đoàn tụ nhưng không…đoàn kết. Chị lẻ loi giữa những người thân. Trong một buổi họp gia đình, ba chị đã nhận xét về chị: "Tư tưởng còn lệch lạc, nặng về chủ nghĩa cá nhân, bản thân cần phải tích cực rèn luyện để phấn đấu tiến bộ". Nhưng chị không tiến bộ như ba chị mong muốn. Sau vài tháng bị bắt buộc làm công tác xã hội, sinh hoạt tập thể vớ vẩn, chị được chọn kết nạp vào Đoàn Thanh Niên Cộng Sản. Chị không nhận. Ba chị hét lên: "Con có biết tại sao con được vào Đoàn không? Nhờ ba, nhờ lý lịch cách mạng của gia đình mình. Con có biết mọi người vẫn mơ ước được đứng vào hàng ngũ vẻ vang này không? Có những anh bộ đội đi suốt từ Bắc vào Nam để chiến đấu, đã đổ biết bao xương máu mà vẫn chưa được kết nạp. Còn con, tại sao con không thấy được cái vinh quang đó?". Chị đã bình tĩnh trả lời: "Thưa ba, chính vì con chưa đổ một giọt mồ hôi nào cho chế độ này nên con không muốn trở thành người Cộng sản!".

Không muốn trở thành người Cộng sản, chị bị gia đình từ bỏ. Và chị lội ngược dòng. Thành hôn với anh Trần Thắng Tài, Ngọc Ánh cùng chồng lo khôi phục lại một đất nước không Cộng sản. Âm mưu bại lộ, công an xộc vào nhà. *"Định vào nhà nhưng thoáng thấy bóng tên công an đứng ở đầu hẻm, tôi linh tính có gì đó bất thường, vội rẽ xe hướng khác đạp một mạch ra Ngã Bảy, quanh quẩn hàng giờ trên đường mà không biết đi đâu, lòng bồn chồn khó chịu khi nghĩ tới Vy Dân ở nhà một mình, chắc thằng bé đang đói sữa, trái tim tôi như nghẹn lại khi nghĩ đến những bất trắc sắp xảy ra, phải về thôi dù biết sẽ bị bắt với mớ tài liệu và cây AK giấu trong bếp (trời dung đất rủi anh mới mang về tối hôm qua, chúng tôi chưa kịp đem đi). Căn nhà im lặng đến ngột ngạt, giọng má Sáu khe khẽ: "Công an kêu nó lên phường có chuyện gì đó không biết". Má không biết nhưng tôi biết, chấp nhận vào cuộc là đối đầu với rủi ro mà. Tôi đưa Vy Dân cho má và vội chạy lên lầu đốt tài liệu, không nhiều lắm nhưng có khói, đang tháo cuộn phim ra thì nghe tiếng chân chạy rầm rập lên cầu thang, bọn chúng đã tới, tôi đá cuộn phim vào gầm giường. Thế là hết! Mọi chuyện có vẻ như bắt đầu hơn là kết thúc, không hiểu sao tôi lại nghĩ như vậy".*

Không khó cho công an kiếm được bao súng giấu trong bếp. Cả ba người trong cái gia đình nhỏ bé của Ngọc Ánh bị bắt. *"Chấp nhận cuộc chơi mà, chuyện thua thắng cũng bình thường thôi, ít ra trong chuyến xe cuối cùng này mình cũng còn có nhau...Chỉ thương cho thằng bé, nó bị vạ lây vướng vào ngục tù theo ba mẹ vì không có sự chọn lựa nào khác, nó còn quá bé nhỏ để cảm nhận biến cố đau buồn này của gia đình".*

Họ bị kết tội "âm mưu lật đổ chính quyền". Tội không oan vì anh Trần Thắng Tài đã thực sự dấn thân vì đại nghĩa. Chị Ngọc Ánh biết tất cả công việc của chồng nhưng thủ khẩu như bình, nhất định không khai dù bị dụ dỗ ngọt ngào hay quát tháo sỉ nhục. Có lần một anh công an trẻ đã mai mỉa: "Tôi không hiểu sao một người vừa trẻ, vừa đẹp, vừa thông minh như chị lại lấy thằng cha vừa già vừa cận thị như tên Tài? Hay là chị mơ ước được làm bà Tổng Thống?". Chị đối đáp: "Bởi vậy bây giờ tôi mới ngồi ở đây để nghe ông kết tội vợ tên phản bội!".

Một ngày 30/4, khi đi khai cung, chị đã quấn khăn trắng trên đầu. Tên cán bộ hỏi: "Chị để tang ai thế, chồng chị chưa chết mà". Chị trả lời nhát gừng: "Tang cho 30/4". Tên cán bộ lồng lộn quát: "Chị đừng có bố láo nhé, đất nước giải phóng độc lập tự do hạnh phúc thế này mà tang chế gì?" Chị điềm nhiên đáp: "Người ta chết như rạ trong ngày này mà không để tang à? Nếu không có mấy ông vào đây thì làm sao nên nỗi".

Trong hoàn cảnh tù tội khắc nghiệt, chị vẫn còn đủ bình tĩnh trải lòng với nước non.

Vì sao miếng cơm ăn vẫn nghẹn
Một nửa còn đau xót người ơi,
Vì sao bát canh rau bỗng mặn
Nước mắt nào thương nhớ không nguôi
Vì sao nụ cười tươi tắt vội
Nỗi tình nhà, nỗi hận nước đầy vơi
Vì sao đường đi không biết mỏi
Khi còn nghe tiếng khóc của dân tôi!

Tháng 7 năm 1981, phiên tòa xử vụ án bắt đầu. Có nhiều thanh niên còn rất trẻ cũng liên quan vào vụ này. Trên xe ra tòa, họ bị còng chân và tay. Mọi người nhường cho chị ngồi cạnh chồng. *"Tháng bảy trời mưa lâm râm, buổi sáng sao mà âm u thế! Chúng tôi ngồi im lặng bên nhau, lòng rưng rưng xúc động, nhìn mắt anh tôi cảm nhận được điều đó, nhưng gương mặt anh vẫn bình thản muôn đời, tôi nắm bàn tay anh mân mê những ngón thuôn gầy như ngày nào, tự dưng một ý nghĩ thoáng qua khiến tôi hốt hoảng, có khi nào mình mất nhau không?...Chuyến xe khựng lại và lúc này anh mới nói với tôi bằng giọng trầm ấm dịu dàng như bao giờ: "Hãy can đảm lên, rồi con chúng ta cũng sẽ giống như vậy, cố gắng chăm sóc cho Vy Dân, em còn trẻ nên đừng để phí tuổi trẻ của em, nếu không làm một khán giả vô tư thì cũng nên làm một nhà phê bình sắc bén, anh xin lỗi đã đưa em ra khơi và bây giờ phải bỏ em trở về một mình"*.

Trong tù anh Tài vẫn hiên ngang bất khuất bày tỏ chí khí của mình. Năm 1980, anh làm bài thơ sau:

> *Ta nay thất thế bị giam cầm*
> *Nghiến răng ngậm miệng nuốt hờn căm*
> *Một lòng vì nước vì dân tộc*
> *Sá chi tù ngục chốn ta nằm*
> *Đêm nghe tiếng cuốc chiêu hồn nước*
> *Ngày thấy hoàng hôn phủ núi sông*
> *Miền Nam tan tác, đau lòng khóc*
> *Án tử chung thân, gió thoảng lòng.*

Ngôi mộ của anh Trần Thắng Tài dưới chân núi Đất (Bình Thuận) năm 1982. Phía xa là cây cột trói anh trước khi bắn.

Tòa đã tuyên án tử hình anh Trần Thắng Tài. Bản án được thi hành vào ngày 14/6/1982 tại Phan Thiết. Nhiều năm sau, chị Ngọc Ánh đã bốc mộ anh và thiêu ngay tại chỗ, mang tro cốt về nhà để thờ. Trước khi đi Mỹ, chị đã mang tro rải trên sông Sài Gòn để anh ra đi thanh thản.

Nuôi con trong tù là chuyện quá vất vả. Mặc dù có những giúp đỡ của các bạn đồng tù, Vy Dân cũng bị suy dinh dưỡng trầm trọng. *"Bỏ thằng bé ở nhà, đi làm theo tập thể, sáng không kịp cho con ăn, trưa về muộn, thằng bé đói rã ruột, đành cố gắng vậy, để mẹ phấn đấu mau về, mọi khó khăn hai mẹ con đều phải khắc phục, dỗ dành mãi thằng bé mới chịu ở nhà. Vy Dân rất thông minh và hóm hỉnh, nó nghe và hiểu tất cả, có điều nó không nói được, nó trở thành kẻ tật nguyền từ sau cơn viêm màng não lạ lùng ở tại trại giam, chân tay lỏng khỏng, không ngồi được, không nhai được, không cầm nắm được, chỉ có nằm ngửa suốt ngày với hai chân ngo ngoe mạnh mẽ để ra dấu thay cho ngôn ngữ bằng cái đập chân, chân đưa lên cao là "có", chân hạ xuống thấp là "không", mọi người cứ đặt câu hỏi và nó sẽ trả lời thành thạo, nhưng tôi biết trái tim nó tràn đầy cảm xúc mà chỉ có mẹ mới cảm nhận ra"*. Sau 8 năm ở tù chung với mẹ, Vy Dân được một cơ quan thiện nguyện Thụy Sĩ can thiệp và mang về Thụy Sĩ nuôi nấng chữa trị.

Trong bài viết "Ông Già Noel Là Mẹ", chị đã tâm sự: *" Nhưng điều tôi ân hận nhất đời là phải đẩy thằng bé vào trong hoàn cảnh khốn khổ này. Đêm Giáng Sinh đầu tiên trong phòng biệt giam tăm tối ở một tỉnh nhỏ xa lạ ngoài Trung, tôi nghe tiếng chuông nhà thờ đổ rất gần, tôi ôm thằng bé đang khóc ngất vì đói sữa mà nát cả lòng "Lạy Chúa con là người ngoại đạo, nhưng tin có Chúa ngự trên cao..." Tôi thành tâm cầu nguyện theo cái cách riêng của mình để mong Chúa nghe thấy, nhưng chắc Ngài cũng bận rộn với hàng triệu triệu con chiên đang khốn khổ trong cái xã hội loi nhoi ngoài kia cần cứu rỗi hơn, nên bóng tối vẫn phủ trùm quanh đây sự im lặng đáng sợ và tôi lại mơ đến ông già Noel đầy huyền thoại của tuổi thơ. "Ước gì ông già Noel là có thật để ông mang đến đây một bình sữa cho thằng bé nhà tôi". Rồi những năm tháng lạnh lùng trôi qua trong trại giam, chồng tôi bị tử hình sau đó không lâu, con trai tôi qua những cơn sốt nặng không thuốc men, thiếu dinh dưỡng, thoi thóp trong hôn mê kéo dài... Để khi tỉnh dậy thì tay chân co rút và lưỡi líu lại, một bác sĩ tù nào đó nói với tôi về di chứng của bệnh viêm não. Tôi tuyệt vọng tưởng mình có thể giết chết đứa bé và tự tử để thoát khỏi kiếp lưu đày. Nhưng khi nghe tiếng kêu thét đầy hoảng sợ của con, tôi lại chùn tay bật khóc!.. Gương mặt ngây thơ của nó đáng yêu biết bao nhiêu, tôi phải sống để giữ lời hứa với anh ấy là sẽ nuôi dạy nó nên người, cho dù bây giờ hình hài nó không còn giống như bao đứa trẻ khỏe mạnh bình thường khác, cho dù chúng tôi đang sống trong sự trả thù hèn hạ của bên chiến thắng, nhưng tôi không thể dạy nó lòng căm ghét kẻ đã giết cha nó, không thể dạy nó sự oán hận cái xã hội đã đẩy người dân vào bước đường cùng. Chưa bao giờ tôi kể cho nó nghe về sự thật đáng buồn của gia đình mình. Tôi không muốn tinh thần nó bị tổn thương, chịu đựng một thân thể khiếm khuyết cũng đủ làm đau nó cả đời rồi".* Trong buổi ra mắt sách, trước cử tọa, chị đã nói bằng một giọng buồn bã nhưng cương quyết: "Nếu bây giờ phải làm lại, tôi cũng sẽ làm y như vậy!".

Phần chị, sau khi ra tù, về Bình Dương, nuốt tủi hờn, làm bất cứ việc gì để nuôi thân, kể cả làm con sen con ở. *"Chủ nhà còn rất trẻ, dân Bắc kỳ 75 đanh đá chanh chua, tôi cần tiền nên cũng dẹp tự ái để làm con sen quần quật từ sáng sớm đến tối mịt mới ngả lưng nằm. Nhiều lúc thấy tủi thân nhưng tôi phải tập cho mình lòng kiên nhẫn. Một hôm con nhỏ chủ liệng cái quần lót từ tầng ba xuống thau đồ tôi đang ngồi giặt rồi cười hăng hắc vì "trúng mục tiêu" khiến tôi nổi giận thật sự. Tôi chửi con chủ te tét rồi xách giỏ đi về, không cần đòi món tiền lương hèn hạ của đứa khốn nạn".*

* * *

Cuốn hồi ký *"Ngày Tháng Buồn Hiu"* tôi có trong tay ngày chị Ngọc Ánh qua Montreal ra mắt sách thực ra là hai cuốn hồi ký, mỗi cuốn đúng trăm trang. Ngoài cuốn *"Ngày Tháng Buồn Hiu"* là cuốn *"Nhật Ký Mực Tím"* mà chị để như là phần phụ lục. *"Nhật Ký Mực Tím"* nói lên tâm trạng của lớp học sinh tại Sóc Trăng những ngày sống dưới ách thống trị của Việt cộng từ Bắc vào. Đó là nỗi lòng của những người trẻ lạc lõng trong nạn nước mất nhà tan.

Bữa ăn tối ngày 17 tháng 6 năm 2018, sau khi ra mắt sách, tôi ngồi cùng bàn với chị Ngọc Ánh, định hỏi chị về những ngày tiếp theo năm ngoài cuốn *"Ngày Tháng Buồn Hiu"* nhưng vì chị ngồi đối diện với tôi trên một bàn ăn tròn mười người nên không tiện hỏi. Khi ra về, tôi mới hỏi được

Ngọc Ánh trong buổi ra mắt sách tại Montreal. (06/2018)

chị về cháu Vy Dân hiện ra sao. Chị cho biết cháu nay đã 40 tuổi, vẫn ở Thụy Sĩ, mỗi năm chị đều qua thăm cháu. Cháu vẫn không nói được nhưng nay chỉ hiểu tiếng Pháp. Nhưng khi chị hỏi bằng tiếng Việt, cháu vẫn hiểu được mẹ, chắc không nhiều. Cách trả lời của cháu rất đặc trưng. Muốn nói yêu thương ai thì lè lưỡi ra. Yêu nhiều thì lưỡi dài ra nhiều, yêu ít thì lưỡi chỉ lấp ló giữa môi.

Tác giả Ngọc Ánh và cháu Vy Dân tại Thụy Sĩ năm 2015

Cũng tối đó, ngồi cạnh tôi là anh bạn nhà văn Nguyễn văn Sâm. Chị Ngọc Ánh là học trò của bạn anh Sâm. Năm chị 18 tuổi, anh có một lần gặp chị tại nhà bạn, khi đó anh 36 tuổi. Vài chục năm sau, anh từ Mỹ về thăm lại anh bạn và gặp lại chị. Anh tiết lộ trên hội trường trong buổi ra mắt sách: lúc đó chị gầy gò ốm yếu, ở trong một chái nhà tồi tàn lụp xụp. Anh không bị ràng buộc chuyện vợ con, thương hoàn cảnh của chị nên cưới và mang chị qua Mỹ. Tôi tìm được bài viết của nhà văn Nguyễn văn Sâm: *"Hoàng Diệu Và Em"*, (Hoàng Diệu là tên trường chị học và anh dạy học) mà tôi ngờ rằng anh viết về người bạn đời muộn màng của anh: *"Thời gian đăng đẳng với biết bao biến cố đau thương dồn dập đời em, vậy mà em vẫn đứng dậy, vững vàng, tự tin như chưa bao giờ vấp ngã, chưa bao giờ gặp bất hạnh. Khi nghĩ*

Song Thao, Ngọc Ánh và Nguyễn văn Sâm (06/2018)

Song Thao và Nguyễn Văn Sâm (06/2018)

Anh chị Nguyễn văn Sâm – Ngọc Ánh tại Montreal (06/2018)

về em lúc này tôi nhớ tới câu thơ của ai đó "….và chắc thế em ơi- em vẫn sống!". Một lần nữa tôi lại ngả đầu cảm phục em, em đã kiên cường ở lại, trong khi tôi bỏ nước ra đi…Như một kết thúc có hậu, lần đầu tiên em làm cô dâu ở tuổi 50, hôn lễ do bạn bè tổ chức, ấm cúng và cảm động. Hoàng Diệu tuổi trẻ của em đứng đó không xa, đang chúc mừng hạnh phúc muộn màng, em hồn nhiên rạng rỡ giữa bạn bè, tưởng như quá khứ xót xa chưa từng dẫm lên cuộc đời em".

Trước khi tôi đọc cuốn hồi ký *"Ngày Tháng Buồn Hiu"*, nhà văn Võ Kỳ Điền, bạn thân của nhà văn Nguyễn văn Sâm, nức nở khen văn của Ngọc Ánh "ấm" lắm. Anh phụ đề thêm: khi đọc văn, anh cảm nhận được cái "khí hậu" của văn, có những bài viết "lạnh tanh", đọc không nổi, có những bài văn "ấm" khiến người đọc cảm được. Tôi không giấu cái hàn thử biểu trong người nên không cảm thấy ấm hay lạnh nhưng tôi đã bị lôi kéo khi đọc cuốn hồi ký này. Cũng vẫn anh Võ Kỳ Điền, ngồi cạnh tôi khi cuốn sách được ra mắt, đã phàn nàn là không ai đề cập tới khía cạnh văn chương của cuốn hồi ký. Quả có vậy. Có lẽ câu chuyện can trường của một thiếu nữ đi ngược lại thời thế, gạt đi những đặc quyền đặc lợi của một gia đình "cách mạng", anh dũng cùng chồng chống lại chế độ, chấp nhận tù đầy trong 10 năm trời, là một hy sinh cao quý, đã làm mờ đi phần văn học của tác phẩm.

"Ngày Tháng Buồn Hiu" được viết với một nhiệt tình hiếm có nên suốt cuốn hồi ký là những trang sách hừng hực sự kiện. Có những lúc quá bực tức khi phải sống trong một nơi chốn mà sự dối trá, bịp bợm lên ngôi, đã khiến tác giả không cầm lòng được phải lên tiếng…chửi thề. Tác giả đã "tiên sư anh" hoặc "sư khỉ" hoặc "mồ tổ cha nó" khi chứng kiến trò hề gọi là bầu cử dưới chế độ Cộng sản. Rất nhiều chỗ trong sách, tác giả phải chạy theo những sôi nổi do uất ức tràn đầy nên dùng những câu viết dài với rất nhiều dấu phết. Câu văn không dừng lại được bằng những dấu chấm cách đoạn. Điều này chứng tỏ cây viết của tác giả chấm hơi sâu vào bình mực, một thói quen của những người mới viết hoặc chưa quen viết. Nhưng khi kể lại một đoạn đời nhiều truân chuyên, người ta có cần phải trau chuốt câu văn không, tôi nghĩ là không. Chính cái thô nhám của những dòng chữ đã chứng tỏ sự trung thực của tác giả. Sự trung thực đã phả hồn vào chữ nghĩa khiến người đọc không rời được cuốn sách một khi đã đọc những dòng đầu. Chất văn học nằm

trong cái tinh ròng của một mảnh quý kim chưa mài dũa.

Nhìn khuôn mặt không hề có lửa của Ngọc Ánh, tôi không hiểu do đâu mà chị có đủ nghị lực và cương quyết để dấn thân vào một cuộc sống ít người có can đảm làm được. Mặt nước phẳng lặng không phải là không có những chuyển động cuồn cuộn bên dưới. Tôi khâm phục con người thức thời và quả cảm này.

06/2018

ĐỌC "ĐỨNG NGẨN TRÔNG VỜI" CỦA HOÀNG QUÂN

Cái tựa "Đứng Ngẩn Trông Vời" nghe chênh vênh hụt hẫng. Đó mới chỉ là nửa câu thơ. Nửa câu tiếp chắc ai cũng biết "áo tiểu thư". Tác giả cũng xác nhận sự nửa vời này bằng cách trích nguyên văn bốn câu thơ của Huy Cận ở đầu truyện cùng tên.

> *Vậy đó bỗng nhiên mà họ lớn,*
> *Tuổi hai mươi đến có ai ngờ,*
> *Một hôm trận gió tình yêu lại*
> *Đứng ngẩn trông vời áo tiểu thư*

Người "trông vời áo tiểu thư" là cu cậu Bê vừa tới tuổi choai choai. Bỗng một buổi sáng, bà mẹ nhận ra anh con trai đã lớn: *"Tự đó đến giờ, Bê có hề để ý đến áo quần của Bê đâu. Áo quần của người khác lại càng chẳng quan tâm. Vậy mà, tự lúc nào Bê biến trong phòng tắm lâu hơn để chải đầu, xịt keo lên tóc trước khi đi học. Bê bớt mặc cả với tôi từng phút xin ngủ nướng mỗi sáng. Có ngày, Bê còn xăng xái tự thức dậy sớm để đủ thời giờ "trang điểm". Bê cứ băn khoăn sao tóc mình hay bị chĩa. Ở nhà, Bê đội suốt cái nón len, để những sợi tóc mất trật tự được ép đi vào khuôn khổ".*

Bê là nhân vật chính trong nhiều truyện của tập truyện này. Tôi đoán chừng tác giả chỉ có mỗi cậu ấm này trong nhà nên luôn lôi nhân vật này ra tán chuyện. Cái tên Bê không phải là tên hay, đó chỉ là tên gọi thân mật trong gia đình. Tên trong khai sanh của cậu là Quân. Cái tên làm người Đức trẹo họng khi phát âm. Các thầy cô trên trường đọc là Kwan.

HOÀNG QUÂN

ĐỨNG NGẨN TRÔNG VỜI

Tập truyện

NHÂN ẢNH 2018

"Khi Bê xong lớp bốn, chuẩn bị lên trung học, tôi chợt có ý nghĩ ra sở hộ tịch đặt thêm cho Bê cái tên thời thượng, Kevin, Philipp gì đó cho người Đức dễ gọi. Vợ chồng tôi vừa đặt vấn đề, Bê tỏ vẻ giận dữ: "Con là Quân chứ không phải tên gì khác". "Tại ba mẹ chỉ sợ có người gặp vấn đề với tên của con". "Hồi giờ đâu có ai gặp vấn đề gì đâu! Nếu ai không phát âm được tên của con, ráng chịu!". Coi như hồ sơ đổi tên của Bê xếp lại nhanh chóng".

Tôi bắt đầu thích nhân vật tên Quân này. Dứt khoát, và rất Việt Nam. Cậu nói và viết được tiếng Việt mặc dù được sinh ra ở Đức. Điều này rất quý. Có mấy đứa trẻ gốc Việt biết nói, và nhất là viết được tiếng Việt, trong môi trường sống xa quê hương, giữa những người nói thứ tiếng không phải là tiếng Việt.

Khi chiếc răng sữa đầu tiên của bé Quân rụng, cậu bé hốt hoảng. Để trấn an, ba mẹ phải bày trò bảo con để chiếc răng trên thành cửa sổ, con chuột răng đi qua, thấy con giữ chiếc răng còn tốt, có thể nó sẽ cho quà. Mỗi lần rụng răng là có quà, toàn những thứ đang mong muốn, cu cậu sướng mê tơi, coi chuyện răng rụng như chuyện phước đức. Có lần mẹ đi làm xa, răng rụng, để trên bệ cửa sổ hẳn hoi, mà quà chưa thấy đâu. Chuyện mua quà là chuyện của mẹ, ba đâu có biết mua. Tối đó, cậu bé gọi điện thoại cho mẹ khiếu nại chuột không cho quà. Mẹ bày kế: "Có thể chuột răng không biết chắc chiếc răng của ai. Tối nay con đem cái răng để trên bệ cửa, rồi viết trên tờ giấy: "Đây là răng của Bê". Cậu bé hỏi một câu mà tôi rất mát ruột: "Mà con viết tiếng Việt hay tiếng Đức đây mẹ?". Rồi Bê tự quyết định: "Con viết hai thứ tiếng cho chắc ăn!".

Có đứa con nói và viết được tiếng Việt từ nhỏ, mẹ cưng là phải. Có lẽ vì cưng nên khi mẹ viết văn đã lấy tên con làm bút hiệu. Cái tên Hoàng Quân hai mẹ con xài chung. Báo hại độc giả không biết tác giả là phận đàn ông hay đàn bà. Tôi cũng bé cái lầm khi đọc được những bài viết của Hoàng Quân trên tờ Thế Kỷ 21, lúc đó còn oai hùng ra báo giấy. Tính hỏi ông chủ bút Phạm Phú Minh nhưng ngưng ngay được. Đã nhúng tay vào cây viết từ lâu mà không phân biệt nổi một giọng văn hay sao. Đoạn văn làm tôi thành một ông thầy bói giỏi là đoạn sau đây: *"Tôi bắt đầu nghe ngóng các trao đổi của các bậc phụ huynh có con trai lớn. Tôi nghe kể, con trai lớn của bà chị họ đưa bạn gái về nhà chơi, cậu dắt cô đến chào bác trai, bác gái rồi cùng nhau "lặn" về phòng cậu. Chị hối chồng chạy ra tiệm thuốc tây mua "hệ thống phòng thủ". Anh dãy như đỉa phải vôi: "Bà còn vẽ đường cho hươu chạy nữa". Anh nhất định không rời bỏ "hiện trường". Anh nóng ruột đi lui đi tới ngoài hành lang, giống như lính của hoàng gia Anh canh giữ lâu đài. Chị không còn cách nào khác, vội lấy xe, chạy ù ra phố. Về nhà, chị gõ nhẹ cửa phòng, bảo cậu ra cho chị nói chuyện. Rồi chị kín đáo dúi vào tay anh con trai món hàng vừa mua. Tôi tấm tắc ngưỡng mộ: "Trời trời, chị ngầu quá. Rồi khi đưa cho nó, chị nói sao?". Nhiều người cười tôi khéo lo bò trắng răng. Bê đang trung học. Thong thả mà, đến khi cần, tự nhiên nghĩ ra à"*.

Vấn đề đó, hoàn cảnh đó, lo lắng đó, chém chết cũng không phải của một đấng đực rựa. Nhưng dù gì đi nữa, cây bút mới tinh này là một thứ quý hiếm. Tôi không nén nổi tò

Tác giả Hoàng Quân

Tác giả và tac phẩm trước Viện Bảo Tàng Mozart ở Salzburg.

mò, *mail* cho ông Phạm Phú Minh: "Hoàng Quân là ai mà viết hay quá vậy?". Đâu có ngờ ông bạn chuyên nối kết các người viết với nhau lại chuyển câu hỏi của tôi tới…đương sự. Tôi liên lạc được với Hoàng Quân. Đúng y chang như tôi đoán, đó là một nữ lưu còn ở tuổi *teen* khi Sài Gòn đổi chủ. Nay là một chuyên viên tài chánh rất thành công ở Đức. Để Hoàng Quân thuật lại chuyện sau đó: *"Coi như anh Phạm Phú Minh bắt nhịp cầu tri âm cho tôi và ông "trùm phiếm" Song Thao. Sau đôi lần thư từ, anh Song Thao bảo, anh tính rủ tôi viết chung Phiếm. Nghe ông Trùm nói vậy, tôi rón rén viết Ngôn Ngữ, Chuyện Đó Đây. Tôi băn khoăn miết, rụt rè hỏi anh Song Thao, giống phiếm chưa, cần thêm mắm muối gì nữa không. Thì anh cười (tôi đoán vậy), bảo, phiếm đứt đuôi con nòng nọc rồi. Thế là tôi yên tâm, gởi bài tới tòa báo"*.

Thực ra, ngay từ bài đầu tiên tôi đọc được, tôi đã cảm giọng văn rộn ràng, vui như tết và rất thông minh của Hoàng Quân. Chẳng cần ai dẫn dắt, đường vào chốn chữ nghĩa đã rộng mở trước mặt cô. Huống chi cô còn có tính cẩn thận của một nhà tài chánh. Bên Đức có hai nhà văn đã thành danh là Ngô Nguyên Dũng và Hoàng Nga, cô đã "tham khảo" cả hai. Ngô Nguyên Dũng tính giới thiệu cô với Làng Văn , chưa kịp giao duyên thì tờ báo này đóng cửa. Hoàng Nga giới thiệu cô với Văn Học. *Mail* đi thì có *mail* về thì không. Có lẽ *hotmail* đã nhầm thư cô với thư rác nên bị tống về lại khổ chủ! Không nản chí, Hoàng Quân kể: *"Tôi vẫn tiếp tục viết, xếp trong "tủ", lâu lâu đem ra đọc. Mỗi lần đọc, dặm thêm chút "mắm muối". Khi thêm vài dấu chấm phết. Khi bớt đôi *chữ "thì, là, mà".* Cuối cùng, nhà báo Từ Nguyên Trần văn Ngô, định cư ở Pháp, giới thiệu cô với Thế Kỷ 21. *"Tôi thầm nghĩ, Thế Kỷ 21 "cao" quá. Được là độc giả đã quý rồi. Chị nào dám mơ xa thêm. Đôi đũa tre mộc mạc của mình biết làm sao để "chòi" tới mâm son. Tôi gởi vài e-mail trao đổi, loanh quanh dọ ý ông Từ Nguyên. Năm 2001, tôi thu hết can đảm, gởi bài Giấc Mơ Thực Vật nhờ ông Từ Nguyên chuyển đến báo Thế Kỷ 21. Gởi đi nhưng tôi không dám tràn trề hy vọng. Cũng không lóng ngóng trông thư trả lời. Vậy mà, ông chủ bút Phạm Xuân Đài đã dành cho Hoàng Quân ưu ái đặc biệt, ngay từ thuở Hoàng Quân chân ướt chân ráo bước vào sinh hoạt chữ nghĩa. Ông cho đăng bài viết này trên số báo gần nhất, số 184, tháng 8, 2004".*

Con đường chữ nghĩa thênh thang trước mặt người viết mới, hơi trẻ. Tới nay, Hoàng Quân đã cho ra đời ba tác phẩm: Bông Hoa Trên Phím (2015), Nhớ Tiếng À Ơi (2016) và Đứng Ngẩn Trông Vời (2018).

Đứng Ngẩn Trông Vời gồm 12 truyện ngắn. Tôi phân vân khi liệt những bài trong cuốn sách này vào thể loại truyện ngắn. Thực ra đó là nửa truyện, nửa phiếm, nửa hồi ký. Đề tài phần lớn nói về chuyện gia đình. Nhân vật Bê là cái đinh trong gia đình, như đã nói ở trên. Nếu có nói thêm được chi có lẽ là chuyện nói tiếng Việt của Bê. Tôi vẫn quý chuyện nói và viết tiếng Việt của cậu bé được sanh ra bên ngoài tổ quốc này. Bên nội Bê là người miền Nam, bên ngoại người Huế. Vậy nên Bê biết hai…ngoại ngữ. Qua bà nội chơi, bà hỏi: "Con "doi" ra sao hả Bê?". Bê trả lời liền: "Con "doi" nó có cái "dời". Nói xong Bê cao giọng giải nghĩa cho mẹ: "Tức là

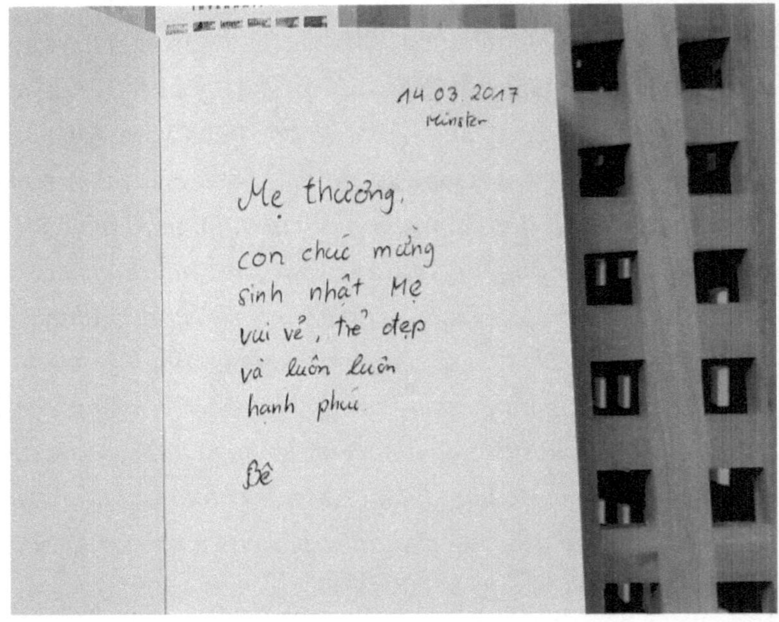

Bản viết chữ Việt của Bê.

con voi nó có cái vòi đó mẹ". Đôi khi, mẹ bận việc thì ông ngoại đón Bê về nhà, Bê nói tiếng Huế. Một bữa Bê nói với cô Oanh: "Con sắp sửa đi Ý". Cô hoảng sợ vội giục: "Đi ị thì đi lẹ lẹ chớ còn ở đó mà nói nữa. Hèn gì, nãy giờ bốc mùi!". Bê lắc đầu: "Dạ không, tuần sau mới đi được". Cô Oanh nghiêm giọng: "Con không đi ị mỗi ngày, đau bụng phải đi bác sĩ để khám bệnh đó". Bê cố giảng giải: "Dạ không, cô Oanh không biết gì hết. Ý xa lắm, đâu đi mỗi ngày được". Lúc đó, thấy tình hình nghiêm trọng, mẹ...thông dịch: "Cu Bê sắp sửa đi du lịch qua Ý đó cô Oanh". Cô Oanh vỡ lẽ: "Chu mẹc ơi, đi Ý mà ổng nói đi ị thì ai mà biết!".

Nhân vật thứ hai trong nhà chính là...Hoàng Quân. Hoàng Quân mẹ chứ không phải Hoàng Quân con. Tác giả tự nhận học rất giỏi. Chuyện này tôi tin được. Qua Đức khi tuổi gần hết bậc trung học, phải bắt đầu lại toàn phần. Khởi đi là chuyện học tiếng Đức. Chúa mạ ơi, cái thứ tiếng chi mà khó dàn trời. Thuở còn trai tráng ở Sài Gòn, tôi cũng đã ti toe đi học tiếng Đức tại Viện Goethe. Học tới khi cái miệng trẹo thiếu điều phải đi bác sĩ, vậy mà chưa đi tới đâu. Học cho đủ chữ vào Đại học phải là chuyện trần ai khoai củ. Vậy mà tác giả đã làm được một cách xuất sắc để hiên ngang bước vào cửa trường vẫn tiếp tục xuất sắc. Ra trường, trở thành một chuyên viên xịn trong ngành, đi hội họp và công tác tại trên ba chục quốc gia. Sự tình từ bước đầu, được tác giả kể lại: *"Dù sắp sửa tốt nghiệp đại học ở quê nhà, tôi phải lùi xuống trung học xứ người. Nước Đức không công nhận bằng cấp sau 1975 của Việt Nam. Thế là tôi khoác áo thư sinh, vào lớp 11, tiếp tục mài đũng quần nhà trường của Tây Đức vài năm. Bước chân đến ngôi trường ở Wolfhagen, một làng nhỏ ở Trung Đức, học trò nào cũng toàn tâm, toàn trí vẽ vời "tiền đồ" bằng cấp của mình. Muốn tậu bằng Tú Tài Đức, phải miệt mài đèn sách, ít nhất ba năm, nếu học đâu đậu đó".*

Giỏi vậy nhưng nhân vật mẹ trong "Đứng Ngẩn Trông Vời" cũng loạng quạng nhiều chuyện. Đầu tiên là chuyện lái xe. Khởi đầu truyện "Tay Lái Lụa", tác giả lên gân: *"Ngày xưa ở Việt Nam, tôi rất "chì", đã trị nhiều con ngựa sắt dữ dằn. Đi học, tôi cưỡi xe "cuộc" sườn ngang cao ngất. Mỗi lần xuống xe chỉ cần tìm lề đường cao là có thể…hạ cánh an toàn. Nếu "hạ tầng cơ sở" không đầy đủ, tôi nghiêng nghiêng xe, chủ động phóng xuống, trước khi bị ngã ngựa… sắt. Thỉnh thoảng, mượn được xe honda của chị tôi, tôi vi vút đúng điệu anh hùng xa lộ. Để tiết kiệm năng lượng, tôi cho hai đứa bạn chạy xe đạp níu tay hai bên, mà vẫn vững tay lái, chạy vù vù lên xuống cầu Trương Minh Giảng".* Chỉ như vậy nhưng khi tập lái xe hơi ở Đức, công việc không được hanh thông. Tập lái xe bên Đức, phải trả tiền giờ cho ông thầy. Đầu tiên, tin vào "tài năng" của mình, cô tính chỉ ba giờ là nhuần nhuyễn tay lái. Nhưng tính vậy mà không phải vậy. Số giờ chi tiền đã lên tới hai chục giờ, phải "giật gấu vá vai" mà tài lái chưa đi tới đâu. Đành phải cầu cứu tới "chàng" dạy cho đỡ tốn địa. *"Chiều cuối tuần, chàng của tôi dẫn tôi ra bãi tập xe của ADAC ở gần Rebstockbad, Frankfurt. Muốn tiết kiệm, tập chạy thêm cho giỏi, đỡ phải lấy nhiều giờ của trường. Nhưng có lẽ bụt nhà không thiêng. Hai đứa mất cả nửa ngày, trả tiền mướn bãi mấy chục đồng, tôi chẳng dạn dĩ thêm tí nào. Sau đó, hờn anh, giận em. Anh giận, tại em không biết, mà nói không chịu nghe. Em hờn, tại anh biết mà không chỉ dẫn rõ ràng".*

Cái bằng lái xe thường làm khổ nhiều người. Hiếm khi thi một lần là cầm được bằng. Cô em tôi, sau cả chục lần thi, tay vẫn chưa với được bằng. Cuối cùng, không biết thi tới lần bao nhiêu, cô cũng cầm được bằng lái. Dĩ nhiên là ăn mừng. Tôi phong cho cô em tôi đã đậu bằng "tiến sĩ lái xe" vì số năm cô bỏ ra để lấy được bằng cũng ngang ngửa với số năm học tiến sĩ! Tác giả Hoàng Quân, chưa bao giờ thi trượt trong việc học, nhưng đã ăn ớt khi thi lái xe. *"Vậy là, lần đầu tiên trong đời, tôi biết mùi buồn của đậu phải cành mềm. Tôi phải chắt chiu, tiện tặn tiếp, chờ thi đợt sau. Thắt lưng buộc bụng kiểu này chắc eo nhỏ bằng eo của cô*

Scarlett trong phim "Cuốn Theo Chiều Gió". Tôi biết khôn ngoan hơn, nghe lời hướng dẫn của thầy giáo, không dám cà khịa với ổng nữa. Lần thi này, tôi chạy rất thiện nghệ, sau hơn nửa tiếng đồng hồ biểu diễn chạy trong phố, ra làng, vào xóm, ông giám khảo chồm lên đưa miếng giấy bìa màu xám, vui vẻ: "Chúc mừng cô có bằng lái. Nhưng tôi lưu ý cô, cô chạy trong phố hơi nhanh. Mà ra ngoài xa lộ lại hơi chậm đấy nhé!". Tôi mừng quá, vội vàng đưa tay cầm lấy bằng, sợ ông giám khảo đổi ý".

Có bằng, nước chạy xe của cô rất tàng tàng. Có lần cô chở mẹ và Bê đi chợ, Bê ngồi đàng sau góp ý: "Mẹ ơi, xe vận tải sắp qua mặt mình rồi. Mẹ, mẹ, chỗ này không cấm chạy nhanh". Lúc khác, Bê hối: "Mẹ chạy nhanh chút xíu, chớ không thôi, mình đến thì chợ đóng của mất tiêu, bà ngoại không mua được thịt!". Cậu con đã có lúc tai quái: "Hồi đó, mẹ trúng số *lotto* phải không?". "Mẹ trúng số hồi nào đâu?". "Có mà! Cái bằng lái của mẹ đó!".

Tác giả là người ưa ca hát từ nhỏ. Trong suốt cuốn sách, thỉnh thoảng cô lại chêm vào vài câu của những bài hát cô thích. Cô tự thú là nhút nhát nhưng luôn bị đẩy lên sân khấu, từ hồi tiểu học cho tới khi đã ra trường tại Đức. Tác giả viết nguyên một truyện mang tên "Rồi Từ Giọng Hát Em" diễn tả hành trình dài của những lần lên sân khấu. Không chỉ trên sân khấu, trong suốt cuộc đời, tác giả Hoàng Quân luôn ư ử hát hò. Điều này khiến Hoàng Quân con hỏi Hoàng Quân mẹ. *"Mẹ ơi, có bao giờ mẹ ước mơ là mẹ thành ca sĩ không?".* Tôi đã có lúc to gan, nhưng chỉ dám mơ làm nhạc sĩ. *"Không, chưa bao giờ mẹ ước là ca sĩ. Nếu mẹ mà có giấc mơ này, mẹ con mình chết đói nhăn răng ra rồi". Anh Lợi góp lời: "Làm sao chết đói được. Ăn cà chua với trứng thối mệt nghỉ!".*

Lợi là nhân vật thứ ba trong gia đình. Là bố của Hoàng Quân kiêm chồng của Hoàng Quân. Thỉnh thoảng nhân vật này mới được ké chút xíu vào câu chuyện gia đình. Tôi thông cảm với nhân vật này. Định mệnh đã an bài, biết nói chi hơn.

Với "Đứng Ngẩn Trông Vời", Hoàng Quân đã dấn thêm một bước vào con đường chữ nghĩa, một bước vững vàng, an nhiên, dẫn dắt người đọc vừa huýt sáo vừa bước vào cuộc sống của gia đình tác giả. Cuốn sách toát lên sự tươi tắn, dí dỏm của một ngòi bút thông minh, biết nắm bắt và khai thác những tình huống đắt nhất của cuộc sống thường ngày. Biến cái thường thành cái không thường, trong một văn phong không gò bó, đó là thành công của Hoàng Quân.

09/2018

ĐỌC VỘI "TÂM CHÂN DUNG" CỦA LUÂN HOÁN

"Tâm Chân Dung" là tập thơ ngũ ngôn vẽ lại chân dung bạn bè của nhà thơ Luân Hoán. Ông này rất giầu bè bạn. Có 112 người được vẽ trong Tâm Chân Dung. Toàn là phái nam. Nhiều người sẽ tự hỏi: "Ủa! Ông nhà thơ này kỵ không chơi với các bà hay sao?". Đó là chuyện giả tưởng. Ông chơi chứ, nhiều là đằng khác, nhưng vẽ chân dung thì ông rét. Trong vài dòng "bạt" cuối sách, ông thú nhận:

> *đờn bà khó có thể*
> *phác họa nét dông dông*
> *nói giỡn hay nói thật*
> *đều có thể phật lòng*

Tôi thông cảm với ông nhà thơ được nhiều bậc nữ lưu ưu ái. Mang máy hình ra chụp các bà dễ gì nhận được lời khen, huống chi vẽ bằng thơ ba hoa chi địa. Cứ chơi với đàn ông cho khỏe. Khỏe như khi phác họa nhà thơ Lê Vĩnh Thọ, một bạn thơ mà ông rất tương đắc. Tôi lôi ông Lê Vĩnh Thọ ra làm ví dụ về sự tương đắc vì ông Luân Hoán tốn đến 8 trang giấy để ba hoa với ông này. Cái hợp thứ nhất là vì hai ông này đều khoái làm thơ ngũ ngôn. Cứ giáng năm chữ chắc nịch thành một câu thơ. Vì vậy nên ông này là người độc nhất được ông Luân Hoán trích thơ, không phải một câu mà tới nguyên khổ thơ, mỗi khổ bốn câu. Không phải một lần mà nhiều lần.

> *"tôi không tin rằng có*
> *cái gọi là tình nhân*

trăng đỏ (red moon) tranh khánh trường
Luân Hoán
TÂM CHÂN DUNG
NHÂN ẢNH 2018

nhưng chắc chắn em có
cái gì đó trong quần"

cái gì đó không hẳn
là linh vật chung chung
cái gì đó có thể
là nghĩa trang anh hùng.

Bốn câu thơ đầu là của ông Lê Vĩnh Thọ. Bốn câu sau là của ông Luân Hoán hòa theo. Người tung kẻ hứng, rặt một nòi tình.

Có lẽ vì tôi ở gần, lại cùng thứ bá láp, nên ông Luân Hoán cũng vẽ tôi tới 6 trang. Ông Luân Hoán quý tôi nên tôi cũng phải quý tôi. Vậy nên xin hài cả bài thơ ông ấy vẽ tôi, gọi là tạ ơn người tri kỷ.

cách đây đã mấy năm
tôi vẽ ông đại khái
không biết có được không
mời ông cùng xem lại:

"chân mang giày số 6
cõng hương qua đại dương
tâm mang tượng thánh giá
sá chi cõi vô thường

giữa đời khô khốc bụi
dòng phiếm sáng như gương
treo nụ tình nhân ái
trong từng mảnh đời thường

bên lưng những con chữ
phảng phất mùi phấn hương
hóa ra hồn núi Ngự
đang chăn gối chung giường

thân cao chừng mấy trượng
tình vãi về mấy phương
đời thiếu dòng khói thuốc
hẳn đôi lúc buồn buồn?"

có lẽ chỉ tạm được
dù đủ vợ đủ con
có cả chút tầm vóc
đức tin cùng tâm hồn

nhưng còn thiếu nhiều lắm
chưa tròn một chân dung
gồm thân thế sự nghiệp
cùng kỷ niệm mông lung

tôi là người lắm chuyện
chuyên mượn chữ thay lời
dài dòng như cái bệnh
trong tháng ngày thảnh thơi

nên chừ nắn nót tiếp
may ra có đầu đuôi
bề thế một ngọn bút
tâm dung rất tuyệt vời

ông là người Hà Nội
hà cớ chi vào Nam
năm-mươi-tư không chạy
biết đâu chừ nghênh ngang

ít ra cũng tiến sĩ
tệ lắm phó giáo sư
có đâu chỉ ông cử
ngành ngoại giao sật sừ

"nói đi phải nói lại"
ở đâu ông cũng ngon
miền Nam vẫn số một
để lập nghiệp, sinh tồn

ông chánh nghề công chức
ngạch trật loại thầy thông
viết báo nghề tay trái
tay giữa chăm hoa hồng

trước bảy lăm đã dạo
tìm sợi nhỏ Hoa Kỳ
hình như chưa khá mấy
chưa gầy giống được gì

đổi đời, ông "cải tạo"
đồng loạt như mọi người
cũng lao động đủ bộ
đúng tiêu chuẩn trời ơi

may được về khá sớm
trổ nghề bán thuốc tây
bán cà phê nước ngọt
tập lè phè, phây phây

đời chưa dừng o bế
ông được đi nước người
không cần chạm biển cả
lướt mây, ngồi rung đùi

trong những ngày phỏng vấn
trời xui tôi gặp ông
nhìn nhau vẫn thủ thế
mặt đâu dễ biết lòng

chẳng thể để hồi tưởng
trôi theo dòng ngũ ngôn
nhắc sơ đủ sống lại
một thời bỏ giang sơn

vợ chồng có duyên nợ
bè bạn có chi hè ?
chắc là sự tương kính
đồng cảm, không màu mè

quen ông, một hạnh phúc
có chỗ để khi buồn
gọi ông xả ra bớt
vài phần mười bi thương

đi đâu, nếu lười biếng
có ông cho quá giang
ăn hàng có ông đãi
rất vui vẻ nhẹ nhàng

ngày ngày mỗi buổi sáng
ông mời uống cà phê
bộ nồi trên cái cốc
mặn ngọt thật đề huề

vui miệng kể tin tức
về Do Thái, Ba Tư
về vợ tông tông Pháp
về bé Lâm Tâm Như...

đại loại toàn có thật
dù nghe rất giật gân
khuây khỏa chiến trường nhỏ
mỗi tuần còn một lần

trong đám bạn hiện tại
chỉ ông và Đinh Cường
than "suy" mà vẫn khỏe
đi đây đó luôn luôn

từ đi nghĩa thuần túy
không có nghĩa đăng bài
không có nghĩa phung phí
kho dự trữ sức trai

đêm nay lại mất ngủ
định mượn ông vẽ mình
lạ thật chỉ lẩm cẩm
lặp toàn chuyện linh tinh

có phải tôi đang mặc
áo thụng vái ông không?
tùy mỗi người đánh giá
riêng tôi thấy ấm lòng

đâu dễ ai cũng có
một người bạn hiểu mình
nhất là tôi nhút nhát
chuyên lủi thủi làm thinh

chuyện buồn, tôi cả đống
muốn phơi cho nhẹ lòng
bớt hao hụt độ ẩm
giữ hai con ngươi trong

à quên, chưa kịp hỏi
cái chân dài đỡ chưa
nên cứ đi chân ngắn
đừng tùy nghi theo mùa

giữ sức để còn viết
phiếm mười bốn, mười lăm
phiếm hăm bảy, hăm chín
cho thiên hạ lót lòng

06/2018

CÙNG MỘT TÁC GIẢ

Bỏ Chốn Mù Sương (tập truyện, Kinh Đô, Houston, Hoa Kỳ 1993)

Đong Đưa Cuộc Tình (tập truyện, Ngày Nay, Houston, Hoa Kỳ 1996)

Còn Đó Bóng Hình (tập truyện, Văn Mới, Los Angeles, Hoa Kỳ 1997)

Chân Mang Giầy Số 6 (tập truyện, Văn Mới, Los Angeles, Hoa Kỳ 1999)

Cuối Ngày, Một Lần Ngồi Lại (tập truyện, Văn Mới, Los Angeles, Hoa Kỳ 2001)

Bên Lưng Những Con Chữ (tập truyện, Văn Mới, Gardena, Hoa Kỳ 2003)

Phiếm 1 (Văn Mới, Gardena, Hoa Kỳ 2005)

       (In lần thứ hai - Nhân Ảnh, Toronto, 2006)

       (In lần thứ ba - Nhân Ảnh, Toronto, 2008)

Phiếm 2 (Văn Mới, Gardena, Hoa Kỳ 2005)

       (In lần thứ hai - Nhân Ảnh, Toronto, 2006)

       (In lần thứ ba - Nhân Ảnh, Toronto, 2008)

Phiếm 3 (Nhân Ảnh, Toronto, Canada 2006)

       (In lần thứ hai - Nhân Ảnh, Toronto, 2008)

Chốn Cũ (tập truyện, Nhân Ảnh, Toronto, Canada 2006)

Phiếm 4 (Nhân Ảnh, Toronto, Canada 2007)

       (In lần thứ hai - Nhân Ảnh, Toronto, 2015)

Phiếm 5 (Nhân Ảnh, Toronto, Canada 2008)

       (In lần thứ hai - Nhân Ảnh, Toronto, 2015)

Phiếm 6 (Nhân Ảnh, Toronto, Canada 2009)

       (In lần thứ hai - Nhân Ảnh, Toronto, 2015)

Phiếm 7 (Nhân Ảnh, Toronto, Canada 2009)

       (In lần thứ hai - Nhân Ảnh, San Jose, 2016)

To the Top of Whistler (tập truyện chuyển sang Anh ngữ, Nhân Ảnh, Toronto, Canada 2010)

       (In lần thứ hai - Nhân Ảnh, San Jose, 2016)

Phiếm 8 (Nhân Ảnh, Toronto, Canada 2010)

       (In lần thứ hai - Nhân Ảnh, San Jose, 2016)

Phiếm 9 (Nhân Ảnh, Toronto, Canada 2011)

       (In lần thứ hai - Nhân Ảnh, San Jose, 2016)

Phiếm 10 (Nhân Ảnh, Toronto, Canada 2011)
      (In lần thứ hai - Nhân Ảnh, San Jose, 2016)
Phiếm 11 (Nhân Ảnh, Toronto, Canada 2012)
      (In lần thứ hai - Nhân Ảnh, San Jose, 2016)
Phiếm 12 (Nhân Ảnh, Toronto, Canada 2012)
      (In lần thứ hai - Nhân Ảnh, San Jose, 2016)
Tuyển Tập Truyện Ngắn Song Thao, Tập I
      (Nhân Ảnh, Toronto, Canada 2013)
      (In lần thứ hai - Nhân Ảnh, Toronto, 2015)
Phiếm 13 (Nhân Ảnh, Toronto, Canada 2013)
      (In lần thứ hai - Nhân Ảnh, San Jose, 2016)
Tuyển Tập Truyện Ngắn Song Thao, Tập II
      (Nhân Ảnh, Toronto, Canada 2013)
Phiếm 14 (Nhân Ảnh, Toronto, Canada 2014)
      (In lần thứ hai - Nhân Ảnh, San Jose, 2016)
Tuyển Tập Truyện Ngắn Song Thao, Tập III
      (Nhân Ảnh, Toronto, Canada 2014)
Tuyển Tập Truyện Ngắn Song Thao, Tập IV
      (Nhân Ảnh, Toronto, Canada 2014)
Phiếm 15 (Nhân Ảnh, Toronto, Canada 2014)
      (In lần thứ hai - Nhân Ảnh, San Jose, 2016)
Phiếm 16 (Nhân Ảnh, Toronto, Canada 2015)
Phiếm 17 (Nhân Ảnh, Toronto, Canada 2016)
Phiếm 18 (Nhân Ảnh, Toronto, Canada 2016)
Dấu Chân Lang Bạt (Nhân Ảnh, Toronto, Canada 2016)
Phiếm 19 (Nhân Ảnh, San José, Hoa Kỳ 2017)
Phiếm 20 (Nhân Ảnh, San José, Hoa Kỳ 2017)
Phiếm 21 (Nhân Ảnh, San José, Hoa Kỳ 2018)
Phiếm 22 (Nhân Ảnh, San José, Hoa Kỳ 2019)

Nhà xuất bản NHÂN ẢNH
375 Destino Circle
San Jose, CA 95133
U.S.A.
E-mail: han.le3359@gmail.com

Liên lạc với tác giả:
TẠ TRUNG SƠN
7805 Claire Fauteux, #1
Montréal, Qc.,   H1K 5B6 - Canada
Điện thoại: 514-354-5338
Email: tatrungson@hotmail.com